எல்வின் கண்ட பழங்குடிகள்

தன்வரலாறு

வெரியர் எல்வின்

தமிழில்
சிட்டி

மீள்பார்வை
பக்தவத்சல பாரதி

அடையாளம்

முதல் பதிப்பு: அடையாளம் 2016
இரண்டாவது மீளச்சு 2025

© இந்தப் பதிப்பு: அடையாளம்
© அறிமுகம்: பக்தவத்சல பாரதி

வெளியீடு: அடையாளம், 1205/1 கருப்பூர் சாலை, புத்தாநத்தம் 621310, திருச்சி மாவட்டம், இந்தியா. தொலைபேசி: 04332 273444, 9444 77 2686

நூல் வடிவம்: த பாபிரஸ், அச்சாக்கம்: அடையாளம் பிரஸ், இந்தியா
ISBN 978 81 7720 243 4

விலை: ₹ 280

Elvin Kanta Pazhankutikal is an abridged Tamil translation of *The Tribal World of Verrier Elwin: An Autobiography* in English by Verrier Elwin, Translated by Chitti Pe. Ko. Sundararajan, Published by Adaiyaalam, 1205/1 Karupur Road, Puthanatham 621310, Thiruchirappalli Dist., India, email: info@adaiyaalam.net

பொருளடக்கம்

	அறிமுகம் – பக்தவத்சல பாரதி	v
	முன்னுரை: அனுபவத்தின் பலன்	xvii
1	அறியாப் பருவமும் இளமைப் பருவமும்	1
2	மகான்களும் சத்யாக்கிரஹிகளும்	16
3	பிஷப்புகளும் பயமுறுத்தல்களும்	46
4	பழங்குடி மக்களிடையே	55
5	மானிடவியல் ஆய்வுப் பணி	83
6	உலகைச் சுற்றி	133
7	வடகிழக்கு எல்லைப் பிரதேசம்	143
8	எல்லைப் பகுதிப் பயணம்	161
9	புதிய தத்துவம்	170
10	இறுதிக் குறிக்கோள்	179
11	கிட்டாத செல்வம்	186

நூலாசிரியர் 1953இல்

அறிமுகம்

பக்தவத்சல பாரதி

புதுச்சேரி மொழியியல் பண்பாட்டு ஆராய்ச்சி நிறுவனம்

தமிழில் எழுதப்பட்ட தன்வரலாறுகளைவிட தமிழில் மொழி பெயர்க்கப்பட்ட தன்வரலாறுகளே மிகுந்த கவனம் பெற்றவை. இவ்வரிசையில் வெரியர் எல்வின் (1902-1964) எழுதிய இந்நூலின் ஆங்கிலப் பதிப்பான *The Tribal World of Verrier Elwin: An Autobiography* இந்தியாவில் மட்டுமின்றி உலகெங்கும் அறியப்பட்ட, இங்கிலாந்திலும் கிறிஸ்தவ உலகிலும் மாறுபட்ட கண்ணோட்டத்தோடு படிக்கப்பட்ட, இனி எக்காலத்தும் பேசக்கூடிய ஒரு தன்வரலாறு ஆகும்.

இங்கிலாந்திலிருந்து கிறிஸ்தவ திருச்சபை பணியாளராக இந்தியா வந்து, இந்தியத்துவத்தால் ஈர்க்கப்பட்டு, கிறிஸ்தவச் சபையிலிருந்து விலகி, ஆங்கிலேய ஆட்சிக் காலத்திலேயே, இந்திய விடுதலை இயக்கத்தை ஆதரித்து, இந்தியப் பழங்குடிப் பெண்ணை மணந்து கொண்டு, நான்கு மகன்களுக்கும் ஜவஹர்லால் உள்ளிட்ட இந்தியப் பெயர்களையே வைத்து, இந்திய அரசில் பணியாற்றி, விடுதலைக்குப் பிறகு இந்தியக் குடியுரிமை பெற்று, இந்தியராகவே மாறி, பத்ம பூஷண் விருது பெற்று, இந்தியாவிலேயே உயிர்துறந்து, இந்தியராகவே ஐக்கியப்பட்டுவிட்ட மானிடவியலரே வெரியர் எல்வின்.

மேலைப் பண்பாட்டினர் ஒருவர் தம் சொந்தப் பண்பாட்டைத் துறந்து, கீழைப் பண்பாட்டையும் அதன் தத்துவ மரபுகளையும், ஆதிவாசிகளின் வாழ்க்கை முறையையும் ஏற்றுக்கொண்டதன் வரலாறே இந்தத் தன்வரலாறு. தன் பூர்வீக மண்ணையும் சொந்த தேசத்தையும் மறந்துவிட்டு, இந்திய தேசத்தோடும் இந்தத் துணைக் கண்டத்தின் பூர்வகுடிகளோடும் வாழ்நாள் முழுவதும் ஐக்கியப் படுத்திக்கொண்ட இவரின் தன்வரலாறு, தன்வரலாறுகளின் வரிசையில் பெரிதும் மாறுபட்ட ஒன்றாகும்.

இந்தத் தன்வரலாறின் தனித்துவத்தை மிகக் குறைந்தபட்ச சொற் களில், எல்வினின் அணுகுமுறையில் சுருக்கிக் கூறவேண்டு மாயின், 'மேற்குலகின் கிழக்குலகத் தரிசனம்' என்று கூறலாம். பொதுநிலையில், மனிதம் போற்றிய மானுடன் ஒருவரின் தன்வரலாறு என்று கூறலாம். எல்வினின் தன்வரலாறு பன்வயப் பட்டது. இதன் மகத்துவம் இந்தியத்துவத்தின் மகத்துவம் என்று ஒருபுறமும், ஏகாதிபத்திய-மேற்கத்திய அந்நியர் ஒருவரை அந்நியப்படுத்திய மகத்துவம் என்று மறுபுறமும், மனிதம் போற்றும் மானிடவியலின் மகத்துவம் என்று இன்னொரு புறமும் இதன் தன்மைகளை விரித்துக் காணலாம்.

இந்த அரிய தன்வரலாற்றை மிக நேர்த்தியான மொழிபெயர்ப் போடு தமிழில் அடையாளம் பதிப்புக்குழு வெளியிடுகிறது. அடையாளத்தின் இந்த முயற்சி தமிழில் வாசிப்பின் எல்லையைத் தொடர்ந்து விரிவுபடுத்தும் முயற்சியாக, தமிழ் வாசகர்களை உலகளாவிய தளத்துடன் இணைக்கும் முயற்சியாக எண்ணிப் பெருமிதம் கொள்ளலாம்.

இந்தியத்தை நாடியவர்களும் எல்வினும்

இந்திய தேசத்தின் பண்பாட்டு, தத்துவ மரபால் கவரப்பட்டவர்களில் எல்வினும் ஒருவர். இவ்வரிசையில் அன்னி பெசன்ட் அம்மையார் உட்பட இன்னும் பலரும் இடம் பெறுகின்றனர். இவர்கள் அனை வரைப் பற்றிய ஒரு பொதுப் புரிதல் கிடைக்குமாயின் எல்வினின் இடத்தையும் அவரின் தன்வரலாற்றையும் மதிப்பிட இயலும்.

இங்கிலாந்தில் பழமைவாதம் போற்றும் ஆங்கிலேயர்களாலும், இந்தியாவில் அந்நியரை நேசிக்கத் தயங்கும் மனப்பான்மை கொண்டவர்களாலும், ஆண்மகனான வெரியர் எல்வினையோ பெண்மணியான அன்னிபெசன்ட் அம்மையாரையோ புரிதலுக்கு உட்படுத்துவது அவ்வளவு எளிதல்ல. அவரவர் இனத்தின் பொதுப் புத்திக்கு அப்பால் நகர்ந்து விளங்கிக்கொள்ளும் அறிதல் பெயர்ச்சி யால் மட்டுமே இவர்களுடைய தன்வரலாறுகளை வாசிப்புக்கு உட்படுத்த முடியும். அடிப்படையில் பெசன்ட், எல்வின் இருவருமே மீநிலை (eccentric) மனிதர்கள். இவர்கள் சிந்தனை, செயல் இரண்டிலும் 'தன்னிலை' என்பதிலிருந்து விடுபட்டுப் பொது நலத்திற்காக, மற்றவருக்காக வாழும் 'பிறர்நிலை' இயல்பினர்.

அன்னி பெசன்ட் அம்மையார் *1893*இல் சென்னைக்கு வந்து *1932*இல் இங்கேயே மறைந்தவர். இங்கிலாந்தில் சமத்துவவாதி

யாகவும் மகளிர் வாக்குரிமைக்காகப் போராடியவராகவும் அறியப் பெற்ற அம்மையார் இந்தியா வந்தபின் இம்மண்ணின் மகத்துவத் தால் ஈர்க்கப்பட்டு இறுதியில் ஆன்மிகவாதியாகவே மாறிவிட்டார். ஆனால் எல்வின் 1927இல் இந்தியா வந்து 1964வரை இங்கிருந்து இந்தியாவிலேயே உயிர் நீத்தவர். இந்நிலையில் பெசன்ட் அம்மையாரை விடவும் எல்வினுக்கு ஆங்கிலேய இந்தியாவையும், காங்கிரஸ் இந்தியாவையும் ஒப்பிட்டு அறியும் வாய்ப்பு கிடைத்தது; இந்திய வாழ்வுமுறையில் நீண்ட புரிதல் ஏற்பட்டது. எனினும், சமூகவியல் அறிஞர் ஷிவ் விஸ்வநாதன் கூறியது போல பெசன்ட், எல்வின் இருவருமே 'அந்நியத்தின் அடுத்தபக்கம்' (otherside of the Raj) என்பதாக இருந்தவர்கள்.

எல்வினைப் பற்றியும் அவருடைய தன்வரலாற்றைப் பற்றியும் முழுமையாகக் கருத்துருவாக்கம் செய்ய வேண்டுமாயின் பெசன்ட், எல்வின் போன்ற இன்னும் சில இந்தியவயப்பட்டவர்களைப் பற்றியும் அறிய வேண்டியது அவசியமாகும். குறிப்பாக, காந்தியின் நண்பர் ஆண்ட்ரூஸ், தாகூரின் வாழ்க்கை வரலாற்றை எழுதியவரும் இந்தியக் கிராமங்களை மையமிட்டு நாவல்கள் எழுதியவருமான எட்வர்டு தாம்சன், இந்து சமயத்தில் பேரார்வங்கொண்டு அதை இயக்கரீதியில் செயல்படுத்திய ஐரிஷ் நாட்டுப் பெண் நிவேதிதா (இயற்பெயர்: Margaret Noble), இங்கிலாந்து அட்மிரல் ஒருவரின் பெண் காந்தியால் ஈர்க்கப்பட்டுத் தம் பெயரை நிவேதிதா போல் மாற்றிக்கொண்ட மீராபென் (இயற்பெயர்: Madeleine Slade) போன்ற இன்னும் பிற மீமனிதர்களின் வாழ்க்கை வரலாற்றை யெல்லாம் வாசித்தல் அவசியமானதாகும்.

மேற்கூறிய நிலையில் பரந்துபட்ட வாசிப்பை ஏற்படுத்திக் கொள்ள இயலுமாயின் எல்வினைப் பற்றிய மதிப்பீடுகளை எளிதில் உருவாக்க முடியும். இத்தகைய வாசிப்பை மேற்கொள்ள முடியா தவர்கள், இவர்கள் குறித்து மற்றவர்கள் கூறிய மதிப்பீடுகளை அறிவது நல்லது. எல்வினைப் பற்றி நன்கு அறிந்தவர்கள் மூவர். அவர்களில் காந்தியும் நேருவும் இந்தியர்கள். மற்றொருவர் பிரெஞ்சு நாட்டுப் புகழ்பெற்ற தத்துவ அறிஞரும் எழுத்தாளருமாகிய ரோமன் ரோலண்ட். காந்தியின் நண்பராகவும் இந்திய விடுதலைக்கு ஆதரவாளராகவும் விளங்கிய இவர் 1936இல் எழுதியபோது, ஆப்பிரிக்காவில் ஆல்பர்ட் ஸ்விட்சர், இந்தியாவில் எல்வின் ஆகிய இருவரும் மகத்தான பணிகளைச் செய்து வருகிறார்கள் என அவர்களின் புகழை உலகறியச் செய்தார்.

14 ஆண்டுகளுக்குப்பின் டைம்ஸ் இலக்கிய இதழ் (Times Literary Supplement–TLS) எல்வினைப் பற்றிப் பின்வருமாறு சிறப்பித்து எழுதியது:

> பெருமைமிகு பண்பாட்டிற்குரியவரும், சுய சிந்தனைக் குரியவரும், கவிதை - மொழிபெயர்ப்பு - சமூகப்பணி ஆகியவற்றைச் செய்பவரும் புத்தாய்வுகள்-மனித இன ஆய்வுகள் மேற்கொள் பவரும் ஆகிய இவர் மேற்கூறிய ஒவ்வொன்றிலும் முதலிடம் வகிப்பவராக இருந்தார். இன்னும் சொல்லப்போனால் இந்தியா குறித்து இந்நூற்றாண்டில் மிகப்பெரும் பங்காற்றியவர்களில் ஒருவராக அறியப்படுகிறார்.*

எல்வினின் தன்வரலாறு எத்தகையது என்று வினா எழுப்பினால் அதற்கான விடை எளிதாகவோ ஒற்றைப் பரிமாணத்துடனோ இனங்காண இயலாது. எனினும், இதன் மையத்தன்மையை நுணுகி ஆராயும்போது அவர் காந்தியத்தையும் இந்தியத் தன்மையையும் ஏற்றுக்கொண்ட தன் புரிதல்களை, சவால்களை எடுத்துரைக்கிறது என்று மதிப்பிடலாம்.

காந்தியம், இந்தியத்துவம் இரண்டின் சார்போடு இத்தன்வரலாறு இந்தியச் சமூகம், பண்பாடு குறித்த தரிசனமாக விளங்குகிறது. குறிப்பாக, மைய நீரோட்டத்திலிருந்து மிகவும் விலகி விளிம்பு நிலையில் வாழும் பழங்குடியினர் குறித்து, அதிலும் குறிப்பாக இந்தியாவின் வெவ்வேறு புவியியல் சூழலில் வாழும் பழங்குடிகளின் பண்பாட்டை அறிமுகப்படுத்தும் பயணத்தை இத்தன்வரலாறு மேற்கொள்கிறது. இந்த வாசிப்பின் இறுதியில் இந்தியாவின் பன்மைப் பண்பாட்டுச் சூழலின் அணுக்கமான உணர்வை அடைய முடிகிறது. இவருடைய தன்வரலாற்றின் பங்களிப்பு பழங்குடிகளின் உன்னதத்தை வெளிப்படுத்துவதாகவும் விளங்குகிறது.

காந்தி தன் வாழ்நாள் முழுவதும் சத்திய சோதனையைத் தொடர்ந்து முன்னெடுத்துச் சென்றது போல், எல்வினின் சுயதேடல் பூர்வ நிலைக்கும் (சொந்த மரபு) அந்நியத்திற்குமான (இந்திய மரபு) கருத்தாடல்களாக அமைகின்றது. இக்கருத்தாடல்கள் வழி இத்தன்வரலாறு மனிதத்தை நாடும் மாந்தர்களுக்கு ஒரு மாறுபட்ட வாசிப்பை வழங்குவதாகவும் உள்ளது.

* A man of great culture and originality of thought, a poet and translator as well as social worker, explorer and ethnologist, and in every branch of his work he is first rate... one of the best contributors this century ever made to India. (*TLS*, 20 January 1950.)

எல்வின் இந்தியத்திற்கு நகர்தல்

இங்கிலாந்தில் டோவர் நகரில் 29.08.1902 இல் பிறந்தவர் எல்வின். வெரியர் எல்வின் என்று அறியப்பட்டாலும் இவரது முழுப் பெயர் ஹேரி வெரியர் ஹோல்மன் எல்வின் (Harry Verrier Holman Elwin). 1924இல் ஆக்ஸ்போர்டில் ஆங்கில இலக்கியத்தில் பட்டம் பெற்றவர். இதன் பின்னர் சமயத்துறைப் படிப்பில் தேர்ச்சி பெற்று வைக்கிளிஃப் ஹால் (Wycliff Hall) கல்லூரியில் நியமனம் பெற்றார். இக்கால கட்டத்தில் கத்தோலிக்கச் சமயம் தொடர்பான தீவிர படிப்பில் தம்மை ஈடுபடுத்திக் கொண்டிருந்தார்.

தன் இளமைக் காலத்தில் இந்தியா பற்றி எல்வின் எதுவும் அறிந்திருக்க வில்லை. இந்தியா வருவதற்கு முன் கத்தோலிக்கச் சமயப் பணியில் ஈடுபடத் தொடங்கியபோது இந்தியா பற்றி மிகத் தாழ்வான எண்ணத்தை உருவாக்கிக்கொள்ளும் சூழ்நிலையே அவருக்கு இருந்தது. இந்தியர்கள் நடுவுலகவாணர்கள் (wogs) என்றும், பூர்வக் குடிகள் என்றும், அவர்கள் தங்களைத் தாங்களே நிர்வகிக்கத் தெரியாதவர்கள் என்றும் கருதியிருந்தார். இவ்வாறான கருத்து இங்கிலாந்தில், குறிப்பாகச் திருச்சபை பணியாளர்களாகப் பயிற்றுவிக்கப்பட்டவர்களிடம் காணப்பட்டமை இயல்புதான். இச்சிந்தனைப் பின்புலத்திற்கு அப்போதைய காலனியச் சூழலே காரணமாகும்.

காலனியவாதம் உலகின் எண்ணற்ற சமுதாயங்களைப் பற்றி அறிவதற்கு ஒரு திறவுகோலாய் அமைந்தது. ஆனால் காலனிய வாதத்திற்குத் திறவுகோலாய் அமைந்தது புதிய புதிய கண்டங் களையும் நிலப்பகுதிகளையும் கண்டறிந்த புத்தாய்வுப் பயணங் களாகும். இப்புத்தாய்வுப் பயணங்கள் வழி உலகின் பல கண்டங் களும் நிலப்பகுதிகளும் கண்டறியப்பட்டன. புத்தாய்வுக் காலம் (age of exploration) எனப் போற்றப்படும் கி.பி. 13ஆம் நூற்றாண்டு தொடங்கி கி.பி. 15வரை ஐரோப்பியர்கள் கடற்பயணங்கள் வழி கண்டறிந்த நிலப்பகுதிகளில் காணப்பட்ட வள ஆதாரங்களைக் கண்டு மலைத்துப் போயினர்.

அங்குக் காலனிய அரசுகளை ஏற்படுத்திய ஐரோப்பியர்கள் அந்தந்தப் பகுதிகளில் வாழ்ந்த திணைக்குடிகள் தாழ்ந்த நிலையில் வாழ்ந்ததாகவும் அவர்களை முன்னேற்றுவது ஐரோப்பியர்களின் பொறுப்பு என்றும் கூறத்தலைப்பட்டனர். ஐரோப்பியர்கள் உயர்ந்தவர்கள் என்ற எண்ணம் புவியியல், அரசியல் வெற்றிகளோடு நில்லாமல் இனவுயர்வுவாதம் (racism) வரை சென்றுவிட்டது.

காலனிய நாடுகளில் வாழும் மக்களை முன்னேற்றுவது ஐரோப்பியர்களின் பொறுப்பு என்ற கருத்தை அவர்கள் ஓங்கி ஒலித்து வந்ததால் காலனியவாதத்தின் குரல் பின்னாளில் 'வெள்ளையர்களின் பொறுப்பு' (White's responsibility) என்ற வாதமாகவே உருவெடுத்தது.

இப்பின்னணியில் கல்வி பயின்று, கிறிஸ்தவச் சமயப் பணிக்குத் தயாராகி இந்தியா கிளம்ப இருந்த எல்வினின் இரத்தத்திலும் மேற்கூறிய கருத்து ஊறியிருந்தது. அப்போது இலங்கையிலிருந்து வந்திருந்த பெர்னார்டு அலுவிகேர் (Bernard Aluwihare) மூலம் இந்திய தேசிய இயக்கம் நியாயமானது என்றும், தாகூரின் எழுத்துகள் மகத்தானவை என்றும், காந்தியச் சிந்தனைகள் மனிதகுலத்தை மேம்படுத்தக் கூடியவை என்றும் எல்வின் அறிந்துகொண்டார். இதன்பின்னர் அலுவிகேர் கொடுத்துதவிய நூல்கள் மூலம் இந்தியா பற்றித் தம் முற்சாய்வுக் கருத்துகளை வலுப்படுத்திக்கொள்ளாமல் இந்தியா பற்றி மேலும் அறிய வேண்டும் என்ற ஆர்வத்தை வளர்த்துக் கொண்டதாகத் தம் சுயசரிதையில் கூறுகிறார்.

எல்வினின் பாட்டனார் வில்லியம் லபான் ஹோல்மன் வீட்டிலிருந்து யாருக்கும் தெரியாமல் ஓடி இந்தியாவில் அமைந்த கிழக்கிந்தியக் கம்பெனியில் சேர்ந்து பணியாற்றியவர். தன் பாட்டனார் இந்தியாவில் இருந்தவர் என்பதாலும், அப்போது பிரிக்கப்படாத இந்தியாவில் மூர்ரீ என்னுமிடத்திற்குச் சாலை போடுவதற்கு இவர் காரணமாய் இருந்ததாலும், அங்குப் புகழ்மிக்க கோடை வாசஸ்தலம் அமைவதற்குக் காரணமானவர்களில் இவரும் ஒருவர் என்பதாலும், அங்குதான் எல்வினின் தாய் பிறந்தார் என்பதாலும் இந்தியா செல்ல வேண்டும் என்ற ஆர்வம் எல்வினிடம் இருந்தது.

எல்வினின் கீழைத்தேயப் பயணம் 1927இல் தொடங்கியது. இந்த ஆண்டு நவம்பர்த் திங்கள் 30ஆம் நாள் கொழும்பு வந்தடைந்தார். இங்குச் சில நாட்கள் தங்கியபின் இந்தியாவுக்குப் பயணமாகி முதலில் மலபார் பகுதிக்கு வந்து, அதன்பின் பூனாவுக்குக் கிளம்பினார். பூனாவிற்கு வந்தவுடன் அருட்தந்தை வின்ஸ்லோ நடத்தி வந்த கிறித்தவ சேவா சங்கத்தில் தங்கி அவரோடு செயல்படத் தொடங்கினார்.

பூனாவிற்கு வந்த ஒரு மாத காலத்தில் அதாவது 1928 ஜனவரியில் எல்வின் முதன்முதலாக காந்தியின் சபர்மதி ஆசிரமத்திற்குச் சென்றார். 30 ஆண்டுகளுக்குப் பின் தம்முடைய தன்வரலாற்றை எழுதும்போது 'என் வாழ்வில் சபர்மதி ஆசிரமம் சென்றமை மிக

முக்கிய நிகழ்வாக அமைந்துவிட்டது' என்று குறிப்பிடுகிறார். 'சபர்மதியில் காந்தியின் வாழ்க்கையையும், காங்கிரஸ் தொண்டர்கள், ஊழியர்கள் வாழ்வு முறையையும் நேரில் கண்டபின் என்னுள் உன்னதமான மாற்றங்கள் நிகழ்ந்துவிட்டன' என்கிறார்.

சபர்மதிக்குச் சென்றபின் 'திடீரென்று நான் இந்தியக் குடிமகனாகவே மாறிவிட்ட பெருமை எனக்குள் ஏற்பட்டது. அந்த உணர்வால் ஏற்பட்ட புதிய தோற்றம் பின்னாளில் எவ்வளவு சிக்கலுக்கு இடம் கொடுக்கும் என்பதை நான் அப்போது அறிய வில்லை' என்கிறார். முதன்முதலில் காந்தியைச் சந்தித்தபோது அவர் மனதில் தோன்றியவற்றை விவரிக்கும் பகுதி படிப்போரை மிகவும் ஈர்ப்பதாக அமைகிறது.

சபர்மதியில் ஏற்பட்ட ஈர்ப்பு விசை எல்வினை வெகுவாகவே மாற்றி விட்டது. சிறையில் அடைக்கப்பட்டிருந்த ஜம்னாலால் அவர்களைச் சந்திக்கச் சென்றபோது அவருக்குச் சிறையில் ஏற்பட்ட கொடுமைகளைக் கண்ணுற்ற அன்றே இந்தியா விடுதலையடையும் வரை காலணி அணிவதில்லை என்று சபதம் மேற்கொண்டார். எல்வின் இந்திய விடுதலை இயக்கத்தில் இலைமறைகாயாக உறவாடினார். கிருபளானி அவர்களுடன் சுற்றுப்பயணம் மேற் கொண்டார். காந்தி 1932இல் கைதானபோது உடனிருந்தார். காலனி ஆட்சிக்கு மாறுபட்ட போக்கில் செயல்பட்டதால் இவர் ஒரு முறை பெஷாவரில் கைது செய்யப்பட்டார். இதனால் இவர் தாம் சார்ந்திருந்த கிறித்து சேவா சங்கத்திலிருந்து விலகினார். இவ்வாறு இவரது இந்தியம் சார்ந்த தொடர்புகள் தொடர்ந்து அளப்பரிய நிலையில் வளர்ந்ததை அவர்தம் தன்வரலாற்றை வாசிக்கும்போது உணர முடியும். காந்தி, நேரு இருவருக்கும் மிக நெருக்கமானவராக இருந்தமை இவரது வெகுவான ஈடுபாட்டினால் உருவானதாகும்.

இந்தியா சுதந்திரம் அடையவேண்டும் என்ற தாராள (liberal) தத்துவத்தை வின்ஸ்லோவும் எல்வினும் கொண்டிருந்தனர். வின்ஸ்லோ ஓய்வுக்காக இங்கிலாந்து சென்ற பிறகு எல்வினிடம் ஆசிரம நிர்வாகம் வந்தது. பூனையைக் காணாத எலி போல எல்வின் இஷ்டம் போல் நடக்க ஆரம்பித்தார். ஆசிரமக் கட்டிடத்தின் மேல் மூவர்ண தேசியக் கொடியை ஏற்றிவிட்டார். இதனால் பேசத் தடை உத்தரவும் நாடு கடத்தப் பரிந்துரையும் செய்யப்பட்டன. இதன் பிறகு மரணப் படுக்கையாகிவிட்ட சூழலில் இங்கிலாந்து செல்ல நேரிட்ட எல்வின் மீண்டும் இந்தியா திரும்ப பல தடைகள் எழுந்தன. இத்தடைகளை மீறி மீண்டும் இந்தியா வந்தார்.

எல்வினும் இந்தியப் பழங்குடிகளும்

எல்வின் இந்தியாவின் பல்வேறு பழங்குடிப் பகுதிகளில் தம் வாழ் நாளைக் கழித்தவர். இதனாலேயே இந்தியப் பழங்குடிகளின் பன்முகப் பண்பாட்டுப் பாரம்பரியத்தை ஒப்பீட்டு நோக்கில் புரிந்து கொள்ளவும், புரிந்தவற்றை மிக விரிவாக எழுதவும் முற்பட்டார். இவர் இந்தியாவில் குடியிருந்த இடங்கள் வருமாறு:

1. பூனா *(1927-32)*
2. மாண்ட்லா மாவட்டத்தில் கரான்ஜியா என்னும் கோண்டுப் பழங்குடிக் கிராமம் *(1932-35)*
3. அதே மாவட்டத்தில் சான்ரவாச்சாபர் என்னும் பழங்குடிக் கிராமம் *(1937-40, 1942-54)*
4. பஸ்தர் பழங்குடிப் பகுதியில் சித்ரகோட் கிராமம் *(1940-42)*
5. பனாரஸ் *(1946-48)*
6. கல்கத்தா *(1948-49)*
7. ஷில்லாங் *(1954-64)*.

மேற்கூறிய 7 இடங்களில் எல்வின் தங்கியிருந்தாலும் அவர் வட இந்தியப் பழங்குடிப் பகுதிகள் அனைத்திற்கும் சென்று 22 ஆண்டுகள் அவர்களுடன் தங்கி ஆய்வு செய்தவர். அவரது தன்வரலாற்றில் குறிப்பிட்டுள்ள பயணக்குறிப்புகளையும் களப்பணிகளையும் நோக்கும் போது இது தெளிவாகிறது. இந்தியாவில் வாழ்ந்த இந்நீண்ட காலகட்டத்தின் இறுதியில் வாழ்ந்த ஷில்லாங் அவரைப் பழங்குடி கிராமங்களிலிருந்து வெகுவாகத் துண்டித்துவிட்டது என்று தம் தன்வரலாற்றில் ஆதங்கப்பட்டுள்ளார்.

இந்தியாவில் தங்கியிருந்த காலத்தில் அவ்வப்போது அவர் வெளி நாடுகளுக்குச் சென்று வர நேரிட்டமை அவருடைய ஒப்பீட்டுப் பார்வையைக் கூர்மையாக்கியது. ஐரோப்பா, பாலஸ்தீனம், இங்கிலாந்து, கிழக் காப்பிரிக்கா, மேற்காப்பிரிக்கா, இலங்கை, தாய்லாந்து ஆகிய நாடுகளுக்குச் சென்று வந்ததன் மூலம் இந்தியத்துவத்தை மீள்பார்வை செய்யவும் ஒப்பீடு செய்யவும் அவரால் முடிந்தது. இதனால் சமயரீதியான தம் நிலைப்பாட்டை ஒவ்வொரு கட்டத்திலும் மறுபரிசீலனை செய்து கொள்ள நேர்ந்தது.

தொடக்கத்தில் விவிலிய மறைக் கோட்பாடுகளை மேடையுரை யாற்றுபவராகத் (Evangelist) தொடங்கிய எல்வின் ஆங்கிலோ கத்தோலிக்கராக இருந்து, இந்தியா வந்த பிறகு இந்து சமயத்தில் ஆர்வம்கொண்டவராக (Philo-Hindu) மாறினார். இதன்பின்னர்

இதன் தத்துவ மரபுகளில் ஆழங்காற்பட திருச்சபை குருமரபை எதிர்க்கிற (anti-clerical) பாங்குடையவராகவும் கிறித்தவத்திற்கு எதிரானவராகவும் மாறிவிட்டார். இதனால் தம்முடைய பிஷப் பதவியையும் துறந்தார்.

தம் இறுதிக் காலத்தில் பௌத்த சமயத்தின் கருத்துகள் இந்துமதத்தைவிட சிறப்பானவை என்பதையறிந்து பௌத்தத்தில் ஆர்வங்கொண்டவராக (Philo-Buddhist) மாறிவிட்டதால் இந்துமதத் திலிருந்து எல்வின் விலகினார். முப்பெரும் சமயங்களின் வாழ்க்கை முறையை மேற்கொண்ட எல்வின் தம் தன்வரலாற்றின் இறுதியில் 'வாழ்க்கையின் அர்த்தம்' பற்றி வெகுவாகப் பேசுகிறார்.

தத்துவப் புரிதலை நாடிய எல்வினின் தேடல் சமூகப் பணிகளைச் செய்வதற்குத் தடையாக இருந்ததில்லை. இன்னும் சொல்லப் போனால் பழங்குடிகளின் பண்பாட்டை ஆராய்வதன் ஊடாகவே பிற புரிதல்கள் யாவற்றையும் அவர் மேற்கொண்டார் எனலாம். அந்நியப் பொருட்கள் காலனிய ஆட்சியின் விளைவாக இந்திய மண்ணில் குவிக்கப்பட்ட முறை குறித்தும், ஆபாசம் நிறைந்த மேலைப் பண்பாடும், ஏகாதி பத்தியத்தின் கொடூர முகமான பணப் பெருக்கமும் இந்தியாவை வறுமையின் இருப்பிடமாக மாற்றி விட்டமை குறித்தும், ஆலைத் துணிகள் கைத்தறித் தொழிலை அழித்துவிட்டது குறித்தும், மேலும் எவ்வாறெல்லாம் இந்தியாவின் கிராமியப் பண்பாடு வெகுவாகத் தன் பொலிவை இழந்து வருகிறது என்பது குறித்தும் எல்வின் தம் எழுத்துகள் வாயிலாகவும் இயக்கப் பணிகள் வாயிலாகவும் வெளிப்படுத்தினார். இவருடைய தன்வரலாறு இப்பணிகளை அறிய ஒரு திறவுகோலாக அமைகிறது.

பழங்குடிகளின் பண்பாட்டில் அவர் கண்டறிந்த சிறப்புகளைச் சாராம்சமாக ஆங்காங்குத் தன்வரலாற்றில் சுட்டிச் செல்கிறார். பழங்குடிகள் காட்டுமிராண்டிகள், ஒழுக்கமில்லாதவர்கள், வன்செயல்களில் ஈடுபடுபவர்கள், ஒருவகை விநோதப் பிறவிகள், மாறுபட்ட பாலியல் உறவுமுறை கொண்டுள்ளவர்கள் எனப் பலவாறாக கருத்து நிலவிய காலத்தில் எல்வினின் எழுத்துகளால் நகர்வாழ் இந்தியர் களிடையே பழங்குடிப் பண்பாடு பற்றிய மாற்று மதிப்பீடு பரவத் தொடங்கியது.

இந்திய மக்களின் பாரம்பரியப் பண்பாட்டிலிருந்து, குறிப்பாக பழங்குடிகளின் பண்பாட்டிலிருந்து கற்க வேண்டியவற்றை வெளியுலகத் தாருக்கு எடுத்துக்காட்டிய பெருமை எல்வினைச் சேரும். போர் என்பது வாழ்க்கையை நிராகரிக்கும் கொடிய சக்தி

என்பதையும், வாழ்க்கையின் வசதிகளை வீணடிக்கும் நடவடிக்கை என்பதையும் பழங்குடிகளிடமிருந்து நன்றாகப் பாடம் கற்க முடிந்தது என்கிறார் எல்வின். பழங்குடிப் பண்பாட்டின் மேன்மை யான கூறுகள் எவ்வகையில் நாகரிகம் சார்ந்த மேலை மக்களிடம் தகர்ந்து போயுள்ளன என்பதையும் தம் எழுத்துகள்வழி சுட்டிக் காட்டினார்.

எடுத்துக்காட்டாக, தற்கொலை குறித்து கோண்டுப் பழங்குடி ஒருவன் சிறையிலிருந்தபோது, எல்வினிடம் கூறிய செய்தியைத் தம் தன்வரலாற்றில் பின்வருமாறு பதிவு செய்கிறார்: 'என்னுடைய மனைவி இறந்து விட்டாள்; எனக்கும் கடுமையான நோய் ஏற்பட்டு விட்டது; உணவுக்கும் வழியில்லை; நான் வாழ வேண்டுமா?' என்று அவன் எல்வினிடம் வினா எழுப்பினான்.

தற்கொலை முயற்சியை ஒரு குற்றமாகக் கருதும் நாகரிகச் சமூகத்தில் தற்கொலையைத் தூண்டும் நிலைமையைக் கொண்டுள்ள ஒரு சமுதாயம் அத்தகைய நிலையிலிருந்து விடுபடுவதற்கு முயலும் தற்கொலையாளர்களை இழுத்துப் பிடித்துத் தண்டனை கொடுத்து அதன் பின்னும் அதே நிலையில் விடுவது நியாயம் அல்ல என்பதைப் பழங்குடிப் பண்பாட்டினன் ஒருவன் உணர்த்துவது எவ்வளவு தார்மிகமான, தீர்க்கமான சிந்தனை என்பதைத் தம் சுயசரிதையில் விதந்து பேசியுள்ளார் எல்வின்.

பழங்குடிப் பண்பாட்டிலிருந்து தாம் கற்றுக்கொண்டவற்றை எழுத வேண்டுமென்று எண்ணினார் எல்வின். இதன் மூலமே மற்ற சமூகத் தாருக்குப் பழங்குடிகள் காட்டுமிராண்டிகள், ஒழுக்க மற்றவர்கள், முரடர்கள் என்ற எண்ணமெல்லாம் மாறும் என நம்பினார். தேவைகளை அடையாமல் இயங்கும்போதே அதி உன்னதமான ஆத்ம சக்தியை உணர முடியும். செல்வச் செழிப்பில் திளைப்பதைவிட பற்றாக்குறையில் சிக்கனம் மேற்கொள்வதால் வாழ்வின் உன்னதத்தை உணர முடியும் என்பதைப் பழங்குடிகளிடம் கண்டறிந்தார். பழங்குடிகளிடம் தாம் வியந்து கண்ட இவ்வாறான எண்ணற்ற பண்புகளை ஒழுங்குபடுத்திக் கூறியிருப்பது இந்தத் தன்வரலாற்றின் முதன்மையான தரிசனம் என்று கூறலாம். பழங்குடிப் பண்பாட்டை இந்திய அளவில் தரிசிக்க முடியும் சாதனையை எல்வினின் தன்வரலாறு கோடிட்டுக் காட்டுகிறது; முன்னெடுத்துச் செல்கிறது.

முரியா பழங்குடிகள் பற்றியும் அவர்களின் கோட்டுல் (இளை யோர் கூடங்கள்) வாழ்க்கைமுறை பற்றியும் மிக விரிவாக ஒரு நூல்

எழுதினார். இதற்கு வரவேற்பு அமோகமாக இருக்கவே பெய்கர், மரியர் போன்ற பழங்குடிகளின் பாலியல் வாழ்க்கை குறித்து ஒரு நூல் எழுதவேண்டும் என்று மும்பையைச் சேர்ந்த பதிப்பாளர் ஒருவர் கேட்க, அதை எல்வின் மறுத்துவிட்டார். உடலுறவு தொடர்பான செய்திகளைப் படிப்போரின் உணர்ச்சிக்கு வித்திடுவது என் நோக்கமன்று. அதுபற்றி பண்பாட்டு ரீதியான பயனுள்ள அறிவு வளர்ச்சிக்குப் பங்காற்ற வேண்டும் என்பதுதான் என் கருத்து. பழங்குடியினர் வாழ்வில் உடலுறவு, பாலியல் ஆசையில் வாழ்க்கையின் ஒரு பகுதியாக எவ்வாறு பொருத்தப்படுகிறது என்ற போக்கில் முரியரின் இளையோர்கூட உடலுறவு முறைகளை எழுதியதாகத் தெரிவித்து, பதிப்பாளரின் வேண்டுகோளை நிராகரித்தார். இவரின் ஆக்கங்கள் யாவும் இந்தியப் பழங்குடிப் பண்பாட்டின் பண்பு நலன்களைப் படம்பிடித்துக் காட்டுவதாகவே அமைந்திருப்பதைத் தம் தன்வரலாற்றிலும் குறிப்பிட்டிருக்கிறார்.

எல்வினின் படைப்புகளில் தொன்மங்களும் கதைகளும் பற்றிய சேகரிப்பு தனியிடம் வகிக்கிறது. எல்வின் 2000 கதைகளுக்கும் மேல் தொகுத்தார். இவை யாவற்றையும் கதைகள் எனக் கூறினாலும் பெரும்பாலானவை தொன்மங்களாகும் (myths). உலகம் பிறந்ததை விளக்கும் வழக்காறுகள் 'தொன்மங்கள்' என்றே வகைப்படுத்தப் படும். ஒவ்வொரு பண்பாட்டினரும் தனித்தனியான தோற்றத் தொன்மத்தைக் (origin myth) கொண்டிருப்பர். ஆகவே உலகில் எத்தனை பண்பாடுகள் இருக்கின்றனவோ அவை ஒவ்வொன்றுக்குமென தனித்தனி தோற்றத் தொன்மம் இருக்கும். சில பண்பாடுகள் பிற தொன்மங்களின் ஒற்றுமைகளை, சாயல்களைக் கொண்டிருக்கலாம்.

எல்வின் இந்தியப் பழங்குடிகளின் எண்ணற்ற தொன்மங்களைத் தொகுத்தார். இவர் அளவிற்கு யாரும் தொகுக்கவில்லை என்றே கூறலாம். இத்தொன்மங்களில் தேர்ந்தெடுக்கப்பட்ட ஒரு தொகுப்பு *உலகம் குழந்தையாக இருந்தபோது (When the World was Young)* என்னும் தலைப்பில் வெளியிடப்பட்டது. தமிழிலும் இது மொழிபெயர்க்கப் பட்டுள்ளது. பழங்குடிகளின் வாழ்வில் இவ்வகைப்பட்ட தொன்மங்கள் அவர்களின் அறிதிறனையும் உலகப்பார்வை யையும் விளக்கும் மகத்தான படைப்புகளாகும்.

ஆதிமனிதன் சிந்தனை முறையே இக்கால நவீன கணினியில் இயங்கும் எதிரிணை எண்களின் (binary numbers) முறையாக விளங்கு கிறது. இப்பின்புலத்தின் ஊடாக இப்பழங்குடிகளின் தொன்மங் களை அணுக வேண்டும். முதன் முதலாக ஏற்பட்ட நிலநடுக்கம், முதன்

முதலில் தீயைக் கண்டுபிடித்தமுறை, ஆடைகள் உருவானமுறை, தாடியுள்ள பெண்கள், கண்கள் உருவானமுறை போன்ற பல தொன்மங்கள் உலகம் குழந்தையாக இருந்தபோது எப்படி இருந்தது என்னும் நிலையில் பழங்குடிகளின் அறிதிறன்களாக விளங்குகின்றன.

இறப்பு பற்றிய ஆதிமனிதனின் சிந்தனையை விளக்கும் அரிய கதைகளை எல்வின் தொகுத்திருக்கிறார். ஆதியில் பழங்குடிகளின் தத்துவச் சிந்தனை ஊடாக இந்தியத் தத்துவ மரபை ஆராய்வதற்கு இவ்வகைத் தொகுப்புகள் அரிய களஞ்சியங்களாக விளங்குகின்றன. எல்வினின் இத்தொகுப்புகள் இத்தகைய பார்வைக்கான பரந்து பட்ட தரவுகளைக் கொண்டுள்ளன.

இந்தியப் பழங்குடியின் நலனுக்காகத் தனிப்பட்ட முறையிலும் காலனிய அரசு வாயிலாகவும் மிகுந்த அக்கறையுடன் செயல்பட்டவர் எல்வின். உதவிக் கரத்திற்கு அன்னை தெரசா போல், பழங்குடிகளுக்குத் தாய், தந்தையராக எல்வின் செயல்பட்டார். காலனிய அரசு பல கட்டங் களில் வெவ்வேறு பகுதிகளில் பழங்குடிகளின் சிக்கல்களுக்குத் தீர்வுகாணும் பொறுப்பை எல்வினிடம் கொடுத்தது. 1942 டிசம்பரில் கிழக்கத்திய சமஸ்தானங்களின் ஏஜன்சி பொறுப்பு வகித்த நோர்வல் மிச்சல் கேட்டுக்கொண்டதற்கிணங்க இடம்விட்டு இடம்பெயர்ந்து, காட்டெரித்து செய்யும் வேளாண்மையை முடிவுக்குக் கொண்டு வரும் பொறுப்பை எல்வினிடமே அவர் கொடுத்தார்.

ஆயிரத்து தொள்ளாயிரத்தி முப்பதுகளில் குஜராத்தில் வரிகொடா இயக்கம் நடைபெற்றது. அப்போது காலனி அரசு மேற்கொண்ட கடுமையான நடவடிக்கைகளால் மக்கள் பரோடா சமஸ்தானத்திற்கு இடம்பெயர்ந்து செல்லும் நிலை ஏற்பட்டது. அப்போது எல்வின் 60 கிராமங்களைச் சுற்றிப் பார்த்து ஓர் அறிக்கை வெளியிட்டார். ஆங்கில அரசு தன் மதக் கோட்பாடுகளின்படி நடந்து கொள்ள வேண்டும் என்று அந்த அறிக்கையில் வலியுறுத்தினார்.

இதற்கு முன்னர் 1871இல் மத்திய இந்தியாவில் காலனிய அதிகாரிகள் பெய்கர்களை ஏர்கொண்டு உழுமாறு கட்டளை இட்டனர். ஜுவாங் பழங்குடிகளிடம் அவர்கள் அணியும் இலையால் செய்யப்பட்ட ஆடைகளை எரித்துவிட்டுத் துணி ஆடைகளை அணிய 2000 துணிகள் கொடுத்தனர். இவ்விரண்டு நிகழ்ச்சிகளால் பழங்குடியினர் மனதில் நீங்கா மனவேதனை இருந்ததை எல்வின் உணர்ந்தார். ஆரோக்கியம் நிறைந்த இலை ஆடைகளுக்குப் பதில் அழுக்கு நீங்காத் துணி ஆடைகள் தரமற்றவை என்ற பழங்குடி களின் விளக்கம் நாகரிகத்தின் பண்பு நலன் வெளித்தோற்றத்தில்

இல்லை என்பதைப் பழங்குடிகள் விளக்கிவிட்டார்கள் எனப் பெருமிதமாகத் தம் தன்வரலாற்றில் விளக்குகிறார்.

அரசு எதிர்பார்த்த அறிக்கைகளை ஒருபோதும் எல்வின் தந்த தில்லை. இவரின் அணுகுமுறை மற்றவர்களால் 'பாரம்பரியத்தைப் பாதுகாக்கும் அணுகுமுறையாளர் (protectionist), மாற்றத்தை விரும்பாதவர், பழங்குடிகளைத் தனிமையில் வைப்பவர் (isolationist), அருங்காட்சியக விலங்காக வைத்திருக்கும் இயற்கைப் பூங்கா அணுகுமுறை (natural park policy) கொண்டவர்' என்றெல்லாம் இவரை விமர்சித்தவர்கள் உண்டு.

மும்பையில் அவர் காலத்தில் கல்விப் புலத்தில் பணியாற்றிய ஜி.எஸ். குர்யே இவரை விமர்சித்தவர்களில் முக்கியமானவர். அந்த விமர்சனங்களுக்கு எல்வின் கொடுத்த பின்வரும் பதில் அவருக்கே யுரிய அணுகுமுறையில் இருந்தது: 'பழங்குடிகளை அருங்காட்சியக விலங்காகவும் வைத்திருக்க விரும்பவில்லை. அதே நேரத்தில் நவீன யுகத்தின் அசுர வளர்ச்சி எனக்கூடிய சர்க்கஸ் கம்பெனியில் அவர்களைக் கோமாளிகளாகச் சேர்க்கவும் விரும்பவில்லை. ஓடிக் கொண்டிருக்கும் கடிகாரத்தைப் போல் வளர்ச்சிப் பாதைக்குத் தங்களைத் தயார்படுத்திக் கொள்ள வேண்டும்; தயார்படுத்திக் கொள்ளும்போது அந்தக் கடிகாரம் சரியான நேரங்காட்டும் கடிகாரமாக இருப்பதற்கு மாறாக, வளர்ச்சிப் பாதையில் செல்கிறோம் என்று தவறான நேரங்காட்டும் கடிகாரமாக மாறிவிடக் கூடாது' என்பார் எல்வின். இவருடைய தன்வரலாற்றை வாசிப்பதன் மூலம் இவருடைய அணுகுமுறைகளை விளங்கிக்கொள்ள இயலும்.

வளர்ச்சி குறித்து எல்வின் அணுகுமுறையில் செயல்ரீதியான கருத்துகளைவிடவும் தத்துவபூர்வமான கருத்துகள் வலுவாக இருக்கும். மற்ற சமூகத்தார் எப்படித் தங்களின் பண்பாட்டைச் சொத்தென மதித்துப் போற்றுகிறார்களோ, அதே வகையில் பழங்குடி மக்களும் தங்களுடைய வழக்கங்கள், கலை, புழங்கு பொருட்கள் ஆகிய அனைத்தும் வெட்கப்படுவதற்கு உரியவையல்ல; போற்றுவதற்கு உரியவை என்று எண்ணுமளவிற்கு அவர்களின் பண்பாட்டைப் பாதுகாத்துக் கால மாற்றத்திற்கேற்ப மாறுதல் களையும் ஏற்கவேண்டுமென வலியுறுத்தினார்.

1960ஆம் ஆண்டு இந்திய அரசுக்கு 550 பக்க அளவில் எல்வின் கொடுத்த அறிக்கையானது அவருடைய பழங்குடிகளின் மேம்பாட்டிற் கான அணுகுமுறையை எடுத்துக்காட்டுவதாகும். இதற்கு முன்னரும் பல நிலைகளில் அவருடைய நிலைப்பாட்டை எடுத்துக்காட்டுகிறார்.

எல்வினின் வாழ்வும் எழுத்தும்

எல்வின் வட இந்தியாவின் அநேகமாக எல்லா பழங்குடிப் பகுதிகளிலும் வசித்தார். ஆதிவாசிகளோடு மலைகளிலும் காட்டுப் பகுதிகளிலும் 25 ஆண்டுகளுக்கும் மேலாக அவர்களுடன் தம் வாழ்நாட்களைச் செலவிட்டார். அப்போது சேகரித்து ஆவணப் படுத்தியவைதாம் எல்வினின் படைப்புகளாகும். இதன்மூலம் மிகச்சிறந்த இனவரைவியலராக புகழ்பெற்றிருக்கிறார். பின்வரும் அவருடைய 47 படைப்புகளையும் உற்றுநோக்கும்போது அவருடைய மகத்தான பணியை உணர்ந்துகொள்ளலாம்:

1. கிறித்தவ தியானம் அல்லது அன்பானவர் குறித்து ஜெபம்: அறியாமை மேகம் பற்றிய ஓர் ஆய்வு (Christian Dhyana or Prayer of Loving Regard: A Study of the Cloud of Unknowing), 1930.
2. ரிச்சர்ட் ராலே : ஒரு கிறித்தவ சன்யாசி (Richard Rolle : A Christian Sanyasi), 1930.
3. இந்திய விடுதலையின் விடியல் (The Dawn of Indian Freedom), ஜே.சி. வின்ஸ்லோவுடன், 1931.
4. இந்தியாவைப் பற்றிய உண்மை : நாம் அறிய இயலுமா? (Truth about India : Can We Get it?), 1932.
5. புனித பிரான்சிஸ் அசிசி (St. Francis of Assissi), 1933.
6. கானகத்துக் கானங்கள் (Songs of the Forest: The Folk Poetry of the Gonds), ஷாம்ராவ் ஹிவாலேவுடன், 1935
7. கானகத்திலிருந்து இலைகள் (Leaves from the Jungle : A Diary of Life in a Gond Village) , 1936.
8. மலைகளின் ஃபுல்மத் : கோண்டுகளின் கதை (Phulmat of the Hills - A Tale of the Gonds), 1937.
9. வேதாளத்தையொத்த ஒரு மேகம் (A Cloud That's Dragonish), 1938.
10. பெய்கர் (The Baiga), 1939.
11. அகாரியா (The Agaria), 1942.
12. மரியரின் கொலையும் தற்கொலையும் (Maria Murder and Suicide), 1943.
13. மகாகோஷல் நாட்டார் கதைகள் (Folk - Tales of Mahakoshal), 1944.
14. மெய்க்கால் மலைகளில் நாட்டார் பாடல்கள் (Folk Songs of the Maikal Hills), ஷாம்ராவ் ஹிவாலேவுடன், 1944.
15. சத்தீஸ்கர் பகுதிப் பாடல்கள் (Folk Songs of Chattisgarh), 1946.

16. *முரியரும் அவர்தம் கோட்டுலும்* (The Muria and their Ghotul), 1947.
17. *மத்திய இந்தியத் தொன்மங்கள்* (Myths of Middle India), 1949.
18. *போண்டோ மலைவாசிகள்* (Bondo Highlander), 1950.
19. *மத்திய இந்தியப் பழங்குடிகளின் கலை* (Tribal Art of Middle India : A Personal Record), 1951.
20. *ஒரியப் பழங்குடிகளின் தொன்மங்கள்* (Tribal Myths of Orissa), 1954.
21. *ஓர் இந்தியப் பழங்குடியின் சமயம்* (The Religion of an Indian Tribe), 1955.
22. *காந்திஜி* (Gandhiji: Bapu of his People), 1956.
23. *வடகிழக்கு எல்லைப்புற மாகாணத்திற்கான தத்துவம்* (A Philoso phy for NEFA), 1957.
24. *இந்தியாவின் வடகிழக்கு எல்லைப்புற மாகாணத்தில் கலை* (The Art of the North-East Frontier of India), 1958.
25. *நாகாலாந்து* (Nagaland), 1960.
26. *அன்பின் தத்துவம்* (A Philosophy of Love), 1962.
27. *எல்வின் கண்ட பழங்குடிகள்* (The Tribal World of Verrier Elwin: An Autobiography), 1964.
28. *வடகிழக்கு எல்லைப்புற மாகாணத்தில் குடியாட்சி* (Democracy in NEFA), 1965.
29. *இளையவர்களின் உலகம்* (The Kingdom of the Young), 1968.
30. *உலகம் குழந்தையாக இருந்தபோது* (When the World was Young)
31. *பாடல்கள்* (Poems)
32. *டாடா இரும்பின் கதை* (The Story of Tata Steel)
33. *இந்தியக் கதைகள்* (Stories from India) நான்கு சிறிய தொகுதிகள்
34. *பழங்குடி இந்தியாவுக்கான புதிய திட்டம்* (A New Deal for Tribal India)
35. *19ஆம் நூற்றாண்டில் நாகர்கள்* (The Nagas in the 19th Century)
36. *வடகிழக்கு எல்லைப்புற இந்தியத் தொன்மங்கள்* (Myths of the North-East Frontier of India)
37. *மாட்லி* (Motely)
38. *19ஆம் நூற்றாண்டில் இந்தியாவின் வடகிழக்கு எல்லைப்புறம்* (India's North-East Frontier in the 19th Century)

xix

குறுநூல்கள்

39. *முன்னோக்கிச் செல்லல் (Onward Bound)*, 1926.
40. *நற்செய்தி ஆய்வுகள் (Studies of the Gospel)*, 1929.
41. *கிறித்தும் சத்தியாகிரகமும் (Christ and Satyagraha)*, 1930.
42. *காதியின் சமய, பண்பாட்டுத்தன்மை (Religious and Cultural Aspects of Khadi)*, 1931. இந்நூல் 1964இல் தஞ்சை சர்வோதயா பிரசுராலயாவால் மறுபதிப்பு செய்யப்பட்டது. வினோபாபாவே இதற்கு முன்னுரை கொடுத்துள்ளார்.
43. *வடமேற்கு மாகாணத்தில் நிகழ்வதென்ன? (What's Happening in the North west Province)*, 1932.
44. *ஆன்மிகத்தின் உன்னதம் (Supremacy of the Spiritual)*, 1933.
45. *சத்தியம் பற்றிய மகாத்மாவின் தத்துவம் (Mahatma Gandhi's Philosophy of Truth)*, 1938.
46. *உறுதியிழப்பு (Loss of Nerve : A Comparative Study of the Contact of Peoples in the Aboriginal Areas of the Bastar State and the Central Provinces of India)*, 1941.
47. *முதுகுடிகள் (The Aboriginals - So called and their Future)*, 1943.

இவை தவிர நாளிதழ்களிலும் பருவ இதழ்களிலும் பல செய்திகளையும் கட்டுரைகளையும் வெளியிட்டுள்ளார். இவருடைய படைப்புகளின் பட்டியலை நோக்கும்போது இந்தியப் பழங்குடிகள் குறித்து இவர் அளவிற்கு எழுதியவர் யாருமில்லை எனலாம். 'பேனாவே முதன்மை ஆயுதம், இதைக்கொண்டே என்னுடைய ஏழைகளுக்குப் போராடுவேன்' என்று ஜூலை 1938 கடிதத்தில் எல்வின் கூறியுள்ளார். 'எல்வின் களப் பணியைத் திருமணம் செய்துகொண்டவர்' என தில்லிப் பல்கலைக் கழகச் சமூகவியல் பேராசிரியர் குறிப்பிட்டமை மிகவும் பொருத்தமான கூற்றாகும்.

இவர் கோண்டுகளின் இசைவாணர்களாகிய பர்தான் சமூகப் பெண்ணை 4 ஏப்ரல், 1940இல் (37ஆம் வயதில்) திருமணம் செய்து கொண்டார். கோண்டுகளும் பர்தான்களும் ஒன்றுபட்டவர்கள். 'என் மனைவியின் மக்கள், என் மக்கள்' எனப் பெருமிதம் பாராட்டி சத்தீஷ்கார்ஹி வட்டார மொழியைக் கற்றுக்கொண்டு கோண்டுகள் போலவே 12 ஆண்டுகள் வாழத் தலைப்பட்டார். தம் முதல் மனைவி கோசியுடனான மணம் மிக விரைவிலேயே முடிவுக்கு வந்தது. இது பெருத்த ஏமாற்றம் எனப் பதிவு செய்யும் எல்வின் பர்தான் சமூகப் பெண் லீலாவை இரண்டாம் மனைவியாக ஏற்றுக்கொண்டார்.

இந்திய தேசியத்தோடு ஊன்றிவிட்ட எல்வின் தம் மக்களுக்கு இந்தியப் பெயர்களைச் சூட்டி மகிழ்ந்தார். கோசிக்குப் பிறந்த முதல் மகனைக் குமார் என வீட்டில் அழைத்தாலும் ஜவகர்லால் என்னும் பெயரையே இயற்பெயராகச் சூட்டினார். கோண்டுகளின் புகழ் பெற்ற குறுநில மன்னன் ஜவஹர் சிங் நினைவாகவும் பண்டித ஜவஹர்லால் நேருவின் நினைவாகவும், 'ஜவஹர்லால்' எனப் பெயரிட்டதாகக் கூறினார். கோசிக்குப் பிறந்த இரண்டாம் மகன் வசந்த் எல்வின். இரண்டு குழந்தைகளுக்குப் பின் மணமுறிவு ஏற்பட்டு விட்டது.

லீலாவுக்குப் பிறந்த இவருடைய மூன்றாம் மகன் நகுல் எல்வின். நான்காம் மகன் அசோக் எல்வின், கடைசி மகனுக்கு முதலில் தன் வாழ்நாள் களப்பணி உதவியாளரான ஷாம்ராவ் ஹிவாலே நினைவாக ஷாம்ராவ் விக்டர் எனப் பெயரிட விரும்பினார். ஆனால் மௌரியப் பேரரசர் அசோகச் சக்கரவர்த்தியின் நினைவைப் போற்றும் வகையில் அசோக் எல்வின் எனப் பெயரிட்டார்.

விடுதலைக்குப்பின் எல்வின் இந்திய அரசுப் பணியில் பலகாலம் பணியாற்றியவர். நேரு இவரை உற்ற நண்பராகவே கருதினார். பழங்குடிகள் மேம்பாட்டுக்கு எல்வினிடம் முழுப் பொறுப்பையும் கொடுத்திருந்தார். இந்திய மானிடவியல் மதிப்பாய்வகத்தில் (Anthropological Survey of India) துணை இயக்குநராகவும் (1946-49) வட கிழக்கு எல்லைப்புற மாகாணப் பழங்குடி விவகாரங்களுக்கான ஆலோசகராகவும் (1954-64) பணியாற்றினார்.

இக்காலகட்டத்தில் பழங்குடி மேம்பாடு குறித்து அமைக்கப்பட்டப் பல குழுக்களில் (தீபார் குழு, உள்துறை அமைச்சகக் குழு, ஒதுக்கப்பட்ட பகுதிகள் பழங்குடிகள் குழு, இன்னும் சில) பங்கேற்று அவற்றின் செயல்பாடுகளுக்கு உதவினார். கோண்டு சேவா மண்டல், பீல் சேவா மண்டல், பூமிஜன் சேவா மண்டல் போன்ற சேவை நிறுவனங்கள் செயல்படுவதற்கு எல்வின் பல வகையிலும் உதவினார். இதில் கோண்டு சேவா மண்டலை இவரே தொடங்கினார்.

எல்வினின் பங்கு பணிகளைச் சிறப்பிக்கும் முகமாக ஆக்ஸ்போர்டு பல்கலைக்கழகம் 1944இல் பெய்கர் பழங்குடி குறித்த ஆய்விற்கு Doctor of Science பட்டம் கொடுத்து கௌரவித்தது. விடுதலைக்குப் பின் சட்டப்படி இந்தியக் குடிமகனாக மாறிவிட்ட எல்வினுக்கு அவரது மிகச்சிறந்த சேவையை நினைவுகூர்ந்து இந்திய அரசு பத்மபூஷண் விருது கொடுத்து கௌரவித்தது.

***

ஆங்கிலேயரான எல்வின் இறுதியில் இந்தியராகச் சுவீகார மடைந்தார் என்பது அவருடைய வாழ்வில் இறுதியில் ஏற்பட்ட நிலைமாற்றமாகும். இதற்கு அவர் மேற்கொண்ட சுயதேடல் நீண்ட பயணம் கொண்டது. இந்நிலையை அடைவதற்கு இந்தியா விற்கு வந்த பிறகு அவர் உலகின் பிறபகுதிகளுக்குச் சென்று திரும்ப நேரிட்டது ஒரு காரணம் எனலாம்.

கிறித்தவ மத போதகராகப் பணியைத் தொடங்கிய அவர் காந்தியச் சிந்தனை, இந்திய தேசிய விடுதலை, பழங்குடி மேம் பாட்டுப் பணிகள் எனப் பன்முகப்பட்ட இயக்கங்களில் தம்மை ஈடுபடுத்திக்கொள்ள நேரிட்டது. இவற்றையடுத்து சமயம், பண்பாடு, தத்துவம் ஆகிய தளங்களில் தம்மை ஈடுபடுத்திக் கொள்ள நேரிட்டது. சமயம், பண்பாடு, தத்துவம் ஆகிய இத்தளங்களில் மேலை உலகமும் கீழை உலகமும் எவ்வாறு வேறுபட்டு நிற்கின்றன என்பதை அறியும் முயற்சியில் எல்வின் பெருமளவு வெற்றி பெற்றார். இந்நிலையில் புவியியல் ரீதியாகவும், இயக்க ரீதியாகவும், சிந்தனை ரீதியாகவும் தம் தேடலைத் தொடர்ந்தார். இதனால் எல்வின் தம் வாழ்வின் தொடக்கக் காலத்தை முற்றிலும் மறுதலித்துக் கொண்டு பிற்பகுதியில் தீவிர ஆளுமை கொண்டவராக அறியப் பெற்றார்.

எல்வினின் பன்முகப்பட்ட ஆளுமையில் பழங்குடிகள் மேம் பாட்டுக்கு மானிடவியலராகப் பணியாற்றியதே மகத்தானதாகும். இந்தியா வந்தபிறகு 'அன்பு' குறித்துத் தாம் அதிகம் அறிந்து கொண்டதாக எழுதுகிறார். 1961இல் புகழ்பெற்ற சர்தார் படேல் சொற்பொழிவை நிகழ்த்தும்போது இத்தத்துவத்தை 'அன்பின் தத்துவம்' (A Philosophy for Love) வழியாக விளக்குகிறார். இந்திய மரபின் ஆணிவேர் அன்பு பற்றிய தத்துவமாக எவ்வாறு வேரூன்றி யுள்ளது என்பதை விளக்குகிறார். இச்சொற்பொழிவினைப் பின்னர் தனிநூலாக எழுதி வெளியிட்டார். 1944இல் இந்திய அறிவியல் மாநாட்டில் 'மானிடவியலில் உண்மை' (Truth in Anthropology) பற்றிப் பேசினார். மற்ற மானிடவியலரிடமிருந்து தாம் வேறுபட்டு (இங்கிலாந்து மானிடவியலரிடமிருந்து வேறுபடுகிறார் என்று சொல்லாமல் சொல்லும் கூற்று இது) நிற்பதாகக் கூறினார். மானிடத்தின் மேன்மையை உணர்ந்து வெளிப்படுத்த இந்தியா விலிருந்து செயல்படுகிறேன் என்று தம்மை அடையாளப் படுத்திக்கொண்டார். இதுவே வெரியர் எல்வினின் கிழக்குலக

தரிசனமாகும். இந்தியத்தைச் சுவீகரித்துக்கொண்ட எல்வின் பிப்ரவரி 1964இல் இந்திய மண்ணிலேயே உயிர் நீத்தார். இனி, இந்த நூலை வாசிப்பதன் மூலம் எல்வினைப் பற்றி மிக விரிவாகத் தெரிந்துகொள்ளலாம். அத்துடன், அவருடைய தன்வரலாறு ஒவ்வொரு இந்தியருக்கும் பெருமை தரக்கூடிய வாசிப்பாகவும் அமையும்.

***

இந்தப் பதிப்பு

இந்நூலின் முதல்பதிப்பை 1967இல் வாசகர் வட்டம் வெளியிட்டது. ஏறக்குறைய ஐம்பது ஆண்டுகளுக்கு முன்பே இந்த நூலின் தேவையை உணர்ந்து தமிழாக்கம் செய்திருக்கின்றனர். அவர் களின் தொலைநோக்கு பாராட்டுக்குரியது. இந்நூல் ஆங்கில மூலநூலிருந்து சுருக்கப் பட்டது. இருப்பினும் சிட்டி மூலநூலின் எல்லா முக்கிய அம்சங்களையும் அதன் நோக்கத்தையும் சிறந்த முறையில் இனிய தமிழ்நடையில் மொழிபெயர்த்து வழங்கி உள்ளார்.

சுமார் முப்பத்தாறு ஆண்டுகளுக்கு பிறகு மறுபதிப்பாக 2003இல் விழுதுகள் பதிப்பகம் வெளியிட்டது. இப்போது கூடுதல் செய்நேர்த்தி யுடன் ஒரு மேம்பட்ட பதிப்பாக அடையாளத்தின் மூலம் இந்நூல் வெளிவருகிறது.

முந்தைய பதிப்புகள் சில கலைச்சொற்களை ஆங்கில ஒலி பெயர்ப்பிலும் சிலவற்றை வடமொழியிலும் இன்னும் சில சொற்களை தொடக்ககால கலைச்சொல்லாக்கத்தையும் கொண்டிருந்தன. இன்று மானிடவியல் அறிவுப்புலம் தமிழில் விரிவுபெற்றிருக்கிறது. நல்ல கலைச்சொற்கள் உருவாக்கப்பட்டுத் தரப்படுத்தப்பட்டுள்ளன. மானிடவியல் சிந்தனைகள் மனிதகுல மேம்பாட்டுக்குப் பெரிதும் பங்காற்ற முடியும். இதனால் அடையாளம் பதிப்புக்குழு இந்நூலை ஏறத்தாழ அரை நூற்றாண்டுக்குப் பின்னர் இப்போது மறுபதிப்பு செய்திருக்கிறது.

இப்பதிப்பில் கலைச்சொற்கள், மொழிபெயர்ப்பு, எடுத்துரைப்பு முதலியவை மேம்படுத்தப்பட்டுள்ளன. மேலும் இந்த மொழி பெயர்ப்பு மீண்டும் ஒருமுறை கவனமாகச் சரிபார்க்கப்பட்டு, மொழிநடை செப்பனிடப்பட்டுள்ளன; முந்தைய பதிப்புகளில் இடம் பெறாத படங்களுடனும் வெளிவருகிறது. அடையாளத்தின் அக்கறை மிக்க இந்தப் பணிகளை வாசகர்கள் தங்களுடைய

வாசிப்பின் போது உணரலாம். இதன்மூலம் இந்தியாவின் பன்மைத் தன்மையையும் பழங்குடிகளின் மேன்மைகளையும் உணர ஒரு நல்வாய்ப்பு கிடைக்கும் என்றால் மிகையல்ல.

மொழிபெயர்ப்பாளர்

சிட்டி பெ. கோ. சுந்தரராஜன் (1910-2006) மணிக்கொடிக்கால எழுத்தாளர், திரைப்பட விமர்சகர், பட்டதாரி ஆசிரியர். அகில இந்திய வானொலியின் இதழ்ப் பொறுப்பாசிரியராகவும் முதுநிலை செய்தியாளராகவும் 1968வரை பணிபுரிந்தவர். மதுரை காமராசர் பல்கலைக்கழகத்தின் சிறப்புப் பேராசிரியராக சோ.சிவபாத சுந்தரத்துடன் இணைந்து பணியாற்றியவர்.

சிட்டி 1875இல் வெளியான ஆதியூர் அவதானி என்னும் முதல் தமிழ்க் கவிதை நூலை 1994இல் பதிப்பித்தார். அதில் சிவபாத சுந்தரத்துடன் வரலாற்று முறையிலான முன்னுரை எழுதினார்.

கு.பா. ராஜகோபாலன், தி. ஜானகிராமன், சோ. சிவபாத சுந்தரம் ஆகியோருடன் இணைந்து முறையே *கண்ணன் என் கவி (பாரதி பற்றிய ஆய்வு), நடந்தாய் வாழி காவேரி (1970), தமிழ்நாவல் நூறாண்டு வரலாறும் வளர்ச்சியும் (1977), தமிழில் சிறுகதை வரலாறும் வளர்ச்சியும் (1989)* ஆகிய நூல்களையும் எழுதியுள்ளார். நீலகண்ட சாஸ்திரி யின் History and Culture of the Tamils, லெஸ்டர் பிரௌனின் Seeds of Change, ஜே.எஸ். புருத்தியின் Spices and Condiments முதலிய நூல்களைத் தமிழில் மொழிபெயர்த்துள்ளார்.

ஐந்தாவது உலகத் தமிழாராய்ச்சி மாநாட்டில் இந்தியப் பிரதமரால் கௌரவிக்கப்பட்டார். 1989இல் சென்னைப் புத்தகக் கண்காட்சியில் ரோல் ஆஃப் ஹானர் விருது வழங்கப் பெற்றவர்.

நன்றி

இந்நூலை மொழிபெயர்த்த சிட்டி அவர்களுக்கும் வாசகர் வட்டம் கிருஷ்ணமூர்த்தி, லட்சுமி கிருஷ்ணமூர்த்தி ஆகியோருக்கும் இந்தப் புதிய பதிப்பில் முந்தைய மொழிபயர்ப்பைப் பயன்படுத்திக் கொள்ள அடையாளம் பதிப்புக் குழுவிற்கு மிகுந்த மகிழ்ச்சியுடன் அனுமதி வழங்கிய சிட்டியின் மகன் வேணுகோபால் அவர்களுக்கும் எங்களுடைய நெஞ்சார்ந்த நன்றியைத் தெரிவித்துக் கொள்கிறோம்.

எல்வின் கண்ட பழங்குடிகள்

முன்னுரை

அனுபவத்தின் பலன்[*]

இந்தியா, பிரிட்டன் ஆகிய இருவகை உலகங்களுக்கிடையே பல ஆண்டுகள் வாழ்ந்து, மேற்கும் கிழக்கும் ஒரே இதயத்தின் மாற்று ஒலிகள்தான் என்ற உண்மையை அனுபவபூர்வமாக உணர்ந்த ஒருவருடைய கதைதான் இந்த வரலாறு. ஆழ்ந்த பக்தியும், பிரச்சார மனப்பான்மையும் நிலவிய ஒரு சூழ்நிலையிலிருந்து இன்றைய, கத்தோலிக்க சாயை கொண்ட, ஆக்ஸ்போர்டு பல்கலைக்கழகத்தின் மூலம் காந்திஜியின் சபர்மதி ஆஸ்ரமத்தின் வழியாகவும், இந்தியாவின் பழங்குடி மக்களின் உறைவிடமான மலைப் பிரதேசங்களுக்கு யாத்திரை மேற்கொண்ட என்னுடைய வாழ்விலும், கருத்துகளிலும் பல மாறுதல்கள் ஏற்பட்டிருக்கின்றன. ஆயினும், இவற்றுக்கிடையே என்னுடைய வாழ்க்கை முழுவதிலும் தொடர்ந்து வளரும் தத்துவம் ஒன்று ஊடுருவிச் செல்வதை நான் அறிகிறேன். நிரந்தரமான உறைவிடம் என்று ஒன்று கிடையாது. செல்வம் ஒன்று உண்டு என்பதை எனது குழந்தைப் பருவம் எனக்கு அறிவுறுத்தியிருந்தது. இந்தியாவில் ஆரம்ப காலத்தில் காந்திஜியின் ஆஸ்ரமங்களில் எனக்குக் கிடைத்த பயிற்சி பின்வரும் கடுமையான பயன் தரும் அனுபவத்தை அடைவதற்கு உதவிற்று. இப்பொழுது நான் கிராம வாழ்க்கையை மேற்கொள்ளாமல் இருந்த போதிலும், என்னுடைய சிந்தனைகள் எல்லாம் கிராமங்களில் வாழும் பழங்குடி மக்களைப் பற்றியே உலவுகின்றன.

இப்புத்தகத்தில் எனக்குக் கிடைத்த அனுபவம், அதனால் நான் பாதிக்கப்பட்ட விதம் முதலியவற்றைப் பற்றி உலகத்தில் மேற்கிலும் கிழக்கிலும் வாழும் வாசகர்களுக்கு எடுத்துரைக்க முயன்றிருக்கிறேன். நான் நடந்து சென்ற பாதையில் பல தடைகள் தோன்றியதை இந்த

[*] ஆங்கில முன்னுரையின் சுருக்கமான வடிவம்.

வரலாற்றில் ஒருவாறு குறிப்பிட்டிருக்கிறேன். ஆயினும், என்னுடைய அனுபவங்கள் எல்லாவற்றையும் நான் விவரித்துவிடவில்லை. என்னுடைய நண்பர்கள் எல்லோரையும் குறிப்பிட்டிருப்பதாகவும் சொல்ல முடியாது. சுயசரிதை என்பது வெறும் பட்டியல் அல்ல. எனக்கு மிகவும் உதவியாக இருந்த நண்பர்கள் பலரை நான் குறிப்பிடாவிட்டால், அவர்களை மறந்துவிட்டேன் என்பதனால் அல்ல.

வெ. எல்வின்

1

அறியாப் பருவமும் இளமைப் பருவமும்

இங்கிலாந்தில் கென்ட் மாகாணத்தைச் சேர்ந்த டோவரில் 1902ஆம் ஆண்டு ஆகஸ்டு 29ஆம் தேதியன்று அதிகாலையில் நான் பிறந்தேன். அது பாப்டிஸ்ட் ஜான் கொலைசெய்யப்பட்ட தினம் என்பது கிறிஸ்தவ ஐதீகம். இந்த தினமே ஹெராட் மன்னன் பிறந்த தினமும் ஆகும். வழக்கமாக, அந்த நாளில் பழைய நடனங்கள் நிறைந்த கொண்டாட்டங்கள் நடைபெறும். ஒழுக்கத்தில் சிறந்த ஒரு சீர்திருத்தவாதி தண்டிக்கப்பட்ட தினத்தன்று நான் பிறந்ததும் ஒரு விசேஷம்தான். மூன்று குழந்தைகளில் நான் மூத்தவன். நான் பிறந்த இரண்டு ஆண்டுகளுக்குப் பின்னர் எனது தங்கை எல்டித் பிறந்தாள். ஐந்தாண்டுகளுக்குப் பிறகு தம்பி பேஸில் பிறந்தான். மூன்று பிஷப்புகள் கூடி எனக்கு ஞானஸ்நானம் செய்வித்து, ஹாரி வெரியர் ஹோல்மன் எல்வின் என்ற பெயரைச் சூட்டினார்கள். நெடுநாட் களுக்குப் பிறகு, அந்த மூன்று பெரியார்களில் ஒருவர் என்னிடம் சொன்னார்: 'உன்னைப் பிடித்திருந்த சைத்தானை விரட்டுவதற்கு நாங்கள் மூவரும் முயன்றோம். ஆனால் வெற்றியடைந்தோம் என்று சொல்வதற்கில்லை!'

என்னுடைய தந்தை எட்மண்டு ஹென்ரி எல்வின் நான் பிற்காலத்தில் கல்வி பயின்ற மெர்ட்டன் கல்லூரியிலேயே அவரும் கல்வி கற்றவர். ஆக்ஸ்போர்டில் ஒரு பாதிரியாகப் பணியாற்றிய பிறகு மேற்கு ஆப்ரிக்காவுக்கு திருச்சபைப் பணிக்காகச் சென்றார். பிறகு பிரிஸ்டல் நகரத்தின் பிஷப்பாக நியமிக்கப்பட்டிருந்தார். ஆனால், வேலையில் சேர்வதற்குச் சில வாரங்களுக்கு முன்பே, தமது முப்பத்து எட்டாவது வயதில் திடீரென்று விஷக்காய்ச்சலின் விளைவாகக் காலமானர். அப்பொழுது எனக்கு வயது ஏழு.

இந்த நூற்றாண்டின் ஆரம்பத்தில் மேற்கு ஆப்பிரிக்கா மனித வரலாற்று நிபுணர்களின் கவனத்தை அதிகமாகக் கவர்ந்திருக்க வேண்டும். எங்கள் வீடு நிறைய பழங்காலப் பொருள்கள் நிறைந் திருந்தன. என்னுடைய தாயார் ஆப்பிரிக்கப் பழங்குடி மக்களின்

கோயில்களுக்குச் சென்று அங்கிருந்த விக்ரகங்களை எடுத்துக் கொண்டு வந்துவிடும் பழக்கத்தைக் கொண்டிருந்தாள். அவற்றில் சில இப்பொழுது என்னிடம் இல்லையே என்பதுதான் என்னுடைய ஏக்கம். அந்தக் காலத்தில் மேற்கு ஆப்பிரிக்கா ஒரு பயங்கரமான பகுதியாக இருந்தது. ஒருமுறை என் தாயார் தற்செயலாக நரமாமிசம் உண்பவர்கள் நிறைந்த ஒரு கிராமத்திற்குள் சென்று விட்டதாகவும், அவரை அக்கிராமத்தார் சமைத்துச் சாப்பிட முயன்ற போது எனது தந்தை அங்குச் சென்று அவளைக் காப்பாற்றியதாகவும் எங்கள் குடும்பத்தில் ஒரு கதை உண்டு!

ஆப்பிரிக்காவில் எனது தந்தை அடிக்கடி சுற்றுப்பயணம் மேற்கொண்டிருந்ததால், நான் அவரை அதிகம் பார்த்ததே கிடையாது. இரண்டு முறையே அவரைச் சந்தித்தாக நினைவு. அந்தச் சமயங்களில் நான் ஏதோ தவறு செய்ததற்காக அவர் என்னை நையப் புடைத்ததும் நினைவிருக்கிறது. என்னுடைய ஆறாம் வயதில் அவருடைய கட்டளைக்கு மாறாக ரயில்வே ஸ்டேஷனுக்குச் சென்றதற்காகத்தான் அந்தத் தண்டனை. எனது தாயார் வேறு ஊருக்கு இரயில் பயணம் மேற்கொண்டபோது நானும் வழியனுப்பச் சென்றேன். எனது அன்னை அழகும், அறிவும், கற்பனையும் நிறைந்த ஒரு பெண்மணி. கவிதை, இசை, கலை போன்ற விஷயங்களிலெல்லாம் ஈடுபாடு கொண்டிருந்தார். ஆனால் இந்த ஈடுபாட்டுக்கெல்லாம் முரணான ஒருவகை மதக் கோட்பாட்டில் அவர் நம்பிக்கை கொண்டிருந்தார். எனது தந்தை தொடர்ந்து வாழ்ந்து, நாங்களும் பிரிஸ்டலுக்குச் சென்று வாழ்க்கை மேற்கொண்டிருந்தால், எனது அன்னையின் வாழ்க்கையும் வேறு விதமாக இருந்திருக்கும். எனது தந்தையின் மரணத்தினால் ஏற்பட்ட வெறுமையை மறப்பதற்காக, அவர் எங்களை வளர்ப்பதிலும், இறைவழிபாட்டிலும் முழுமூச்சுடன் ஈடுபட்டார். எங்கள் குடும்பத்தில் நிறையப் பணம் கிடையாது. வசதியற்ற பல வீடுகளில் வாடகைக்கு வசித்து வந்தோம். அடிக்கடி வீடு மாறினோம். ஆகவே, எங்களுக்கு அதிகமாக நண்பர்களும் கிடையாது; நாங்கள் ஓடியாடி விளையாட இடமும் கிடையாது.

எப்பொழுதுமே தெய்வ பக்தி நிறைந்த எனது அன்னை யேசு கிறிஸ்துவின்மீது தளராத நம்பிக்கை கொண்டிருந்தார். கிறிஸ்தவ மறுமலர்ச்சி இயக்கங்களில் அவர் சிரத்தை எடுத்துக்கொண்டார். மூன்று பெரிய விஷயங்கள் எங்கள் மனதைக் கவர்ந்திருந்தன. கடவுள் அருளிய சொல் என விளங்கிய தெய்வீக நூலான பைபிளின் மேல் தளராத நம்பிக்கை கொண்டிருந்தோம். இரண்டாவதாக, எந்த விஷயத்திலும் யேசுநாதர் தோன்றி தம்மை நம்பியிருந்தவர்களை

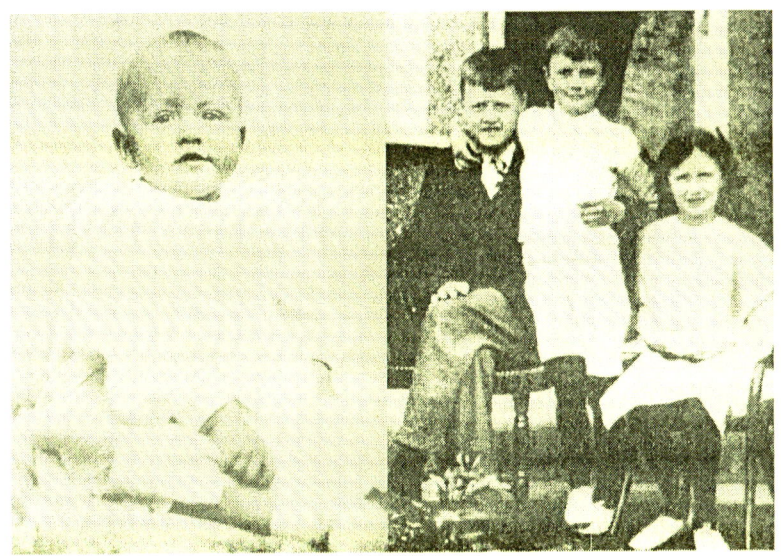

குழந்தையாக (இடது), சகோதரி எல்டித், சகோதரர் பேஸில் ஆகியோருடன் (வலது)

2 வயதில் பெற்றோருடன்

ஆட்கொண்டு, பாவம் நிறைந்த உலகை அழித்து, புதிய உலகமொன்றை சிருஷ்டிப்பார் என்ற எண்ணம் இருந்தது. மூன்றாவதாக, கடவுளுடன் நேரடித் தொடர்புகொண்டு, பரிசுத்த ஆவிக்குப் பாத்திரமாகலாம் என்ற நம்பிக்கையும் இருந்தது. இந்த நம்பிக்கையின் விளைவாக நாங்கள் நாடகம், சினிமா, சர்க்கஸ் போன்ற களியாட்டங்களுக்குச் செல்வதில்லை. நடுவில் யேசுநாதர் வந்துவிட்டால் என்ன செய்வது என்ற பயம்! ஒருமுறை இரவில் எனது அன்னையின் படுக்கையறைக் கதவருகில் நின்று அவர் மூச்சுவிடுவதைக் கவனித்திருக்கிறேன். ஒருவேளை, அவர் அப்படியே கூண்டோடு வான வீதியில் பறந்து சென்று கடவுளுடன் ஐக்கியமாகிவிடுவாரோ என்ற சந்தேகம்! அத்தகைய வாய்ப்பு எனக்குக் கிடைக்காது என்பதை நான் அறிந் திருந்தேன். எனது அன்னை திடீரென்று மறைந்துவிட்டால் என்ன ஆகுமோ என்ற கவலை என்னை வாட்டியது. இந்தச் சூழ்நிலையில் தான் நான் வளர்ந்துவந்தேன். இம்மையில் ஒன்றுமே இல்லை; மறுமையில்தான் அழியாச் செல்வங்கள் நமக்காகக் காத்துக் கொண்டிருக்கின்றன என்ற நிலை.

ஆகவே, எனது இளம்பிராயத்தில் என் பொழுதைப் போக்க நானே பல வழிகளைக் கண்டுபிடிக்க வேண்டியதாயிற்று. எனக்குப் பிடித்த அஞ்சல்தலைப் படங்களை நானே வரைந்துகொண்டேன். புத்தகங்கள் வாங்குவதற்குப் பணம் கிடையாது. அந்தக் காலத்தில் மலிவான புத்தகங்களோ, நூலகங்களோ அதிகம் இல்லை. என்னுடைய செலவுக்காகக் கொடுக்கப்பட்ட பணத்திலிருந்து சிறுவர்களுக்கான வார இதழ் ஒன்றை வாங்கிப் படித்தேன். இதழ் முழுவதையும் உடனே படித்துவிட்டால் மேலும் படிப்பதற்கு ஒன்றும் இருக்காதே என்ற கவலையால், நாள் ஒன்றுக்கு ஒரு கதையாகப் பங்கீடு செய்து படித்துவந்தேன்! ஆயினும் என் தாயார் மட்டும் எப்படியோ பல வழிகளில் சிக்கனம் கையாண்டு ஆண்டு தோறும் விடுமுறைகளில் எங்களை பல இடங்களுக்கும் அழைத்துச் சென்றார்.

குழந்தைப் பருவம் நீங்கி இளமைப் பிராயத்தில் நாங்கள் வளர்ந்து கொண்டிருந்தோம். தம்பி பேஸிலுக்குச் செல்லம் அதிகம். நானும் தங்கை எல்டித்தும் அடிக்கடி அவனுக்கு எதிராகச் சதி செய்து வந்தோம். நான் அதிக விஷமம் செய்துகொண்டிருந்ததால், என்னைத் திருத்துவதற்காக லண்டனிலுள்ள ஒரு பள்ளிக்கூடத்தில் சேர்த்தார்கள். என்னுடைய வகுப்பில் மற்றவர்கள் எல்லோரும் பெண்கள். அவர்கள் என்னைப் படாதபாடு படுத்திவிட்டார்கள்! அங்கு அளிக்கப்பட்ட உணவும் எனக்குப் பிடிக்கவில்லை. ஆகவே, எனது

பள்ளியில் பரிசு பெறுதல், 1919 (இடது), இளைஞராக ஆக்ஸ்போர்டில், 1927 (வலது)

ஷில்லாங்கில் அவருடைய நூலகத்தில், 1961

அன்னை பாதிப் படிப்பிலேயே என்னை வீட்டிற்கு அழைத்து வந்துவிட்டார். பின்னர், படிப்படியாக நான் பல பள்ளிகளில் சேர்ந்து, முறையாகக் கல்வி பயின்றுவந்தேன்.

மனிதர்களின் ஆத்மாக்களை யேசுநாதரிடம் கொண்டு சேர்ப்பிக்கும் புனிதமான பணிக்கு ஈடானது வேறொன்றும் இல்லை என்ற நம்பிக்கை என் மனதில் ஆழமாகப் பதிந்திருந்தது. ஒருமுறை என்னுடைய வகுப்புத் தோழர்களின் பெயர்கள் அடங்கிய பட்டியல் ஒன்றை நான் தயாரித்தேன். சக மாணவன் ஒவ்வொருவனுக்கும் ஒழுக்கம், அறிவு, பக்தி, தோற்றப்பொலிவு போன்ற பண்புகளுக்கு நானாக மதிப்பெண்களைப் போட்டு வைத்தேன்.மானிடவிய லாளரின் உணர்வுகள் அப்பொழுதே வேலை செய்யத் தொடங்கி விட்டன போலும்! துரதிருஷ்டவசமாக, அந்தக் காகிதத்தைத் தவற விட்டுவிட்டேன். தோற்றப் பொலிவிற்காக யார் யாருக்குக் குறைந்த மதிப்பெண்கள் கொடுத்திருந்தேனோ, அவர்கள் வேறு பட்டியலை வகுப்புக் கரும்பலகையில் எழுதி, தோற்றப் பொலிவுக் காக எனக்கு மதிப்பெண்களைக் குறைத்துப் போட்டு பழிதீர்த்துக் கொண்டார்கள்!

நான் பள்ளிக்கூடத்தில் படித்துக்கொண்டிருந்த சமயத்தில் முதல் உலக யுத்தம் மூண்டுவிட்டது. அது ஆரம்பத்தில் எங்களை அதிகமாகப் பாதிக்கவில்லை. நாளடைவில் எங்கள் ஆசிரியர்கள் போர் முனைக்குச் செல்வதும், பள்ளியின் பழைய மாணவர்கள் போரில் மடிந்த தகவல்களும், யுத்தத்தின் பயங்கரத்தைத் தெளிவுபடுத்தின. போர்வீரர் பயிற்சிப் படையில் நானும் சேர்ந்திருந்தேன். அந்தப் பயிற்சிப் படையை எனது வழக்கமான உற்சாகத்தின் வெளியீடாகவே நான் பயன்படுத்தி வந்தேன். இறுதியில் நான் 'ஸார்ஜெண்ட் மேஜர்' பதவி அடைந்த போது, என்னுடைய உடுப்பை அணிந்துகொண்டு ஆடம்பரத்துடன் உலவுவதில் மிக ஆசைகொண்டேன். வெடிகுண்டு எறியும் பயற்சியில் நான் தேர்ச்சி பெற்று நல்ல மதிப்பெண்கள் வாங்கினேன். நடைமுறையில் அதைப் பற்றி அதிகமாகத் தெரியாது. ஒருமுறை வெடிகுண்டு எறியும் பயிற்சியின்போது நான் எறிந்த குண்டு எங்கள் தளபதியின் உயிருக்கே ஆபத்தாகும் நிலை ஏற்பட்டது; நல்லவேளை, அவர் தப்பிவிட்டார்!

யுத்தத்தில் வெற்றிச் செய்தி வந்த போது, எங்கள் பள்ளிக்கூடத்திலும் கொண்டாட்டங்கள் நடைபெற்றன. ஸார்ஜெண்ட் மேஜர் என்ற தகுதிநிலையில் எங்கள் பள்ளிக்கூட மாடியிலிருந்து நான் பல பட்டாசுகளை வெடித்தேன். போரில் கைப்பற்றப்பட்ட ஜெர்மன்

டாங்க் ஒன்றை ஓட்டிக்கொண்டு தெருக்களில் ஓர் ஊர்வலத்தையும் நடத்திச் சென்றேன். 'பகைவனை நேசிக்க வேண்டும்' என்று எங்களுக்குப் போதித்த வேத பாட வகுப்புப் பயிற்சிக்கும், பகைவர்களைக் கொல்வதற்காக எங்களுக்குக் கொடுக்கப்பட்ட வெடிகுண்டு எறியும் பயிற்சிக்கும் இடையே எந்த முரண்பாடும் இருந்ததாக யாருக்குமே தோன்றவில்லை!

இருபத்தோராவது வயது அடையும்வரை எனக்குப் பெண்களைப் பற்றி ஒன்றுமே தெரியாது. பல ஆண்டுகளுக்குப் பிறகு, அமெரிக்க வெளியீடான 'கின்ஸே' அறிக்கையில் பெண்ணின் பாலுணர்வு பற்றிய விஷயங்களில் நானும் ஒரு நிபுணன் என்று குறிப்பிடப் படுவேன் என்று நான் சிறிதும் எதிர்பார்த்திருக்க முடியாது! பழங்குடி மக்களின் குழந்தைகள் ஐந்து வயது அடையும் முன்பே பெண்ணின் அங்க அமைப்பு பற்றி அறிந்துவிடுகிறார்கள்; பெண்ணின் மாதவிடாய் பற்றிய விஷயங்களும், மகப்பேறு சம்பந்தமான விவரங்களும் அவர்களுக்குத் தெரிந்துவிடுகிறது! பழங்குடி மக்களின் குழந்தைகள் பன்னிரெண்டு பதின்மூன்று வயது ஆகும்போதே, இன்பமும் மகிழ்ச்சியும் கூடிய பல அனுபவங்களை அடைந்துவிடுகிறார்கள். ஏழு வயதிலும், பன்னிரண்டு வயதிலும் நான் என்னுடைய உறவினர்களான இரண்டு பெண்களுடனேயே சிறிது நெருங்கிப் பழகியிருக்கிறேன்; அதுவும் நாணம் நிறைந்த பார்வை மூலம்தான்.

ஆகவே, என்னுடைய இளமைப் பருவம் ஒரு வினோத வாழ்க்கையாகவே இருந்தது. விடுமுறை நாட்களில் பொழுதுபோக்குக்கான வசதிகள் மிகக் குறைவு. அந்த நாட்களில் கார்களோ, சினிமாக்களோ கிடையாது. கடுமையாக உழைப்பது அவசியமாயிற்று. வீட்டு வேலைகளில் என்னுடைய தாயாருக்கு உதவுவதில் அதிக மகிழ்ச்சி கொண்டோம். எங்களுடைய வாழ்க்கையின் வரம்பு எவ்வளவு குறுகியது; உலகில் இன்னும் எவ்வளவு வாய்ப்புகள் உண்டு என்பதை நாங்கள் அறியவில்லை. இவற்றுக்கெல்லாம் எதிராக ஒரு அனுபவம் வாழ்க்கைக்கு வளம் கொடுத்தது. என்னுடைய பதினாறாவது வயதில் என் மனம் கவிதையில் நாட்டம் கொண்டது; சொற்களின் அழகில் நான் மயங்கினேன். முதலில், டெனிஸன் போன்ற கவிஞர்களையே பெரிதும் விரும்பினேன். பின்னர், ஸ்வின்பர்ன் கவிதை என்னைக் கவர்ந்தது. என்னிடமிருந்த சொற்பப் பணத்தைக்கொண்டு யீட்ஸ் கவிதைத் தொகுப்பு ஒன்றை வாங்கினேன். ஆயினும், வேர்ட்ஸ்வொர்த் கவிதைதான் எனக்கு மிகவும் மகிழ்ச்சி அளித்தது.

அதிகாலை நேரங்களில் அவருடைய கவிதைத் தொகுப்பு ஒன்றைக் கையில் எடுத்துக்கொண்டு நான் வயல்வெளிகளிடையே உலாவச் சென்றுவிடுவேன். இயற்கையின் சூழ்நிலையில் அந்தக் கவிஞரின் மனப்போக்கை அறிய முற்பட்டதில் இயற்கை அன்னையின் எழில் முழுவதையும் நான் அறிந்துகொள்ள முடிந்தது. பள்ளிப் படிப்பின் கடைசி இரண்டு ஆண்டுகளில் என் வாழ்க்கை ஆனந்தம் நிறைந்து இருந்தது. வேறு ஒரு பள்ளிக்கூடத்தில் நான் இன்னும் சிறந்த கல்வியைப் பெற்றிருக்க முடியும் என்பது உண்மை தான்; என்றாலும், பள்ளிப் பயிற்சியின்போது வாழ்க்கையின் அழகு, ஆனந்தம் ஆகியவை பற்றி நான் எவ்வளவோ தெரிந்து கொண்டேன்.

ஆக்ஸ்போர்டு பல்கலைக்கழகத்தில் 1921ஆம் ஆண்டு சேர்ந்தேன். வாழ்க்கையைப் பற்றி நான் புத்தகங்களின் மூலமே அறிந்திருந்தேன். என் கையில் அதிக பணமும் கிடையாது. அப்போதுதான் நான் சுதந்திரமாக இயங்கத் தொடங்கினேன். அதனால், சிறிது தயக்க மாகவே இருந்தது. எனது தந்தை கல்வி பயின்ற மெர்ட்டன் கல்லூரியில்தான் நானும் சேர்ந்தேன். நான் ஆங்கில இலக்கிய வரலாற்றைப் பாடமாக எடுத்துக்கொண்டேன். நான் படித்து முடித்துப் பட்டம் பெற்ற பிறகு, 'புரட்சியின் கவிதை' என்ற கட்டுரைக்காகப் பல்கலைக்கழகப் பரிசு கிடைத்தது.

இந்தியாவில் மாணவர்கள் மனதில் புகுத்தப்படும் கல்விக்கும், ஆக்ஸ்போர்டில் போதிக்கப்படும் கல்விக்கும் அதிக வேறுபாடு உண்டு. என்னுடைய ஐந்தாண்டு காலப் பயிற்சியில் ஒருமுறைகூட பேராசிரியர்களின் வகுப்புச் சொற்பொழிவுகளை நான் கேட்ட தில்லை! புத்தகங்களைப் படிப்பதன் மூலமே, அவர்கள் போதிக்கும் அறிவை நான் அடைந்துவிடலாம் என்று எனக்குத் தோன்றியது. கல்லூரியில் கட்டாயமாக ஷேக்ஸ்பியரின் இலக்கியங்களைப் படித்தது ஒரு நல்ல வாய்ப்பாகவே அமைந்தது. 17ஆம் நூற்றாண்டின் ஆங்கிலக் கவிதையையும் நான் அவ்வாறே அறிந்துகொண்டேன். 18ஆம் நூற்றாண்டுக் கவிதையில் எனக்கு ஈடுபாடும் கவர்ச்சியும் அதிகமாக ஏற்பட்டது. நான் படித்துப் பட்டம் பெற்றபின் என்னுடைய ஆசிரியர் ஒருவர் தாம் இயற்றிய 'பதினெட்டாம் நூற்றாண்டின் கவிதைகள்' என்ற புத்தகத்தைத் தயாரிப்பதில் என் உதவியைப் பயன்படுத்திக்கொண்டார். இந்தப் பணியில் நான் பெருமளவில் ஆங்கிலக் கவிதைகளைப் படிக்கும் வாய்ப்பை அடைந்தேன். கவிதையின் உண்மை இயல்பு பற்றியும், ரசனை பற்றியும் எனக்கு நல்ல அனுபவமும் ஏற்பட்டது.

என்னுடைய மற்றொரு ஆசிரியர் தாம் பல்கலைக்கழக இதழ் ஒன்றுக்கு எழுதிய கட்டுரையை முடித்துத் தருமாறு கூறியிருந்தார். அது பதினேழாம் நூற்றாண்டின் நாடக ஆசிரியரான மிடில்டன் என்பவரைப் பற்றியது. இந்தப் பணி எனக்கு பெருமைமிக்கதாக இருந்தது. கட்டுரையில் நான் எழுதிய பகுதி, என்னுடைய ஆசிரியர் எழுதிய பகுதியைவிட தரத்தில் குறைவாக இருப்பதை வாசகர்கள் கண்டு கொள்வார்களே என்று நான் தயக்கம் காட்டிய போது, ஆசிரியர் சொன்னார்: 'எல்வின், நானும் நீயும் இந்தக் கட்டுரையைப் படிப்பதில் காட்டும் அளவுக்குப் போதிய சிரத்தை காட்டும் வேறு இரண்டு பேர் யாரும் கிடையாது!'

இப்பொழுதெல்லாம் மற்றவர்களுக்காக நான் ஏதேதோ அறிக்கைகள் முதலியவை எழுத வேண்டியிருக்கிறது. ஆனால் அவர்கள் என்னுடைய ஆசிரியரைப் போல் பரிவு காட்டுவதில்லை. ஷில்லாங்கில் கே.எல். மேத்தா அரசாங்க ஆலோசகராக இருந்த போது, நான் பல விஷயங்களைப் பற்றிய அறிக்கைகள் எழுதுவது உண்டு. என்னுடைய நகலில் கண்ட சொற்களில் அனேகமாக எல்லாவற்றையும் அவர் மாற்றிவிடுவார். பின்னர், பக்க ஓரத்தில், 'மிகவும் சிறந்த நகல். நான் ஓரிரு மாறுதல்களை மட்டுமே செய்திருக்கிறேன்' என்று குறிப்பும் எழுதுவார்!

எனக்குப் பயன்தரும் அறிவுரை அளித்தவர்களில் மற்றொருவர் டாக்டர் ஜே.ஜே. மியர் என்ற மதப் பிரசாரகர். அவர் ஆக்ஸ்போர்டு பல்கலைக்கழகத்தில் சில சமயச் சொற்பொழிவுகள் ஆற்ற வந்த போது என்னுடன் தேநீர் அருந்த அவரை அழைத்திருந்தேன். அவர் வரவுக்காக என்னுடைய அறையைச் செப்பனிட்டுத் துப்புரவாக்கி, குப்பைக் கூடையையும் காலி செய்து வைத்திருந்தேன். அதைக் கவனித்ததும் அவர் சொன்னார்: 'இலக்கிய ஆராய்ச்சியில் நீ முன்னேற விரும்பினால், நீ எழுதுவதை எல்லாம் கிழித்தெறிந்து விட்டு, புதிதாக எழுத வேண்டும். ஒரு அறிஞரின் அறிவு எவ்வளவு ஆழ்ந்தது என்பதை, நான் அவருடைய குப்பைக் காகிதக் கூடையில் காணும் கிழிந்த காகிதத் துண்டுகள் மூலம் அளவிட்டு விடுவேன்!' இந்த போதனை என் மனதில் நன்றாகப் பதிந்துவிட்டது. சென்ற முப்பது ஆண்டுக் காலத்தில் நான் அச்சிட்டுப் பிரசுரித்ததைவிட மிகவும் அதிக அளவிலான விஷயங்கள் எழுதப்பட்ட காகிதங் களைக் கிழித்துக் குப்பைக் கூடையில் போட்டிருக்கிறேன்!

1924ஆம் ஆண்டில் நான் முதல் வகுப்பில் தேறி, ஆங்கில இலக்கியத்தில் பட்டம் பெற்றேன். ஆனால் ஆங்கில இலக்கிய

வரலாற்றின் பல பகுதிகளைப் பற்றி நான் படித்திருந்ததையெல்லாம் பிற்காலத்தில் மறந்துவிட்டேன். அதிக அளவிலான கல்வியின் பயனின்மைக்கு இது ஓர் உதாரணமாகும். ஆங்கில இலக்கியத்தில் பட்டம் பெற்ற பின்னர், சமய பாடத்திலும் பட்டம் பெறுவதற்காக நான் மீண்டும் படிக்க முனைந்தேன். இதற்காக மெர்ட்டன் கல்லூரி எனக்குப் பணவுதவி அளித்தது. நான்காவது ஆண்டு கல்லூரிப் படிப்பின் போது, நான் ஆக்ஸ்போர்டில் நடைபெற்ற வருடாந்திர கிறிஸ்தவ மத நிறுவன மகாநாட்டில் கலந்துகொண்டு சொற்பொழிவாற்றினேன். 'கிறிஸ்தவ மத நிறுவனங்களிலிருந்து இளைஞர்கள் எதிர்பார்ப்பது என்ன?' என்பது பொருள். ஆக்ஸ்போர்டு பல்கலைக்கழகத்தின் சார்பாக நான் எழுதிப் படித்த கட்டுரை மூலம் பிரபலமடைந்தேன்.

நாங்கள் வசித்துவந்த இடத்திற்கு அருகில் இருந்த கிராமப்புற பகுதிகளில் நான் அடிக்கடி மிதிவண்டியில் சென்று உலாவி வருவேன். பல்கலைக்கழகத்தில் என்னுடன் படித்த மெர்வின் ஹாட் என்ற நண்பரின் வீட்டுக்கு நான் அடிக்கடி போவதுண்டு. அவருடைய தாய், தந்தை, சகோதரிகள் எல்லோரும் என்னைப் போன்ற நண்பர்களை வரவேற்று அன்புடன் உபசரிப்பார்கள். பிற்காலத்தில் மெர்வின் மருத்துவம் பயின்று டாக்டர் பட்டம் பெற்று, கல்கத்தாவுக்கருகே ராணாகாட் என்ற இடத்தில் கிறிஸ்தவ மிஷன் மருத்துவமனை ஒன்றில் பணியாற்றச் சென்றார். மெர்வினுக்கு காந்தியின் உபதேசங்களில் ஈடுபாடு அதிகம். அதையொட்டி அவர் மருத்துவமனையில் தனியாக துப்புரவு வேலையாட்கள் வேண்டிய தில்லை என்று முடிவு செய்தார். மற்ற ஊழியர்களே மருத்துவ மனையைச் சுத்தமாக வைத்துக்கொள்ளும் பொறுப்பை ஏற்றுக் கொண்டார்கள். தீண்டாமையை ஒழிப்பதற்கான இந்தத் துணிச்ச லான முயற்சி வெற்றி அடையவில்லை. வேலையிழந்த துப்புரவுப் பணியாளர்கள் கம்யூனிஸ்டுகளால் தூண்டப்பட்டுக் கிளர்ச்சி செய்தார்கள். 1949ஆம் ஆண்டு நவம்பர் மாதத்தில் ஒருநாள் மாலை யாரோ ஒருவர் துப்பாக்கியுடன் வந்து, மெர்வினையும் இரண்டு நர்சுகளையும் சுட்டுக் கொன்றுவிட்டார். ஆக்ஸ்போர்டில் படிக்கும் போதே மெர்வின் ஒரு தியாகி என்பதற்கான அறிகுறிகள் காணப் பட்டன. அவருடைய அகால மரணம் மருத்துவத் துறைக்கும் சமயத்துறைக்கும் பெரும் இழப்பாயிற்று.

ஒருசமயம், நான் மற்றொரு நண்பருடன் டாக்டர் ராதா கிருஷ்ணனை ஒரு படகில் அழைத்துச் சென்றேன். அப்பொழுது நான் டாக்டர் ராதாகிருஷ்ணனிடம் கேட்ட கேள்வியை நினைத்தால், இப்பொழுதும் வெட்கமாக இருக்கிறது. வேறொன்றுமில்லை,

அவருக்குப் பிற மதங்களைப் பற்றி ஏதாவது தெரியுமா என்று கேட்டுவிட்டேன்!

பட்டப் படிப்பின்போது நான் மத விஷயங்களில் எவ்வளவோ காலத்தை வீணாக்கிவிட்டேன். அப்பொழுது நான் கொண்டிருந்த குறுகிய மனப்பான்மை பின்னர் மறைந்துவிட்டது. மதம் பற்றிய பயிற்சியால் நான் பயனடைந்ததாகச் சொல்வதற்கில்லை. ஆயினும், அந்தக் காலத்தில் மத சம்பந்தமான பல விஷயங்கள் என்னைக் கவர்ந்திருந்தன. நாங்கள் அடிக்கடி பிரார்த்தனைக் கூட்டங்கள் நடத்துவதுண்டு. மதப் பிரசாரகர் யாராவது ஒருவர் வந்து எங்களிடையே உரை நிகழ்த்துவார். ஞாயிறு மாலை நேரங்களில் கூடி, நாங்கள் கிறிஸ்துவ மகான்களின் நினைவுக்கு அஞ்சலி செலுத்தும் நிகழ்ச்சியும் நடைபெற்று வந்தது. இந்தக் கூட்டங்களில் பிரார்த்தனைகளும் பக்திப் பாடல்களும் நடைபெறும். இவ்வகையில் நாங்கள் மேற்கொண்ட மற்றொரு மத சம்பந்தமான முயற்சி ஆக்ஸ்போர்டு பல்கலைக்கழக பைபிள் சங்கமாகும். இறுதியில் இந்தச் சங்கத்தின் தலைவர் பதவியையும் நான் வகித்தேன். இச்சங்கம் மிகவும் கடுமையான சனாதன வகையில் இயங்கிவந்தது. 'பைபிள் கடவுளின் அருள்வாக்கு' என்பதே சங்கத்தின் உறுதியான கொள்கை. இந்தச் சங்கத்தின் கூட்டங்களிலும் பிரார்த்தனைகளும் பக்திப் பாடல்களும் முக்கிய நிகழ்ச்சிகளாய் இருந்தன.

ஆக்ஸ்போர்டில் என்னுடைய படிப்பு முடிவடைந்த சமயத்தில் ஒரு கூட்டம் நடை பெற்றது. ஆக்ஸ்போர்டு குழு என்றும், தார்மிக மறுமலர்ச்சி (Moral Rearmament) என்றும் பின்னர் பிரபலமடைந்த இயக்கத்தின் முதல் கூட்டம் அது. அப்பொழுது அங்கு வந்திருந்த இயக்கத் தலைவர் ஃபிராங்க் புக்மென்னுக்கு (Frank Buchman) நான் அறிமுகம் செய்துவைக்கப்பட்டேன். அவர் என்னைப் பார்த்து, 'உன்னுடைய வாழ்க்கையில் வெளியே சொல்ல முடியாத பாவச்செயல் ஒன்றுண்டு' என்றார். அது உண்மைதான்; என்றாலும், என்னுடைய கபடமறியாத அந்த நிலையில்கூட அவர் சொல்லியதை நான் பொருட்படுத்தவில்லை. அந்தக் காலத்தில் ஆக்ஸ்போர்டில் யாரைப் பற்றியும் இதுபோல் கூறிச் சாதித்துவிடலாம். புக்மென் பேசிய இரண்டொரு கூட்டங்களுக்கு நான் சென்றேன். நடவடிக்கைகள் ரசமாக இருந்தாலும், அந்த இயக்கத்தை நான் ஆதரிக்கவில்லை.

அந்த இயக்கத்தில் எனக்குப் பிடித்த அம்சம்: அங்கத்தினர்கள் பகிரங்கமாகத் தங்கள் குற்றம் குறைகளை எடுத்துச் சொல்வதுதான். இந்தப் பழக்கம் இப்பொழுது அநேகமாக கைவிடப்பட்டிருப்பது

வருந்தத்தக்கதாகும். ஒருமுறை கல்லூரி முதலாண்டு மாணவன் ஒருவன் 'பகிரங்கமாக ஒப்புக்கொள்ளும் நிகழ்ச்சி'யில் கலந்து கொண்ட போது பிரமாதமாகச் சொல்லிக்கொள்வதற்கு ஒன்றும் கிடைக்கவில்லை. ஆகவே, பொது இடம் ஒன்றில் தான் மூக்கைச் சிந்திவிட்ட குற்றத்தை எடுத்துரைத்தான்! மற்றொருமுறை ஒரு மாணவி, தான் ஒழுக்கத்திற்கு மாறாக நடந்துகொண்டுவிட்டதாக ஒப்புக்கொண்டாள். உடனே கூட்டத்திலிருந்த ஒரு அமெரிக்கர், 'விவரமாகச் சொல், சகோதரி!' என்று கேட்டுக்கொண்டார்.

சமயத்துறைப் படிப்பில் தேர்ச்சி பெற்றுப் பட்டம் பெற்றபின் வைக்ளிஃப் ஹால் (Wycliff Hall) கல்லூரிக்குத் துணை முதல்வராக நியமிக்கப்பட்டேன். பின்னர், ஆக்ஸ்போர்டு பிஷப் டாமி ஸ்ட்ராங் (Tommy Strong) என்னைக் கிறிஸ்துக் கோயில் பாதிரியாக நியமித்தார். அவருடன் அடிக்கடி மேற்கொண்ட வாதங்களின் பயனாகப் பேச்சிலும் எழுத்திலும் எளிமையைக் கையாளும் பழக்கத்தை அடைந்தேன். வெறும் சம்பிரதாயமான முறைகளிலும் சடங்கு களிலும் அவருக்கு நம்பிக்கை கிடையாது. நாளாவட்டத்தில் அவருடைய நடத்தையை நானும் பின்பற்றினேன். சம்பிரதாயச் சடங்குகள் நிறைந்த நிகழ்ச்சிகளில் தப்ப முடியாமல் அகப்பட்டுக் கொண்டபோதெல்லாம், நான் பௌத்த மத தர்மபதத்தில் சொல்லப் பட்டிருந்த ஒரு சூத்திரத்தை நினைவுறுத்திக்கொள்வேன். 'சிருஷ்டிக்கப்பட்டவை எல்லாம் துயரமும் துன்பமுந்தான். சிருஷ்டி முழுவதும் அழிந்துவிடும். வெறும் முறைகள் எல்லாமே உண்மைக்குப் புறம்பானவை' என்பதே அது.

காலப்போக்கில் நான் தத்துவம் (மெய்ப்பொருள்/மெய்யியல்), மறைஞானம் தொடர்பான நூல்களைப் படித்து ஆராய்ந்தேன். முன்னைவிட அதிகமாக சமய விஷயங்களில் ஈடுபட்டேன். உண்மையான கத்தோலிக்கக் கோட்பாடுகளில் எனக்கு அக்கறை ஏற்பட்டது. மெர்ட்டன் சாப்பல் (Merton Chapel) கோயிலில் நான் முதல்முதலாகக் கத்தோலிக்க முறையில் என்னுடைய பாவச்செயல் களை எடுத்துக்கூறி, ஒப்புக்கொள்ளும் கடமையைச் செய்தேன். உண்மையில் அப்பொழுது சொல்லிக் கொள்ளும்படியாக எனக்கு ஒன்றுமே இருக்கவில்லை.

இந்தச் செயலால் எனக்கு ஒரு சிக்கல் ஏற்பட்டுவிட்டது. ஆங்கில கத்தோலிக்க இயக்கத்தை எதிர்த்து நிற்கும் நிறுவனத்தில் நான் ஒரு ஊழியன். ஆகவே, கத்தோலிக்க கோட்பாடுகளுக்கு எதிரான முறையில் நான் சமய விஷயங்களைப் பற்றி அங்குப் போதிக்க வேண்டியது என் கடமையாக இருந்தது.

1927ஆம் ஆண்டு கோடைப் பருவத்தில், பாலஸ்தீன பயணக் குழு ஒன்றை எங்களுடைய முதல்வர் ஏற்பாடு செய்திருந்தார். இரண்டு மாத காலம் அங்குத் தங்கி இருந்து, நாங்கள் பைபிள் சம்பந்தமான ஆராய்ச்சி நடத்துவதாகத் திட்டம். ஓர் ஆண்டுக் காலமாக இந்த வாய்ப்பை நான் ஆவலோடு எதிர்பார்த்திருந்தேன். ஆயினும் நான் உளமார நடந்து கொள்வதாக இருந்தால் இந்தப் பயணத்தை மேற்கொள்வதற்கு முன்பே நான் என்னுடைய வேலையிலிருந்து நீங்கிவிட வேண்டும் என்று நினைத்தேன். இது மிகவும் சரியான காரியம்; நடைமுறைக்குப் பொருந்தாது; என்றாலும், அப்படிச் செய்வதுதான் சரியென்று எனக்குத் தோன்றிற்று.

கோடை விடுமுறையின் போது என்னுடைய சமய நம்பிக்கை விஷயத்தில் மட்டுமன்றி வேறு துறையிலும் மாறுதல்கள் சிலவற்றை மேற்கொள்ள வேண்டியிருந்தது. என்னுடைய எதிர்கால வாழ்க்கையின் போக்கு முழுவதையும் பற்றி நிர்ணயிக்க வேண்டியது அவசியமாயிற்று. வைக்ளிஃப் ஹால் கல்லூரியிலிருந்து என் பதவியை ராஜிநாமா செய்தபிறகு, நான் ஆக்ஸ்போர்டில் தங்காமல், லண்டன் நகர சேரி ஒன்றில் கிறிஸ்தவக் கோயில் பணியை மேற்கொள்ள வேண்டுமென்று என்னுடைய முன்னாள் ஆசிரியர் கிரீன் (Green) யோசனை கூறினார். இது தொடர்பாக நான் மேற்கொண்ட ஏற்பாடுகள் கைகூடவில்லை. வேறு சில சம்பவங்கள் என்னுடைய எண்ணங்களை இந்தியாவை நோக்கித் திருப்பிவிட்டன.

பெரிய பதவிகள் வகிக்க வேண்டும், செல்வம் திரட்ட வேண்டும் என்ற ஆசை எனக்குக் கிடையாது. எதிர்கால வாழ்க்கையைப் பற்றி என்னுடைய விருப்பம் போல் நிச்சயித்து விடவேண்டும் என்று என்னுடைய குடும்பத்தார்கூட எனக்குச் சொல்லவில்லை. 'கடவுள் விருப்பம் என்ன என்று அறிந்து நடப்பதுதான் நல்லது' என்று முடிவு செய்யப்பட்டது.

முன்னர் இந்தியாவுடன் என்னுடைய குடும்பத்திற்கு நீண்ட காலத் தொடர்பு இருந்தது. கத்தோலிக்கக் கோட்பாடுகள் பாவத்திற்குப் பரிகாரம் செய்யும் கடமையை வெகுவாக வலியுறுத்துகின்றன. யேசு கிறிஸ்து உலக மக்களின் பாவங்களுக்காகப் பரிகாரம் செய்தார்; கிறிஸ்தவ மகான்களும் அப்படியே. வசதி படைத்தவர்கள், ஏழைகளின் நலனுக்காகப் பரிகாரம் மேற்கொள்ள வேண்டும் என்ற ஆவல் ஆக்ஸ்போர்டில் என் மனதில் வேரூன்றிவிட்டது. இந்தியாவில் என்னுடைய குடும்பத்தார் செல்வம் திரட்டியது என் நினைவுக்கு வந்தது. என்னுடைய நாட்டினர் அங்குச் சென்று,

மக்களைச் சுரண்டி ஆட்சி செலுத்தியதையும் நான் நினைக்க வேண்டியதாயிற்று. ஆகவே, எங்களுடைய நாட்டினர் அடக்கி வைத்து ஆண்டு வந்த ஒரு நாட்டிற்குச் சென்று, அங்கே மக்களுக்குச் சேவை புரிந்து பரிகாரம் காண்பதற்காக, நான் இந்தியா செல்வதே நலமென எனக்குத் தோன்றிற்று.

நான் முதலில் ஆக்ஸ்போர்டுக்குச் சென்றபோது எனக்கு இந்தியாவைப் பற்றி அதிகமாக ஒன்றும் தெரியாது. இந்திய மக்கள் நாகரிகமற்றவர்கள்; தாங்களாக ஆட்சி செலுத்த தகுதியற்றவர்கள்; அவர்களை நாங்கள் ஆள்வதுதான் சரியான முறை என்றெல்லாம் எனக்கு எடுத்துச் சொல்லப்பட்டிருந்தது. ஆக்ஸ்போர்டில் மூன்றாவது ஆண்டு படிப்பின்போது இலங்கையிலிருந்து வந்த நண்பர் ஒருவரைச் சந்தித்தேன். இந்திய மக்களின் சுதந்திர இயக்கத்தை அவர் பெரிதும் ஆதரித்தார். அவர் மூலம் தாகூர், காந்தி போன்றவர்களின் சிந்தனைகளையும், கருத்துகளையும் அறிந்துகொண்டேன். இந்திய நாட்டின் தத்துவம் பற்றிய நூல்கள் பலவற்றை அவரிடமிருந்து வாங்கிப் படித்ததன் பயனாக இந்தியாவைப் பற்றிய என்னுடைய கருத்துகள் மாறுதல் அடைந்தன. இந்திய மக்களின் தேசிய இயக்கத்தின் வேகம் என் மனதைக் கவர்ந்தது. முக்கியமாக காந்தியிடம் எனக்கு ஈடுபாடு ஏற்பட்டது. இந்துமதத்தில் உள்ள மெய்ப்பொருள் (தத்துவம்), மறைஞானம் ஆகியவற்றிலும் எனக்கு ஆர்வம் பிறந்தது. இந்தியாவைச் சேர்ந்த நிறைய பேரை எனக்குத் தெரியாது. பிரபல விளையாட்டு வீரர் ஜெய்பால் சிங் என்பவர் ஆக்ஸ்போர்டில் கல்வி கற்றுவந்தார். ஆக்ஸ்போர்டில் ஐந்தாம் ஆண்டுப் படிப்பின்போது, சாது சுந்தர்சிங் என்பவரைப் பார்த்தேன். பின்னர் ஜாக் வின்ஸ்லோ (Jack Winslow) என்ற பாதிரி வந்தார்.

வின்ஸ்லோ பாதிரி 'கிறிஸ்தவ சேவா சங்கம்' என்ற ஆசிரமத்தின் நிறுவனர். இந்தியாவின் மேற்குப் பகுதியில் பல ஆண்டுகள் அவர் கிறிஸ்தவ திருச்சபை பணிகளைச் செய்துவந்தார். பின்னர் அந்தப் பணியை விட்டுவிட்டு இந்திய மக்களின் தேசிய இயக்கத்திலும், இந்தியப் பண்பாட்டிலும் ஈடுபாடுகொண்டார். இந்திய தத்துவம் (மெய்ப்பொருள்), மறைஞானம், யோகாப்பியாசம் முதலிய விஷயங்களில் சிரத்தை எடுத்துக்கொண்டார். கிறிஸ்தவ மதத்தைக் கீழ்த்திசை நாடுகளின் பண்பாட்டுடன் இணைத்து ஒரு புதிய பண்பை உருவாக்குவதில் அவர் காட்டிய ஆர்வம் என்னைக் கவர்ந்தது. நானும், இங்கிலாந்தைவிட்டுப் புறப்படுவதற்குமுன் இந்துமத தத்துவத்தைப் பற்றிப் படித்துத் தெரிந்துகொண்டேன். ஆக்ஸ்போர்டில் என்னுடைய நண்பர்கள் இருவர் இந்த விஷயத்தில்

என்னைப் போலவே வின்ஸ்லோ பாதிரியின் சேவையில் ஈடுபடத் தீர்மானித்தார்கள். பூனாவிலிருந்த கிறிஸ்தவ சேவா சங்கத்தில் சேருவதற்காக அவர்கள் புறப்பட்டபோது, நானும் அவர்களுடன் சேர்ந்துகொண்டேன்.

என்னுடைய தாயாரும் காந்தியின் உபதேசங்களில் சிரத்தை எடுத்துக்கொண்டார். ஐந்து ஆண்டுகளுக்குப் பின்னர், காந்தி வட்ட மேசை மாநாட்டிற்காக லண்டனுக்கு வந்தபோது ஆக்ஸ்போர்டுக்குச் சென்று என் தாயாரைச் சந்தித்தது மிகவும் உற்சாகமூட்டும் சம்பவமாக இருந்தது. பின்னர் பல ஆண்டுகள் என் தாயார் மஹாதேவ தேசாயுடன் கடிதப் போக்குவரத்து மேற்கொண்டிருந்தார். என் தாயார் காந்தியிடம் எவ்வளவு பற்றுதல் கொண்டிருந்தார் என்பது காந்தி கொல்லப்பட்ட செய்தியைக் கேட்டு அவர் எழுதிய கடிதத்திலிருந்து தெரிகிறது: 'வறுமையிலும் துயரத்திலும் உழன்று தவிக்கும் இந்த உலகத்திலிருந்து ஒரு பெரிய மகான் மறைந்து விட்டார். தியாகம், சகிப்புத்தன்மை, அற்புதமான துணிவு, அன்பு ஆகிய பண்புகளின் உருவாக அவர் திகழ்ந்தார். இந்திய மக்கள் இந்தத் துயரத்தை எப்படிச் சகிப்பார்கள் என்பதை என்னால் நினைக்க முடியவில்லை' என்று குறிப்பிட்டிருந்தார். என்னுடைய தாயார் பகல் உணவு அருந்தும் தருவாயில் வானொலி மூலம் காந்தியின் மரணச்செய்தியை அறிந்தார். உடனே அவரால் உணவு உட்கொள்ள முடியவில்லை. துக்கம் மேலிட்டு, அழுதுகொண்டு இருந்தார். 'இத்தகைய அதிர்ச்சியையும் துயரத்தையும் நான் என்றுமே அனுபவித்ததில்லை. உலகிலேயே, மிகப்பெரிய மகான் என்று போற்றப்பட்டவர், இவ்வாறு கொலை செய்யப்பட்டது தெய்வத்தையே பழிப்பதாகும்' என்று என் தாயார் குறிப்பிட்டு இருந்தார்.

2

மகான்களும் சத்யாக்கிரஹிகளும்

நாங்கள் 1927ஆம் ஆண்டு நவம்பர் முப்பதாம் தேதியன்று கொழும்பு போய்ச் சேர்ந்தோம். இலங்கையில் தங்கிய சில நாட்களில் கண்டியையும் சென்று பார்த்தோம். பின்னர், இந்தியாவில் கேரளாவுக்குச் சென்றோம். கணக்கற்ற மகான்கள், ரிஷிகள், தீர்க்கதரிசிகள் முதலியவர்களின் வாழ்க்கையால் புனிதம் அடைந்த இந்திய மண்ணில் கால் வைத்தது எனக்கு அளவில்லா ஆனந்தம் கொடுத்தது. மலையாளப் பிரதேசம் டிசம்பர் மாதத்தில் செழுமையும் பசுமையும் நிறைந்து விளங்கியது. இந்தியாவில் வறுமையும் அறியாமையும் அதிகம் என்று கேள்விப்பட்டிருந்தோம். ஆனால், நேரில் பார்க்கும் போது மக்கள் மிகச் சுத்தமாகவும், நல்ல ஆடைகள் அணிந்தும், வயிறார உண்டும் வாழ்வதைக் கண்டோம். ஆயிரக் கணக்கான சிறுவர் சிறுமியர் பள்ளிக்கூடங்களுக்குச் செல்வதையும் பார்த்து மகிழ்ச்சி அடைந்தோம். ஆனால், இந்தியாவில் பல்வேறு இடங்களில் நிறைந்திருந்த வறுமையையும் பிற்காலத்தில் காண நேரிட்டது.

கிழக்கத்திய கிறிஸ்தவக் கோயில் நிறுவன பிஷப்பான மார் இவானியோஸ் (Mar Ivanios) என்பவர் மலைகளுக்கு நடுவில் சன்யாசி களின் ஆசிரமம் ஒன்றை நடத்திவந்தார். அங்குச் சென்று பார்ப்பதற் காகத்தான் நாங்கள் கேரளா சென்றோம். அந்த ஆசிரமத்தில் கடுமையான ஒழுக்கம் நிலவியது. அந்தத் தூய வாழ்க்கை எனக்கு மிகவும் பிடித்திருந்தது. ஆயினும், அந்தச் சமயத்தில் பின்னர் எனக்கு ஏற்படப்போகும் அனுபவங்களைப் பற்றி நான் சிறிதும் சிந்திக்கவில்லை. அப்பொழுது நான் அரசியலில் ஈடுபடுவதை விரும்பவில்லை. பின்னர் அரசியலே எனக்கு முக்கியமான அலுவலாகிவிடும் என்பதையும் நான் அறிந்திருக்க வில்லை. காந்திஜியைப் பார்த்துப் பேசுவேன் என்றும் நான்

நினைக்கவில்லை. இந்தியத் தலைவர்களை அவ்வளவு எளிதில் சந்திக்கலாம் என்பது எனக்குத் தெரியாது. கேரளாவைச் சுற்றி நிறைந்திருந்த பழங்குடி மக்களைப் பற்றியும் எனக்குத் தெரியாது. அந்தச் சமயத்தில் என்னுடைய வாழ்க்கையின் உண்மை, அன்பு, அழகு எல்லா வற்றையும்விட நல்லதன்மை ஒன்றுதான் மிகவும் முக்கியம் என்ற எண்ணம் நிலவிற்று.

ரயில் மூலம் நாங்கள் பூனாவிற்குச் சென்றிருந்தோம். அங்கு விவசாயத்துறைக் கல்லூரிக்கு அருகே பாதிரி வின்ஸ்லோவும் கிறிஸ்தவ சேவா சங்கத்தைச் சேர்ந்த சில நண்பர்களும் எங்களை வரவேற்றார்கள். அங்கே நான் மேற்கொண்ட வாழ்க்கை, அந்தக் காலத்து ஆங்கிலேயர்களின் சாதாரண வாழ்க்கைக்கு மிகவும் முரண்பட்டதாகவே இருந்தது. நாங்கள் தரையில்தான் படுத்து உறங்கினோம். நாற்காலி முதலிய வசதிகள் கிடையாது. இந்தியாவில் நிலவிவந்த பழக்கத்தையொட்டி நாங்களும் தரையிலேயே உட்கார்ந்து எங்கள் அலுவல்களைச் செய்துகொண்டு வந்தோம். இந்திய நாட்டு உணவையே உட்கொண்டோம். சாப்பிடுவதற்கு முன்னும் பின்னும் கைகளை அலம்பிக்கொள்ளும் பழக்கத்தையும் மேற்கொண்டோம். வீட்டிற்குள் செல்லும்போது காலணிகளை வெளியே விட்டு வைக்கும் பழக்கமும் ஏற்பட்டது. அந்தச் சங்கத்தின் அங்கத்தினர்கள் எப்பொழுதும் கதர் ஆடையையே அணிந்திருந் தார்கள். பாதிரி வின்ஸ்லோ பல மொழிகளைக் கற்றவர். எங்களைச் சுற்றிப் புழக்கத்தில் இருந்த மராத்தி மொழியை நாங்கள் கற்றுக் கொள்ளவேண்டும் என்று அவர் யோசனை கூறினார். எங்களுக்கு மராத்தி கற்றுக் கொடுத்துவந்த பாதிரிகளில் ஒருவர் பரம்பரையான இந்தியப் பழக்கவழக்கங்களில் தேர்ச்சி பெற்றவர். எச்.வி. ஹர்ஷே என்று பெயர். மொழிப் பாடங்களைக் கற்கும்போதெல்லாம் நாங்கள் இந்திய தத்துவம் (மெய்ப்பொருள்/மெய்யியல்;), மறைஞானம் பொதுவாக வேதாந்தம் முதலிய விஷயங்கள் பற்றி விவாதங்கள் மேற்கொண்டோம். இதன் பயனாக ஆறுமாத காலத்தில் நான் தத்துவ விஷயங்களில் பல மராத்தி, சம்ஸ்கிருதச் சொற்களைக் கற்றுக்கொண்டேன்.

என்னுடைய ஆன்மிக வாழ்க்கை மும்முரமாக முன்னேறி வந்தது. 1928ஆம் ஆண்டு ஆரம்பத்தில் சபர்மதிக்குச் சென்றது ஒரு முக்கிய அனுபவம். பம்பாயில் இருந்த சில அறிஞர்கள், பல்வேறு மதங்களுக்கு இடையே தொடர்பு கொள்வதற்கான சங்கம் என்றை அமைத்திருந்தார்கள். பேராசிரியர் பி.ஏ. வாடியாவின் (P.A. Wadia) தலைமையில் இந்தச் சங்கம் எல்லா மதங்களுக்கும் பொதுவான பல

பிரார்த்தனைக் கூட்டங்களை நடத்தி வந்தது. இந்தச் சங்கத்தின் மகாநாடு, 1928ஆம் ஆண்டு சபர்மதியில் மகாத்மா காந்தியின் ஆசிரமத்தில் நடைபெற்றது. இந்த மகாநாட்டிற்குச் சென்ற நிமிஷத்தில் இருந்தே, நான் காந்திய தத்துவத்தில் மூழ்கிவிட்டேன். பல ஆண்டுகள் அந்தத் தத்துவத்தைப் பற்றி ஆர்வம் கொண்டிருந்த நான், அப்பொழுது முக்கிய சீடனாகவே மாறிவிட்டேன். அந்தச் சமயத்தில் இந்திய மக்களின் தேசிய இயக்கம், மக்களின் உணர்ச்சி முழுவதையும் பிரதிபலிக்கும் சக்தி வாய்ந்த முறையில் வளர்ந்து கொண்டு வந்தது. சபர்மதி நதிக்கரையில் அமைந்திருந்த அந்த ஆசிரமத்தில் பணியாற்றி வந்த நூற்றுக்கணக்கான தொண்டர்கள் கடுமையான உழைப்புக்கும், ஏழை மக்களின் சேவைக்கும் தங்களை அர்ப்பணித்துக் கொண்டிருந்தார்கள். அந்த நாட்களில் மனப்பூர்வ மாக தேச நலனுக்காக ஒத்துழைத்த காங்கிரஸ்காரர்களின் பண்பாட்டை, அந்த ஊழியர்கள் பெற்றிருந்தார்கள். அவர்களுக் கிடையே காந்தி, தெய்வீக முறையில், கம்பீரமும் எழிலும் நிறைந்து விளங்கினார். அவருடைய அழகான தோற்றமும், ஆத்ம சக்தியின் பொலிவும் என்னை வெகுவாகக் கவர்ந்தன. சபர்மதி வாழ்க்கை யினால், அந்தச் சில நாட்களில் என் உள்ளத்தில் மிகவும் முக்கியமான மாறுதல்கள் ஏற்பட்டன. திடீரென்று நான் இந்தியாவிலேயே ஒரு குடிமகனாகத் தோன்றிவிட்டது போன்ற பெருமை எனக்குள் ஏற்பட்டது. நான் மேற்கொண்ட புதிய தோற்றம் பிற்காலத்தில் எவ்வளவு சிக்கல்களுக்கு இடம் கொடுக்கும் எனபதை அப்பொழுது நான் அறிந்திருக்கவில்லை.

தேசிய இயக்கம் இந்தியாவிற்கும் பிரிட்டனுக்கும் இடையே ஏற்பட்ட சச்சரவு என்பதை நான் முதலில் அறியவில்லை. முற்றிலும் வேறுபட்ட இரண்டு வகை மக்களுக்கு இடையே ஏற்பட்ட கருத்து வேற்றுமை என்றே நினைத்தேன். சுதந்திரத்தைப் பற்றிய என்னுடைய கொள்கை, இந்தியாவை மட்டும் சார்ந்ததல்ல. ஆக்ஸ்போர்டில் புரட்சிக் கவிதை பற்றி நான் எழுதிப் பரிசு வாங்கிய கட்டுரையில், ஐரோப்பியத் தலைவர்கள் பலர், முக்கியமாக ஆங்கிலேயக் கவிஞர்கள், சுதந்திரத்திற் காக அரும்பாடு பட்டதைக் குறிப்பிட்டிருந்தேன். இந்திய தேசிய இயக்கத்தில் அடங்கிய பல சிந்தனைகள் மேற்கத்திய நாடுகளிலிருந்து பெற்பபட்டவைதான். டால்ஸ்டாய், ரஸ்கின் முதலிய அறிஞர்கள், காந்தியின் சாதனை களை வெகுவாக பாவிக்க ஆரம்பித்தார்கள். முதன்முதலில் காந்தியைச் சந்தித்ததும், எனக்கு ஏற்பட்ட நினைவு: 'காலனி ஆதிக்கம், ஏகாதிபத்தியம் முதலியவற்றை அறவே வெறுக்கும்

ஐரோப்பியர்கள், ஆங்கிலேயர்கள் முதலியவர்களில் நானும் ஒருவன்' என்ற எண்ணம்தான். இந்த மனப்போக்கினால், எனக்கு எவ்வித முரண்பாடும் தோன்றவில்லை. மகாத்மா காந்தியைச் சந்தித்த பிறகு, 'இதுதான் சரியான மனப்போக்கு' என்று எனக்குத் தோன்றியது. இது சற்று வியப்பு தரும் விஷயமாக இருக்கலாம். ஆனால், எனக்கு அத்தகைய மனப்பான்மை ஏற்படுவதற்குக் காரணம் இந்தியாவில் பல ஐரோப்பியர்களை அப்பொழுது நான் சந்திக்கவில்லை. என்னுடைய கருத்துகளை வெறுக்கக்கூடிய சங்கங்களில் நான் அங்கம் வகிக்கவில்லை. பிரிட்டிஷ் அதிகாரிகள் ஒருவரையும் நான் பார்க்கவில்லை. இங்கிலாந்தில் இருந்த என்னுடைய நண்பர்களும் என்னைப் போலவே இந்தியாவின் விஷயத்தில் தாராள மனப் போக்குடன் நடந்துகொள்பவர்களாகவே இருந்தார்கள்.

ஆனால், சுதந்திரப் போராட்டம் வளர்ச்சியடைந்து வந்தபோது, எனக்கு காந்தி மீது ஏற்பட்டிருந்த பற்றுதலின் புதிய அம்சங்கள் சில தெளிவாகப் புலப்பட்டன. நான் வழக்கத்திற்கு விரோதமாக நடந்து கொண்டு வந்தேன் என்னும் உண்மையை, அதிகமாக ஆங்கிலேயர் களைச் சந்தித்ததன் மூலம் அறிந்துகொண்டேன். இதனால் சில அசம்பாவிதங்கள் நேர்ந்தன. என்றாலும், சுதந்திரத்திற்காகப் பாடுபடுவது எனக்கு ஒருவித வேகத்தைக் கொடுத்தது, விளைவு களைப் பற்றி நான் அதிகமாகக் கவலைப்படவில்லை. இரண்டாவது உலக யுத்தம் நடந்துகொண்டிருந்த போது, ஜபல்பூரில் நான் ஒருநாள் பிரிட்டிஷ் அதிகாரிகள் சிலருடன் விருந்து சாப்பிட்ட போது, தேசிய இயக்கத்துடன் நான் கொண்டிருந்த ஈடுபாட்டினால் ஏற்படும் விளைவுகளை நன்றாக அறிந்துகொண்டேன். இந்தியாவிற்கும் பிரிட்டனுக்கும் இடையே போர் மூண்டுவிட்டால், நான் என்ன செய்வேன் என்று எனக்கு விருந்து அளித்தவர் கேட்டார். 'இந்தியாவிற்காகப் பரிந்து பேசும் ஒவ்வொருவருக்கும் அத்தகைய சம்பவம் ஒரு சோதனை ஆகும்' என்றார். 'எனக்கு எப்பொழுதுமே போரில் நம்பிக்கை கிடையாது. அத்தகைய நிலை ஒன்று ஏற்படும் போதுகூட, நான் இந்தியாவின் பக்கம்தான் இருப்பேன்' என்று பதில் கூறினேன். இதைக் கேட்டதும் என்னுடைய நண்பர்களிடையே நிலவிய அதிர்ச்சி நிறைந்த மௌனம் இன்னும் எனக்கு நினை விருக்கிறது. அவர்களுக்கிடையே ஒரு துரோகி வந்துவிட்டான்; அவனைச் சுட்டு வீழ்த்தும் தர்மசங்கடம் ஏற்பட்டுவிட்டது என்று அவர்கள் நினைப்பதாகத் தோன்றியது. ஆயினும், நான் பிரிட்டனின் கொள்கைகளுக்குத் துரோகம் செய்வேன் என்று எனக்கு எப்பொழுதுமே தோன்றவில்லை. அதற்கு மாறாக, பிரிட்டன்

மகான்களும் சத்யாக்கிரவிகளும் ✢ 19

உலகத்திற்குப் போதித்துவந்த உயர்ந்த தத்துவங்களைக் கடைப் பிடித்து வருபவனாகவே நான் என்னைக் கருதினேன்.

என்னுடைய வாழ்க்கையின் எதிர்காலத்தில் வெகுதூரம் சென்று விட்டேன். முந்திய கால வாழ்க்கைக்கு இப்போது திரும்புவோம். சபர்மதி வருகைக்குப் பிறகு, என் வாழ்க்கையில் ஏற்பட்ட மிக முக்கியமான சம்பவம் ஒன்று உண்டு. அப்பொழுது நான் உயிரை இழக்கும் ஒரு நிலைமைக்கு உள்ளானேன். 1928ஆம் ஆண்டு முழுவதும் என்னுடைய ஆரோக்கியம் பாதிக்கப்பட்டிருந்தது. தரையில் படுத்துக்கொள்ளுவது, உட்கார்ந்து சாப்பிடுவது முதலிய பழக்கங்களுடன் சிமின்ட் பூசிய தரையிலேயே படுத்து உறங்கு வதையும் மேற்கொண்டேன். பாய், தலையணை ஒன்றும் இல்லாமல் படுத்து உறங்கும் கடுமையான பழக்கத்தையும் மேற்கொண்டேன். காலணிகள் இல்லாமலே நடமாடுவேன். எது கிடைத்தாலும் உட்கொள்வேன். முதலில் இந்தப் பழக்கங்களினால், அதிக கெடுதல் எதுவும் ஏற்படவில்லை. ஆனால், மழைக் காலத்திலும் இவ்வாறு பாதுகாப்பின்றி தரையில் படுத்து உறங்குவது உடல் நலனுக்குப் பொருந்தாது என்பதை நான் அறியாதது மடத்தனம் என்றே பலர் கருதுவார்கள். புகழ்பெற்ற நகைச்சுவை எழுத்தாளர் வோட் ஹவுஸின் நாவல்களைப் படிப்பது, விஸ்கி அருந்துவது ஆகிய பழக்கங்களால்தான் நான் உயிருடனிருந்தேன்' என்று ஒருவர் வேடிக்கையாகக் கூறினார்.

இந்தப் பழக்கங்களின் விளைவாக, எனக்குக் கடுமையான வயிற்றுப்போக்கு ஏற்பட்டு இரண்டு மாதங்கள் மரணப் படுக்கையில் கிடந்தேன். இங்கிலாந்தில் எனது குடும்பத்தாருக்குத் தந்திகள் பறந்தன. நான் இறந்தவுடன், என்னைப் புதைப்பதற்கான ஏற்பாடுகள்கூட மேற்கொள்ளப்பட்டுவிட்டன. எனக்குப் பிராயச்சித்தம் அளிப் பதற்காக பம்பாய் பிஷப்பும் வந்துசேர்ந்தார். அதே சமயத்தில் ஆக்ஸ்போர்டில் பாலியாலை சேர்ந்த பிஷப் பாமர் என்னுடைய நிலைமையைக் கண்டு, தாமாகவே ஒரு புதிய சிகிச்சை அளித்தார். அவர் கொண்டுவந்த மூன்று பாட்டில் மதுபானத்தை என்னிடம் கொடுத்து, அவைதான் எனக்கு உகந்த மருந்து, என்று எனக்கு சிகிச்சை அளித்துவந்த மருத்துவர்களிடம் எடுத்துக் கூறினார். அவை என்னுடைய உயிரைக் காப்பாற்றாவிட்டாலும், என்னுடைய கடைசி நாட்களில் எனக்குத் துன்பம் ஏற்படாமல் செய்யும் என்று அவர் வாதாடினார். உண்மையில், அவர் அளித்த மதுவகைகள்தான் என் உயிரைக் காப்பாற்றின என்று நான் நினைக்கிறேன். ஆனால், பூனாவிலிருந்து வந்த மருத்துவர்கள், நான் ஓர் ஆண்டுகாலம் ஓய்வு

எடுத்துக்கொள்ள வேண்டும் என்று வற்புறுத்தினார்கள். ஆகவே, நான் மீண்டும் ஆக்ஸ்போர்டுக்குச் சென்று ஆராய்ச்சியில் ஈடுபட்டு, பின்னர் இந்தியாவிற்குத் திரும்பலாம் என்று முடிவு செய்தேன்.

ஆக்ஸ்போர்டில் நான் கழித்த ஒவ்வொரு ஆண்டுக் காலமும் நல்ல பயனுள்ளதாக அமைந்தது. பல்வேறு நூலகங்களுக்குச் சென்று, நான் வெகுவாக ஆராய்ச்சியில் ஈடுபட்டேன். அந்தச் சமயத்தில் நான் மூன்று புத்தகங்களை எழுதினேன்: 'கிறிஸ்தவ தியானம்' - தத்துவத்தைப் (மெய்ப்பொருள்) பற்றிய நூல் இது. மற்றொரு புத்தகம், பம்பாயில் இயங்கிய சர்வமத சங்கத்திற்காக எழுதப்பட்டது. கிறிஸ்தவ சுவிசேஷங்களைப் பற்றிய ஆராய்ச்சி இது. அதே சமயத்தில்தான் பகவத்கீதை பற்றிய ராஜாஜியின் ஆராய்ச்சி நூலும் குர்ஆனைப் பற்றிய மற்றொரு நூலும் வெளிவந்தன. என்னுடைய புத்தகத்தில் இந்து அறிஞர்களான கேசவசந்திரசென், ராம்மோகன் ராய் போன்றவர்களின் சிந்தனைகளை மேற்கோள் காட்டியிருந்தேன். நான் எழுத மேற்கொண்ட மூன்றாவது புத்தகம், ஓர் ஆங்கில தத்துவ ஞானியைப் பற்றியது. அவருடைய தத்துவத்தை, இந்துக்களின் பக்தித் தத்துவத்தோடு ஒப்பிட்டு எழுத ஆரம்பித்திருந்தேன். அத்துடன், செயின்ட் பிரான்சிஸ் உபதேசங்களையும் இந்துமதக் கோட்பாடுகளுடன் ஒப்பிட்டு ஒரு புத்தகமும் எழுதினேன்.

1929ஆம் ஆண்டில் நான் மீண்டும் இந்தியாவிற்குத் திரும்புவதற் கான ஆரோக்கியம் எனக்கு ஏற்பட்டுவிட்டது. முதலில் பாலஸ்தீனத் திற்குச் சென்றேன். ஜெருசலம் நகரிலும் பெத்தலகெம் நகரிலும் புனித ஸ்தலங்கள் பலவற்றில் நான் பக்தி மேலிட்டு, ஆனந்த மடைந்தேன். பின்னர், ஐரோப்பா பிரதேசத்தில் பல்வேறு கிறிஸ்தவ மடங்களுக்குச் சென்று பார்த்தேன். நவம்பர் மாதத்தில் பூனாவிற்கு வந்துசேர்ந்தேன். கிறிஸ்தவ சேவா சங்கம், ஓர் உண்மையான ஆசிரமமாக அப்பொழுது திகழ்ந்தது. அது மிகவும் நல்லமுறையில் இயங்கி வந்தது. பாதிரி வின்ஸ்லோ ஓய்வு எடுத்துக்கொண்டு, இங்கிலாந்து சென்றுவிட்டார். ஆசிரமத்தை நடத்தும் பொறுப்பு அதிக அனுபவமில்லாத எனக்கு ஏற்பட்டுவிட்டது. பாதிரி வின்ஸ்லோவும் இந்திய சுதந்திர இயக்கத்தில் ஈடுபாடுகொண்டார். ஆனால், இந்தியா படிப்படியாக வளர்ச்சி அடைந்து, இறுதியில் சுதந்திரம் அடைய வேண்டும் என்ற ஆங்கில லிபரல் தத்துவத்தை அவர் பின்பற்றிவந்தார். இந்தப் போராட்டத்திற்கு இரு சாராருடனும் தொடர்புகொண்டிருந்தார். அவர் ஆசிரமத்தை விட்டுச்சென்ற வுடன் பூனை இல்லாத இடத்தில் எலிகளைப் போல, விருப்பம் போல நாங்கள் நடந்துகொள்ளத் தொடங்கினோம். ஆசிரமக்

கட்டடத்தின் மீது நான் மூவர்ண தேசியக் கொடியை ஏற்றி விட்டேன். பம்பாயில் ஒரு கிறிஸ்தவக் கோயிலின் மீது பிரிட்டிஷ் தேசியக் கொடியான யூனியன் ஜாக் பறக்கவிடப்பட்டிருந்ததால், இந்தியாவின் தேசியக் கொடியை நான் பறக்கவிடுவதில் தவறு ஒன்றும் இல்லை என்று கருதினேன். நான் மேற்கொண்ட செயல்களினால் உண்மையான நெருக்கடி ஒன்றும் ஏற்படவில்லை. ஆனால், ஆசிரமத்தில் நான் ஏற்பாடு செய்திருந்த ஒரு சொற்பொழிவின் விளைவாக ஒரு நெருக்கடிநிலை ஏற்பட்டது.

மகாத்மா காந்தி தம்முடைய கடிதத்தை வைஸ்ராயிடம் கொடுப்பதற்காக ஓர் ஆங்கிலேய இளைஞரைத் தேர்ந்தெடுத்தது பற்றி இந்தியா முழுவதும் பத்திரிகைகள் பரபரப்புடன் குறிப்பிட்டிருந்தன. காந்திஜியின் தூதர் காக்கி அரை நிஜார் அணிந்து, ஆடம்பரம் நிறைந்த வைஸ்ராய் மாளிகைக்குள் செல்வது பொதுமக்கள் கற்பனையில் ஒரு விநோதமாக இருந்தது. இங்கிலாந்தில் மன்னர் அரண்மனைக்குள், நாலு முழம் துண்டு உடுத்திய காந்தி சென்று, பிரிட்டிஷ் பேரரசருடன் பேச்சுவார்த்தைகள் நடத்தியதற்கும், இதற்கும் ஓர் ஒற்றுமையை மக்கள் கண்டனர். அந்த இளைஞர் வயதில் சிறியவர் என்பதால், மற்றவர்களால் அங்கீகரிக்கப்படவில்லை. சில ஆண்டுகளுக்கு முன் அகால மரணமடைந்தது, அவ்விளைஞரின் உற்சாகத்திற்கு அவர் செலுத்திய காணிக்கை என்றே கொள்ள வேண்டும். ரெஜினால்டு ரேனால்டுஸ் யார் என்பது எனக்குத் தெரியாது. தாம் இங்கிலாந்து செல்லும் வழியில், கிறிஸ்தவ சேவா சங்க ஆசிரமத்தில் சில நாட்கள் தங்க வேண்டுமென்று விரும்பி அவர் எனக்குக் கடிதம் எழுதியிருந்தார். நான் உடனே அவரை ஆவலுடன் வரவேற்றேன். தம்முடைய எளிமை, அறிவு ஆகிய பண்புகள் மூலம் எல்லோருடைய உள்ளங்களையும் அவர் கவர்ந்துவிட்டார். காந்திய தத்துவம் பற்றி ஆசிரமவாசிகளுக்கு ஓர் உரை நிகழ்த்தும்படி அவரைக் கேட்டுக்கொண்டேன். அவர் நிகழ்த்திய சொற்பொழிவுகளில் சர்வதேச அமைதிக்கும் நாட்டு முன்னேற்றத்திற்கும் காந்தி எடுத்துக்கூறிய உபதேசங்கள் மிகவும் தெளிவாக விளங்கின. அன்று பேசியதை எந்தக் கிறிஸ்தவக் கோயிலிலும் பேசி இருக்கலாம் அவர். அவ்வளவு நேர்மையான உரை அது.

ஆனால், அரசாங்கத்திற்கு இது பிடிக்கவில்லை. போலீஸார் வருவார்கள் என்று எதிர்பார்த்தேன். அப்பொழுதுதான் இங்கிலாந்தில் கிறிஸ்தவ கோயில் நிறுவனங்கள் எவ்வாறு இயங்கிவந்தன என்பதை நான் அறியமுடிந்தது. போலீஸுக்குப் பதிலாக தலைமைப் பாதிரியே என்னைப் பார்க்கவந்தார். ஆசிரமத்தில் ரெஜினால்டை வரவேற்றது

பற்றி அரசாங்கத்துக்கு அதிருப்தி ஏற்பட்டதாகவும், என்னுடைய நடத்தைக்கு நான் சமாதானம் கூறவேண்டும் என்றும் அவர் எனக்கு எழுதியிருந்தார். சமாதானம் கூறுவதற்கு ஒன்றும் கிடையாது. ஆகவே, என்னுடைய பதிலில் நான், 'இந்த விஷயத்தில் இரகசிய போலீஸுக்குப் பதிலாக கிறிஸ்தவ கோயில் நிறுவனம் சிரத்தை எடுத்துக்கொண்டது வியப்பு அளிக்கும் விஷயம்' என்று குறிப்பிட்டிருந்தேன். இந்தச் சம்பவத்திற்குப் பிறகு, போலீஸும் கிறிஸ்தவ பாதிரிகளும் என்னைக் கண்காணிக்கத் தொடங்கி விட்டனர். கிறிஸ்தவ சேவா சங்கம் இத்தகைய மிரட்டல்களுக்கு எல்லாம் சிறிதும் இடம் கொடுக் காமல் தான் எதைச் சரி என்று நினைத்ததோ அந்த மார்க்கத்திலேயே சென்று கொண்டிருந்தது.

எடுத்துக்காட்டாக 1930ஆம் ஆண்டில், ஆசிரமத்தின் உறுப்பினர்களின் ஒப்புதலோடு, நான் சுபாஷ் சந்திரபோஸை ஆசிரமத்திற்கு வரவழைத்தேன். குஜராத்தில் வரிகொடா இயக்கம் நடைபெற்ற போது, அதைப்பற்றி அறிவதற்கு சர்தார் வல்லபாய் படேல், எனக்கு விடுத்த அழைப்பையும் நான் ஏற்றுக்கொண்டேன். இந்த வரிகொடா இயக்கம், மிகவும் விரிவான அளவில் நடைபெற்று வந்தது. அதை அடக்குவதற்கு அரசாங்கம் கடுமையான நடவடிக்கை மேற்கொண்டது. அந்த நடவடிக்கைகளின் விளைவாக, பெரும் பகுதியிலிருந்து மக்கள் அண்டையிலிருந்த பரோடா சமஸ்தானத்திற்கு இடம் பெயர்ந்து செல்லும் நிலைமையும் ஏற்பட்டது. நான் 60 கிராமங்களைச் சுற்றிப் பார்த்து ஓர் அறிக்கை வெளியிட்டேன். அந்த அறிக்கை முதலில் *பம்பாய் கிரானிகிள்* பத்திரிகையிலும், பின்னர் புத்தகமாகவும் வெளியாயிற்று. கிறிஸ்தவ பாதிரி என்ற முறையில், ஆங்கிலேய அரசாங்கத்தை, அது தன்னுடைய மதக் கோட்பாடு களின்படி நடந்துகொள்ள வேண்டும் என்று வற்புறுத்தினேன்.

பூனாவில் நாங்கள் காலையிலும் மாலையிலும் எங்கள் வழிபாட்டின் இறுதியில், இந்திய நாட்டு தொன்மையான பிரார்த்தனையையே மேற்கொண்டோம். 'பொய்மையிலிருந்து என்னை விடுவித்து உண்மைக்கு வழிகாட்டு. இருளிலிருந்து என்னை ஒளியை நோக்கி நடத்திச் செல். மரணத்திலிருந்து விடுதலை அளித்து, சிரஞ்சீவித் தன்மையைக் கொடு' என்பதே இந்தப் பிரார்த்தனையின் வாக்கியங்கள். எங்கள் ஆசிரமத்திற்குப் பல்வேறு இந்திய அறிஞர்கள் வந்துபோய்க்கொண்டு இருந்தார்கள். அவர்களில் ஒருவர் ஷாம்ராவ் ஹிவாலே என்பவர். இவர் என் வாழ்நாள் முழுவதும் எனக்கு நண்பராகத் தொடர்ந்து நீடித்தார். அவர் என்னைவிட ஆறு மாதங்கள் இளையவர். ஆயினும், அவர்

மகான்களும் சத்யாக்கிரஹிகளும் ✳ 23

ஆசிரமத்திற்கு வந்ததிலிருந்து இந்திய பழக்க வழக்கங்களில் எனக்கு வழிகாட்டி என்னைப் போஷித்து வந்தார். எல்லோரையும் கவர்ந்து விடும் அழகான தோற்றமுடையவர். அவர் இங்கிலாந்து சென்று படிக்கவேண்டும் என்று பல ஆண்டுகள் கனவு கண்டுகொண்டிருந் தார். பின்னர், ஓர் ஆண்டு காலம் ஒரு கிறிஸ்தவ மதப் பிரசார நிறுவனத்தின் உதவியால் இங்கிலாந்தில் கல்வி பயின்றார். அங்குச் செல்வதற்கு முன் என்னுடன் குஜராத்தில் சுற்றுப்பயணம் செய்தார். இங்கிலாந்திலிருந்து திரும்பியவுடன் அவர் என்னுடன் வடமேற்கு எல்லைப்புறத்தில் பணி மேற்கொண்டார். அதன் பிறகு, நாங்கள் இருவரும் சேர்ந்தே உழைத்துவந்தோம். அந்தக் காலத்தில் ஆங்கிலேயன் ஒருவன், இந்திய மக்களுடன் உண்மையில் நெருங்கிப் பழகுவது கடினமாகவே இருந்தது. நான் ஷாம்ராவைச் சந்திக்கா விட்டால், என்னால் எவ்விதத்திலும் இந்தியாவிற்குத் தொண்டாற்றி இருக்க முடியாது. அவருடைய துணையும், கபடமற்ற மனப் பான்மையும் பல சிக்கல்களிடையே எனக்கு உற்சாகம் அளித்து வந்தன.

1928இலிருந்து 32ஆம் ஆண்டு வரையிலான காலத்தில் நாங்கள் காந்தியுடனும் அவர்களுடைய சகாக்களுடனும் மிகவும் நெருங்கிய தொடர்பு கொண்டிருந்தோம். அந்த ஆண்டுகள் இந்தியாவின் எதிர்காலத்திற்கு மிகவும் முக்கியமானவையாக இருந்தன. அப்பொழுதுதான் டொமினியன் அந்தஸ்து நிராகரிக்கப்பட்டு, பூர்ண சுயராஜ்யம் வேண்டும் என்று காங்கிரஸ் நிர்ணயித்தது. குடியரசுத் தத்துவம், சோஷலிசம் முதலியவை பற்றி நேரு அளித்த விளக்கத்தையொட்டி, காங்கிரஸ் சோஷலிசப் பாணியிலான சமுதாயத்தை அமைப்பதற்குத் திட்டம் மேற்கொண்டது. 1928ஆம் ஆண்டிலிருந்து இந்திய மக்களிடையே ஒரு பெரும் மாறுதல் ஏற்பட்டது. குடியானவர்களிடையே ஒரு பெரும் கிளர்ச்சி தோன்றிற்று. தொழிலாளர்கள் இயக்கமும் வலுத்தது. வல்லபாய் படேல் முன்னணிக்கு வந்து, அரசாங்கத்திற்கு எதிரான தம்முடைய வரிகொடா இயக்கத்தை குஜராத்தில் ஆரம்பித்தார். அதற்கு முந்திய ஆண்டு இந்தியாவிற்கு வந்திருந்த சைமன் கமிஷனின் விளைவாக, அறிஞர்களும், இளைஞர்களும் விழிப்பு அடைந்தனர். லாலா லஜபதிராய் போலீசாரால் லாகூரில் அடிக்கப்பட்டு, பின்னர் இறந்து போனார். சில வாரங்களுக்குப் பிறகு, லக்ஷ்மணபுரியில் நேரு, போலீஸாரின் வன்முறைக்கு உள்ளானார். பஞ்சாபிலும் வங்காளத் திலும் புரட்சிக்காரர்கள் தங்களுடைய இயக்கத்தை ஆரம்பித்தனர்.

காந்தியுடன் ஒரு நடைபயணத்தில்

அரசாங்கம் மிகவும் கடுமையான நடவடிக்கைகளை மேற் கொண்டது. நாடு முழுவதும் அரசாங்கத்தை எதிர்த்து சத்தியாக்கிரகம் பரவிற்று. ஆயிரக்கணக்கானவர்கள் சிறையிலிடப்பட்டார்கள். 1929ஆம் ஆண்டு டிசம்பர் மாதம் தேசிய காங்கிரஸ் மகாசபை லாகூரில் நேருவின் தலைமையில் கூடிற்று. பிரிட்டிஷ் அரசாங்கத்தின் மனப்போக்கைக் கண்டு பொறுமை இழந்த இந்திய மக்கள் சுதந்திரப் பிரதிக்ஞையை எடுத்துக்கொண்டார்கள். அதற்கு அடுத்த ஆண்டு மகாத்மா காந்தி தண்டி யாத்திரையை மேற்கொண்டு, உப்பு சத்தியாக்கிரகத்தை ஆரம்பித்தது உலக முழுவதும் மக்களைக் கவர்ந்து, அவர், மே மாதம் ஐந்தாம் தேதி சிறையிலிடப்பட்டார். அதற்கு முன்னரே நேருவும் கைது செய்யப்பட்டார். உடனே இயக்கம் நாடு முழுவதும் பரவிவிட்டது. அரசாங்கத்திற்கு சிறிது

மகான்களும் சத்தியாக்கிரஹிகளும் ❋ 25

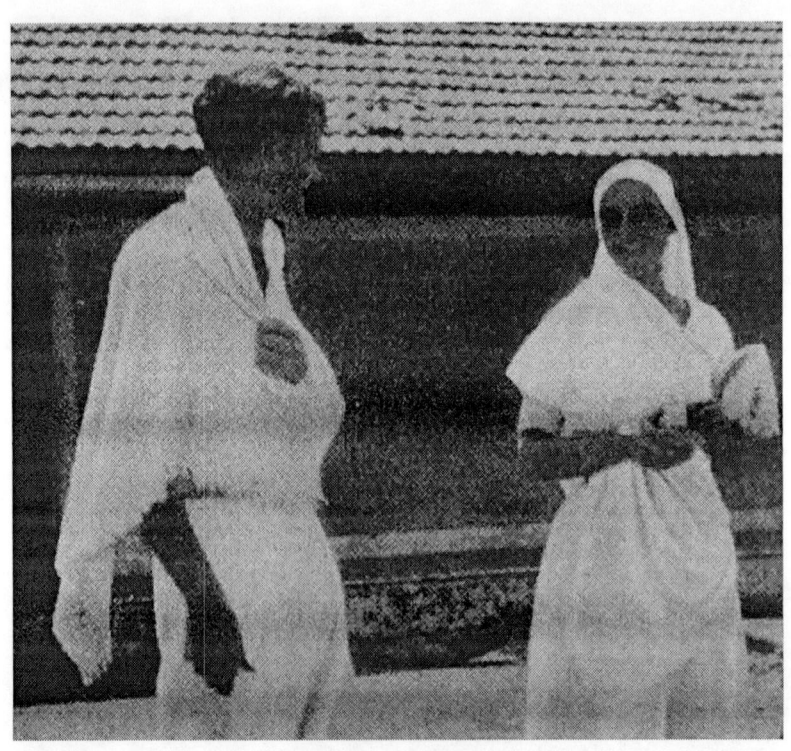

சபர்மதி ஆஸ்ரமத்தில் மீராபென்னுடன் பேசிக்கொண்டு

அச்சம் ஏற்பட்டது. 'இந்தியப் பெண்களிடையே தோன்றிய விழிப்பும், அதன் விளைவாக அவர்கள் தேசிய இயக்கத்தில் பங்கு கொண்டதும் மிகவும் கவலைக்கிடமான விஷயம்' என்று அப்போது இந்திய அரசாங்கத்தில் உள்துறைக் காரியதரிசியாக இருந்த எமர்சன் என்னிடம் குறிப்பிட்டது நினைவிருக்கிறது.

இந்தியா முழுவதும் மட்டுமின்றி, வடமேற்குப் பகுதியிலும் இந்தக் கிளர்ச்சி வலுவடைந்தது. 1931 பிப்ரவரி மாதத்தில் மோதிலால் நேரு காலமானார். அமைதியிலேயே நாட்டம்கொண்ட காந்திஜி, பின்னர் வைஸ்ராய் இர்வினுடன் பேச்சுவார்த்தைகள் மேற்கொண் டார். எல்லா விஷயங்களையும் லண்டனின் வட்ட மேசை மாநாட்டில் விவாதிப்பது என்று முடிவு செய்யப்பட்டது. ஆகஸ்ட் 29ஆம் தேதியன்று காந்திஜி லண்டனுக்குப் புறப்பட்டுச் சென்றார். அவர் திரும்பி வந்தவுடன் 1932 ஜனவரி நான்காம் தேதி மீண்டும் கைது செய்யப்பட்டார். இந்த ஆண்டுகளில், எனக்கும் கிறிஸ்தவ சேவா சங்கத்திற்கும் இருந்த தொடர்பு சிறிது சிறிதாகக் குறைந்து

கொண்டே வந்தது. நான் அடிக்கடி சபர்மதி ஆசிரமத்திற்கு சென்று வந்து கொண்டிருந்தேன்.

சபர்மதியில் காந்திஜியின் இல்லத்திலேயே எனக்கு ஓர் அறை கொடுக்கப்பட்டது. அந்தக் குடிசையிலிருந்த நான் சபர்மதி நதிக்கு அப்பாலுள்ள காட்சிகளைப் பார்க்கும்போதெல்லாம், எந்தச் சக்திகளை எதிர்த்து காந்தி போராடி வந்தாரோ அவற்றின் உருவங்கள் என் கண்ணுக்குப் புலப்படும். நூல் நூற்கும் கைராட்டினத்தை அழிப்பதற்காகத் தோன்றிய ஆலைகளின் புகைப்போக்கிகள்; ஆங்கில ஆதிக்கத்தின் சின்னமான கலெக்டர் விடுதி; கிராமப் புறங்களில் எளிய மக்களின் வாழ்க்கையைக் குலைக்கவந்த ரயில்நிலையம். இக்கரையில் ஆசிரமவாசிகளின் எளிய குடிசைகள் இருந்தன. மண் உலகத்தின் சக்தியும், ஆத்மிக உலகத்தின் சக்தியும் ஒன்றுக்கொன்று போர்முனையில் எதிர்த்து நிற்பது போல எனக்குத் தோன்றிற்று. நான் அங்கு முதலில் வந்தபோது, நதியில் சிறிது சிறிதாகத் தண்ணீர் வந்துகொண்டிருந்தது. விரைவில் வெள்ளம் பெருகி, ஒரு பெரிய பிரவாகமாகி பாய்ந்து வந்தது. 'அன்பு, நீதி, தியாகம் ஆகிய பண்புகளின் அடிப்படையில் உருவான ஒரு புதிய நாகரிகம், வறட்சி நிறைந்த **இன்றைய உலகின் நடுவே பிரவாகம் எடுத்து வருவதற்கான சின்னம்தானே இது?'** என்று நான் அப்பொழுது எழுதியிருந்தேன்.

ஆசிரம வாழ்க்கையின் நிகழ்ச்சிகள் கடுமையான ஒழுக்கம் நிறைந்தவை. அதிகாலை நான்கு மணிக்கே எல்லோரும் எழுந்துவிட வேண்டும். பின்னர், வெளியிடத்தில் எல்லோரும் பிரார்த்தனைக் காகக் கூடவேண்டும். ஒரு மணிநேரப் பிரார்த்தனைக்குப் பிறகு, காலை ஆறு மணிக்கு சிற்றுண்டி - அதாவது ஒரு ரொட்டித் துண்டும் ஒரு டம்ளர் பாலும். பின்னர் நூல் நூற்பது, இந்தி கற்றுக்கொள்ளுவது முதலிய வகுப்புகள். பத்து மணிக்கு எல்லோரும் நீராடி, தம் துணிகளைத் துவைக்க வேண்டும். இதற்குத் தனியாக வேலையாள் கிடையாது. பத்தேமுக்கால் மணிக்குச் சப்பாத்தி, வேகவைக்கப்பட்ட காய்கறிகள், தயிர் உட்பட பகலுணவு; பின்னர் பகல் பன்னிரண்டரை மணியிலிருந்து ஐந்து மணிவரை நூற்பது, நெய்வது போன்ற அலுவல்கள்; அடிக்கடி நெசவு விஷயமாக சிலர் பாடங்கள் போதிப்பார்கள். மாலை ஐந்தரை மணிக்கு பகலில் உட்கொண்டது போன்ற உணவு. ஆறேகால் மணிக்கு காந்தியுடன் உலாவச் செல்வோம். அந்த நிகழ்ச்சியில் எனக்கு மிகவும் ஆர்வம். அவ்வப் போது காந்தி யாராவது ஒருவருடன் உரையாடல் மேற்கொள்வார். ஏழரை மணிக்கு மாலைப் பிரார்த்தனை. பின்னர், ஒன்பது மணிக்கு

எல்லோரும் படுக்கச் சென்றுவிடுவோம். மீண்டும் பள்ளிக்கூடத்தில் படிப்பது போலவே எனக்குத் தோன்றிற்று. ஒரு நிகழ்ச்சிக்காவது தாமதமாகச் செல்லக்கூடாது என்ற பயம் எனக்கு இருந்தது. இந்த அன்றாட நிகழ்ச்சிகளை காந்திஜி ரயில் பயணத்திற்கு ஒப்பிட்டார். தாமதித்து நிலையத்திற்கு வந்தால் ரயில் தவறிவிடுவது போல, சாப்பாட்டிற்குத் தாமதித்து வந்தால் உணவு கிடையாது! மிகவும் கடுமையான ஒழுக்கமுறை.

மாலையில் பிரார்த்தனை முடிந்த பிறகு, ஒவ்வொருவரும் அந்த நாள் முழுவதும் நூற்ற நூலின் அளவைச் சமர்ப்பிக்க வேண்டும். அந்த ஆசிரமத்தில் சுமார் நூற்றைம்பது ஊழியர்கள் இருந்தார்கள். ஆசிரம வாழ்க்கையின் முக்கிய அம்சம் உடலுழைப்பு, சிக்கனம், கட்டுப்பாடு, பரிசுத்தம், காலம் தவறாமை ஆகியவையாகும். ஆசிரமத்தைச் சேர்ந்த உறுப்பினர்கள் சத்தியம், அஹிம்சை, பிரம்மசரியம், உணவுக் கட்டுப்பாடு முதலிய பிரதிக்ஞைகளை எடுத்துக்கொண்டார்கள். ஒவ்வொருவருடைய செலவும் மாதம் பன்னிரண்டு ரூபாய் அளவுக்குக் கட்டுப்படுத்தப்பட்டது. ஒருவரும் சொந்தத்தில் பணம் வைத்துக்கொள்ளக் கூடாது. இவற்றுக்கெல்லாம் காந்திஜியே தமது நடத்தையின் மூலம் உதாரணமாகத் திகழ்ந்தார். தம்முடைய கைகளைக்கொண்டே உழைப்பார். மிகவும் சிறிய அளவு உணவை உட்கொண்டார். மிகவும் எளிய கிராமவாசியின் உடையையே அணிந்துகொண்டிருந்தார். அவருடைய ஆடையை நனைத்துத் துவைக்கும் அருமையான பணி ஒருமுறை எனக்குக் கிடைத்தது. அப்பொழுதுதான் ஆடையில் அவருடைய சிக்கனம் எனக்கு வியப்பு அளித்தது. காந்தி எப்பொழுதுமே மூன்றாம் வகுப்பில்தான் ரயில் பயணம் செய்வார். தம்முடைய புத்தகங்களில் அவர் பதிப்புரிமை கொண்டாடுவதில்லை. சபர்மதியில் அவருடைய குடிசை மிகவும் எளிய முறையில் அமைந்திருந்தது. அவர் கடிதங்களைச் சிறுசிறு காகிதங்களில்தான் எழுதுவார். எளிய வாழ்க்கை என்பது அவருக்கு ஒரு தெய்வீக வழிபாடாகவே அமைந்தது. காந்தியின் கடுமையான ஒழுக்கம் அனாவசியமான துன்பத்திற்கு உட்படுவதல்ல; எதையும் கணக்கிட்டு, அளவோடு நடந்துகொள்வதுதான். நூல் நூற்பது, பஞ்சு சிட்டம் போடுவது முதலிய நடவடிக்கைகள் எனக்கு மிகவும் பிடித்திருந்தன. நெசவு முறையின் பல்வேறு சிக்கல் நிறைந்த நடவடிக்கைகளைக் கற்றுக் கொள்வது எனக்கு உற்சாகம் கொடுத்தன.

இவ்வகையில் காந்தி அந்த ஆசிரமத்தின் தலைவராகவும், போதகராகவும் விளங்குவதை நான் நன்றாக அறிந்தேன்.

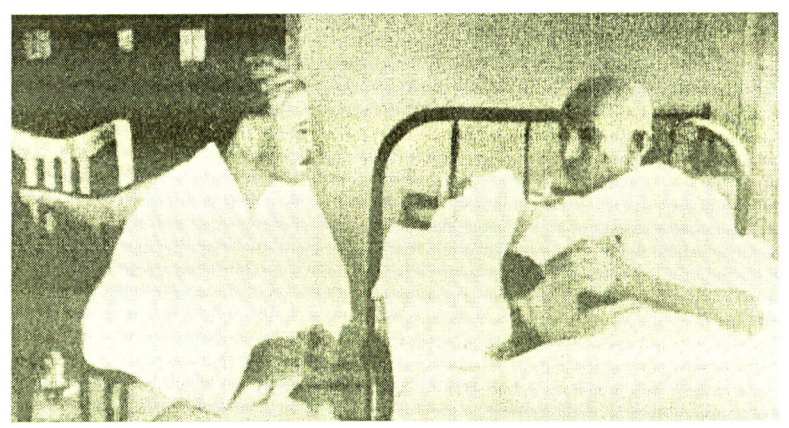

காந்தியின் ஓர் உண்ணாவிரதத்திற்குப் பிறகு அவருடன் பேசிக்கொண்டு

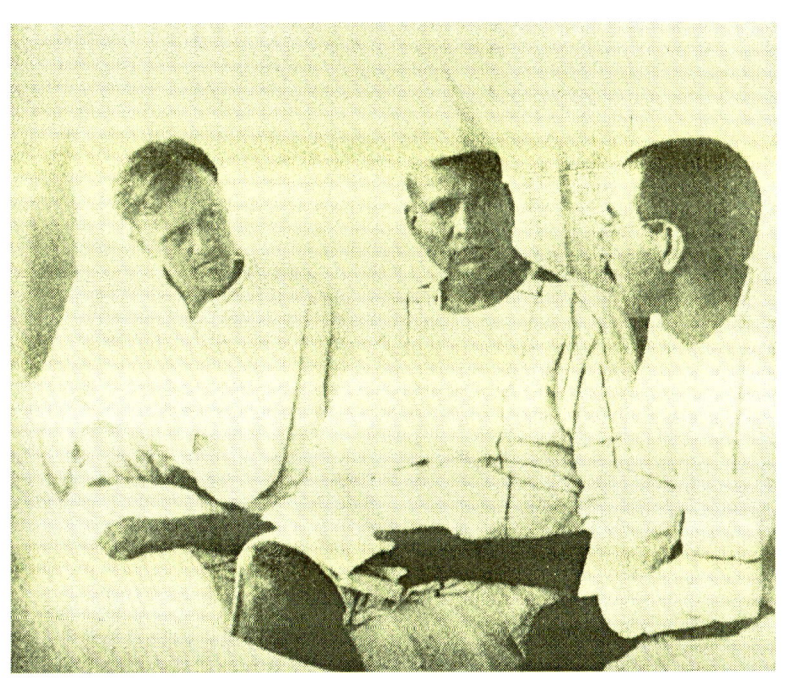

துளியா சிறைக்கு சென்றபோது, ஜம்னாலால் பஜாஜ், காந்தியின் செயலாளர் பியாரிலால் ஆகியோருடன் பேசிக்கொண்டிருக்கையில்

வைசிராயைக் காணச் செல்லும் போதுகூட அவர், ஆசிரமவாசி களுக்கு ஆத்மிகத் துறையிலான பல்வேறு உபதேச மொழிகளை எழுதி வைத்துவிட்டே செல்வார். அவர் மிகவும் கண்டிப்பாக இருந்தாலும், மற்றவர்களின் கஷ்டங்களை நன்றாக அறிந்திருந்தார். மிகவும் தாழ்ந்தவர்களிடம்கூட, அவர் அன்புடன் நடந்து கொள்வார். அதற்குச் சில ஆண்டுகளுக்கு முன்புதான் ஸ்லேடு (Slade) என்ற ஆங்கிலப் பெண்மணி ஆசிரமத்தில் வந்துசேர்ந்து, மீராபென் என்ற பெயருடன் காந்திஜியின் சிஷ்யரானார். 1931ஆம் ஆண்டில் காந்திஜி மேற்கொண்ட ரயில் சுற்றுப்பயணம் பற்றி எனக்கு நினைவுக்கு வருகிறது. பம்பாய்க்குச் செல்ல இருந்த இரவு ரயிலில் மூன்றாம் வகுப்பு பெட்டிகள் ரிசர்வ் செய்யப்பட்டிருந்தன. காந்திஜியின் காரியதரிசி பியாரிலால் பல மூட்டைகளுடன் வந்து சேர்ந்தார். கடைசியில், காந்தி, அவரது மனைவி, ஜம்னாலால் பஜாஜ் முதலியோர் வந்தார்கள். காந்தி புறப்பட்டுச் செல்வது ஒருவருக்கும் தெரியாது. ஆகவே, ரயில் நிலையத்தில் அதிக கூட்டம் இல்லை. ரயில் புறப்பட்டவுடன் காந்தி தம்முடைய மௌனவிரத நாள் ஆரம்பித்துவிட்டதாக என்னிடம் தெரிவித்தார். ஐந்து நிமிடத்திற்குள் அவர் ஆழ்ந்து தூங்கிவிட்டார். ஆனால், எங்களுக் கெல்லாம் தூக்கமே வரவில்லை. கடுமையான ஆட்டத்திற்கு உட்பட்டுச் செல்லும் அந்த ரயிலில் ஒருவித கவலையுமின்றி காந்திஜி ஒரு குழந்தையைப் போல உறங்குவதைப் பார்ப்பதற்கு மிகவும் அழகாக இருந்தது. காலை நான்கு மணிக்கு வழக்கம் போல நாங்கள் எல்லோரும் எழுந்துவிட்டோம். பகவத்கீதையின் சுலோகங்கள் உட்பட பிரார்த்தனை நடைபெற்றது.

நான் சில நாட்கள் பம்பாயில் தங்கியிருந்துவிட்டு, பிறகு ஒரு நாள் பூனாவிற்குப் புறப்பட்டுக்கொண்டிருந்தேன். அந்தச் சமயத்தில் தம்மை வந்து பார்க்கும்படி காந்திஜி தொலைபேசி மூலம் எனக்குச் செய்தி அனுப்பினார். அப்பொழுது அகில இந்திய காங்கிரஸ் கமிட்டிகூட வேண்டிய தினம். போலீசாரின் தலையீட்டுக்குள்ளான ஒருவருடன் காந்திஜி பேசிக்கொண்டிருந்தார். நான் சிறிது நேரம் காத்திருந்தேன். பின்னர் காந்திஜி என்னை அழைத்து, நான் என்னுடைய எதிர்காலத்தைப் பற்றித் தயக்கம் கொண்டிருப்பதைக் குறிப்பிட்டார். அந்த விஷயத்தில் எனக்கு ஏதாவது உதவ முடியுமா என்று அவர் முயன்றுகொண்டிருந்தார். அதுபற்றி மீராபென் அவரிடம் கூறியிருந்ததாகத் தெரிந்தது. காங்கிரஸ் கமிட்டிக் கூட்டம் போன்ற மிகவும் முக்கியமான அலுவல்கள் நிறைந்த அன்று, அவர் என்னைப்பற்றிக் கவலைகொண்டது வியப்பாகவே இருந்தது.

இருபது நிமிட நேரம் என்னுடன் அவர் விரிவாகப் பேசிக் கொண்டிருந்தார். தம்முடைய வாழ்க்கையில் இருந்தே பல உதாரணங்களை எடுத்துக் கூறினார். கிறிஸ்தவ சேவா சங்கத்துடன் நான் கொண்டிருந்த தொடர்பு பற்றி அவர் குறிப்பிட்டார். அவர் கூறினார்: 'ஒரு நிறுவனத்துடன் உங்களுக்குத் தொடர்பு கொள்வதில் சிக்கல்கள் இருந்தால், உங்களைப் பற்றி எவ்வளவு மோசமாகச் சொல்லிக்கொள்ள முடியுமோ அவ்வளவு மோசமாக எடுத்துச் சொல்ல வேண்டும்; மிகைப்படுத்திச் சொல்லுவதுகூட நல்லது. அவ்வளவையும் அவர்கள் புரிந்துகொண்டு பொறுத்துக் கொள்வதாயிருந்தாலும் சரி; அந்த நிறுவனத்திற்கு ஒரு தொல்லை யாக இருக்கிறோம் என்ற எண்ணம் உங்கள் மனதில் இருக்கக் கூடாது.' கடைசியில், அவர் என்னை இமயமலைப் பகுதியிலுள்ள அல்மோராவுக்குச் சென்று சிறிது காலம் ஓய்வு எடுத்துக்கொண்டு என்னுடைய உடல்நலனை மீட்டுக் கொள்ளும்படி யோசனை கூறினார்.

அந்தச் சில மாதங்களில் நான் என்னுடைய வாழ்க்கை பற்றிய சில முடிவுகளை மேற்கொள்ள வேண்டியதாயிற்று. கிறிஸ்தவ சேவா சங்கத்தைவிட்டு நீங்கி, ஏதாவது மிக எளிய கிராமத்திற்குப் போய் வசிக்க வேண்டும் என்று முடிவு செய்தேன். 'பொய்மையி லிருந்து என்னை, உண்மையை நோக்கி அழைத்துச் செல்' என்ற பிரார்த்தனைக்கு எனக்குப் புதியபொருள் புலப்பட்டது. குஜராத் திற்குச் சென்று தீண்டாதார்களிடையே சேவை புரியவேண்டு மென்று எனக்குத் தோன்றிற்று. ஆனால், சர்தார் வல்லபாய் படேல் இதை அங்கீகரிக்கவில்லை: 'தீண்டாதார் பிரச்சினை உம்முடையதல்ல. இந்துக்களின் பாவங்களுக்கு அவர்கள் ஒரு சின்னமாக விளங்கு கிறார்கள். இந்துக்கள்தான் அதற்குப் பரிகாரம் செய்து கொள்ள வேண்டும்' என்றார். தவிர, குஜராத்தில் சமூக சேவர்களும் ஊழியர்களும் அதிகமாக இருப்பதால், நான் அங்கு பயன்தரும் முறையில் செயல்படுவது கடினம் என்றும் குறிப்பிட்டார். பழங்குடி மக்களிடையே நான் பணியாற்றுவது நலமென்று அவர் யோசனை கூறினார்.

ஒருமுறை அகமதாபாத் தெருக்களில் சர்தார் வல்லபாய் படேல் மற்றும் ஜம்னாலால் பஜாஜுடனும் காரில் சென்று கொண்டிருந்த போது, பஜாஜ் கூறிய சொல் ஒன்று மந்திரம் போல ஒலித்தது. அந்தச் சொல்: 'கோண்டு' (Gond) என்பது. அவர் சொன்னார்: 'மத்திய மாகாணப் பிரதேசத்திற்கு நீங்கள் வந்து, அங்குள்ள பழங்குடி மக்களுக்குச் சேவை புரியலாமே; அந்தப் பிரதேசத்தைப் பற்றி

தேசத் தொண்டர்களும் சமூக சேவகர்களும் இதுவரை நினைக்கவே இல்லை' என்றார். கோண்டு பழங்குடி மக்களைப் பற்றி ஜம்னாலால் குறிப்பிட்டது எனக்குப் பிடித்திருந்தது. அந்த ஆண்டு முடிவுக்குள் அந்தப் பிரதேசத்திற்குச் செல்வது என்று முடிவு செய்தேன்.

இதற்கிடையில், நான் இங்கிலாந்திலிருந்த ஷாம் ராவுக்குக் கடிதம் எழுதி, அவரும் என்னுடன் சேர்ந்து பணியாற்ற வருவாரா என்று கேட்டிருந்தேன். என்னுடன் சேருவது என்றால், அவர் இங்கிலாந்தில் தம்முடைய பயிற்சியை நிறுத்திவிடவேண்டும். கோண்டு கிராமம் ஒன்றில் நாங்கள் இருவரும் ஓர் ஆசிரமம் நிறுவ வேண்டும் என்று திட்டமிட்டோம். தேசிய இயக்கத்தின் பயன்தரும் அம்சங்களிலும் நாங்கள் தொடர்புகொள்ள முடிவு செய்தோம். கிறிஸ்தவ கோயில் நிறுவனத்தில் தொடர்ந்து உறுப்பினராகவும் இருக்கத் தீர்மானித்தோம். ஆனால், கிறிஸ்தவ மதத்தைப் பரப்புவதில் பிரசாரம் மேற்கொள்வதில்லை என்பது எங்கள் முடிவு. மதமாற்ற அலுவல்களிலும் நாங்கள் ஈடுபட விரும்பவில்லை. எங்கள் ஆசிரமத்தில் எந்த மதத்தைச் சார்ந்தவர்களும் வந்து சேரலாம்; மதமற்றவர்களும் சேரலாம். இத்தகைய திட்டமொன்று இங்கிலாந்தில் செயல்பட முடியாது. அங்கு எந்தப் பிஷப்பும் இந்த யோசனையை ஏற்றுக்கொள்ளமாட்டார். பாரதத்தில் அத்தகைய தேசிய மனப்பான்மைகொண்ட கிறிஸ்தவர்கள் இத்தகைய இயக்கம் ஒன்றில் பங்கு எடுத்துக்கொள்வதில் தடை இருக்காது என்றே நினைத்தேன். பல நாளைய ஆலோசனையின் விளைவாகவும், காந்திஜியின் யோசனைகளின் பயனாகவும் ஷாம் ராவ் என்னுடன் சேர முடிவு செய்தார். உடனே கிறிஸ்தவ சேவா சங்கத்திலிருந்து விலகிக்கொண்டேன்.

இது முன்பின் அனுபவமற்ற, ஒரு துணிச்சலான முயற்சியாக அமைந்தது. புதிய பிரதேசம் எத்தகையது என்பது எங்களுக்குத் தெரியாது. அந்தப் பழங்குடி மக்களைப் பற்றியும் எங்களுக்குத் தெரியாது. எங்களிடம் பணமும் கிடையாது. எங்கிருந்து பணம் வரும் என்பதும் தெளிவாகவில்லை. உடனடித் தேவைகள் முதலியவற்றுக்கு ஜம்னாலால் பஜாஜ் உதவி செய்ய முன்வந்தார். அந்தக் கடினமான சமயத்தில் அவர் எங்களுக்குச் செய்த உதவியை என்றும் மறக்க முடியாது. சிறிது காலம் பூனாவில் தங்கிவிட்டு, பின்னர் நாங்கள் வார்தாவுக்கு அருகில் காந்திஜியின் சத்தியாக்கிரக ஆசிரமத்தில் சென்று தங்கினோம். சேவா கிராமத்தைச் சுற்றி, சபர்மதியில் இருந்தது போன்ற வனப்புமிக்க காட்சிகள் கிடையாது. மத்திய பாரதத்தின் மண் நிறைந்த சமவெளியில் சேவா கிராமம்

இருந்தது; அங்கு உஷ்ணமும் அதிகம். மனதைக் கவர்ந்து வேறு வழிகளில் திருப்புவதற்கான வனப்புமிக்க சுற்றுப்புறக் காட்சிகள் இல்லாமல் இருந்தால்தான், ஊழியர்கள் கருத்துடன் தங்களுடைய அலுவலை நிறைவேற்ற முடியும் என்ற எண்ணத்துடன் காந்திஜி அத்தகைய வறட்சியான இடத்தைத் தேர்ந்தெடுத்ததாக எனக்குத் தோன்றிற்று.

அந்தச் சமயத்தில் சமூக சேவையில் மிகவும் முக்கியமான இடத்தை வகித்துவந்த தக்கர் பாபாவுடன் நான் பத்து நாட்கள் சுற்றுப்பயணம் செய்தேன். தீண்டாதார்களிடையே அவர் ஆற்றிய பணி மிகவும் சிறப்பாக இருந்தது. ஜம்னாலால் கூறிய ஆலோசனைப் படி பேட்டூல் (Betul) என்ற இடத்திற்குச் சென்றேன். சதுர பீடபூமியில் அமைந்திருந்த அந்த இடத்தில் பழங்குடி மக்களின் சேவைக்கான நிறுவனம் ஒன்றை அமைப்பதற்கு நாங்கள் இடம் தேடினோம். அங்கு வாழ்ந்து வந்த, ஒரு பணம்படைத்த வியாபாரி என்னை வரவேற்று உபசரித்தார். அதிக பணவசதி இருந்தும் அவரிடம் கார் கிடையாது. 'என்னிடம் கார் இருந்தால், அரசாங்க அதிகாரிகள் அடிக்கடி எடுத்துக்கொண்டு போய்விடுவார்கள். ஆகையால் நான் எப்பொழுதும் நடப்பதே வழக்கம்' என்றார் அவர். ரயில் மூலம் தபதி நதிக்குச் சென்றோம். அங்கிருந்து காட்டுப் பிரதேசத்தின் வழியாக நடந்து, பல கோண்டு கிராமங்களைப் பார்த்தோம். கொற்குப் (Korku) பிரதேசத்தில் நீண்ட தூரம் மாட்டு வண்டியில் சென்றோம். பேட்டூல் எனக்கு மிகவும் பிடித்திருந்தது. கோண்டு, கொற்கு முதலிய பழங்குடி மக்களின் தோற்றம் என்னைக் கவர்ந்தது. அந்தச் சமயத்தில் நான் தென்னிந்தியப் வழக்கப்படி வேஷ்டி சட்டை அணிந்திருந்தேன். இரண்டும் கதர்த்துணி. ஒரு ஆங்கிலேயன் இம்மாதிரி உடையணிந்து நடமாடுவது போலீசாருக்கு சந்தேகத்தைத் தோற்றுவித்தது. அந்தச் சமயத்தில் குஜராத்தில் பழங்குடி மக்களுக்கும் அரசாங்க அதிகாரிகளுக்கும் இடையே சில சச்சரவுகள் ஏற்பட்டிருந்த தால், அந்தச் சந்தேகம் வலுத்தது.

குஜராத்திலிருந்து சிண்ட்வாரா என்ற இடத்திற்குச் சென்றேன். அங்கிருந்து கார் மூலம் பச்மார்ஹி சாலையில் அமைந் திருந்த டாமியா என்ற அழகிய கிராமத்திற்குச் சென்றேன். டாமியாவில் அரசாங்க விருந்தினர் மாளிகையில் ஏற்கெனவே கிறிஸ்தவ பாதிரிகளும் இருந்தனர். ஆகவே, அவ்விடத்தில் என்னுடைய ஆசிரமத்தை நிறுவும் யோசனையைக் கைவிட்டுவிட நேர்ந்தது.

ஷாம்ராவ் வரும்வரையில் நான் எந்தக் கிராமத்திற்கும் சென்று வாழ்க்கையை மேற்கொள்வதற்கில்லை. ஷாம்ராவ் அந்த ஆண்டு

இறுதியில்தான் வருவதாக இருந்தார். இடையில் நான் ஆச்சார்ய கிருபளானியுடன் தங்குவதற்கு மீரத் சென்றேன். கிருபளானியுடன் ஐக்கிய மாகாணப் பிரதேசத்தில் சுற்றுப்பயணம் மேற்கொண்டேன். மதுரா, பிருந்தாவனம், ஹரித்துவார், ரிஷிகேஷ் முதலிய இடங்களுக்குச் சென்றேன். அந்தப் பயணத்தின் நோக்கம், கதர்த்துணியை மக்களிடையே பிரச்சாரம் செய்வதுதான். கதர் சுதந்திரத்தின் சின்னம்; ஏழை, பணக்காரன் என்ற வித்தியாசமின்றி எல்லோருக்கும் பயன்படுவது; வசதியற்ற குடியானவர்களுக்கு வேலை கொடுப்பது; காந்திய தத்துவத்தின் அடையாளமாகவும் விளங்கும் ஓர் அம்சம் என்பதை விளக்கி நாங்கள் பிரசாரம் செய்தோம். அந்தப் பயணத்தின் போது நான் பாரதத்தில் நிலவும் வறுமையின் உண்மை வடிவத்தைக் கண்டேன். ஐக்கிய மாகாணமும், மத்திய மாகாணமும் அடங்கிய பிரதேசத்தில் இருந்த கிராமங்களில் குஜராத், மகாராஷ்டிரம் முதலிய மாகாணங்களில் உள்ள கிராமங்களைவிட வறுமை அதிகமாக நிலவிற்று. இதுபற்றி அப்பொழுது பின்வருமாறு எழுதினேன்:

மிகவும் பாழடைந்த இந்தக் கிராமங்களைப் பார்க்கும்போது, நம் மனம் உடைந்துவிடுகிறது. ஆடையும் ஆரோக்கியமும் இழந்த கிராமவாசிகள், பசியும் நம்பிக்கையின்மையும் நிறைந்த தோற்றத்துடன் இருப்பதைப் பார்க்கச் சகிக்கவில்லை. மீரத்துக்கு அருகிலுள்ள ஒரு கிராமத்தில் ஒரு விபத்தில் தம் கால்களை இழந்த நோயாளி ஒருவரைக் கண்டேன். அவருக்கு உதவி செய்வதற்கு யாருமே இல்லை.

அந்தச் சுற்றுப்பயணம் முழுவதிலும் போலீசார் என்னைத் தொடர்ந்து கண்காணித்து வந்தார்கள். ஒருமுறை, நான் பொதுக் கூட்டம் எதிலும் பேசக் கூடாது என்ற தடையுத்தரவும் விதிக்கப் பட்டது. கடைசியில் பம்பாய்க்கு வந்து சேர்ந்தோம். மகாத்மா காந்தி லண்டனில் வட்டமேசை மாநாட்டிற்குச் சென்றுவிட்டுத் திரும்பி வந்துகொண்டிருந்தார். ஷாம்ராவும் அவருடன் வந்தார். பம்பாய்க்குச் செல்லும் வழியில் ஜபல்பூரில் நான் ஒரு கூட்டத்தில் பேசினேன். 'மக்கள் அஹிம்சையைக் கடைப்பிடிக்க வேண்டும்; பகைவர்களை நேசிக்க வேண்டும்; சுதந்திரத்திற்காகப் போராடும் போது மனதில் அமைதியுடன் இருக்க வேண்டும்' என்றெல்லாம் எடுத்துக் கூறினேன். ஆங்கிலப் பயிற்சி அதிகம் பெற்றிராத அந்த ஊர் இரகசியப் போலீஸ் ஏஜன்ட் அரசாங்கத்திற்கு அனுப்பிய அறிக்கையில், நான் வன்முறைப் புரட்சியை ஆதரித்ததாகவும் சமீபத்தில் தூக்கிலிடப்பட்ட பகத்சிங்கை நான் பாராட்டியதாகவும் குறிப்பிட்டிருந்தார். நான் கூறியது பகவத்கீதையைப் பற்றியது -

பகத்சிங்கைப் பற்றியதல்ல. இதன் விளைவு, பாரதம் முழுவதிலும் அந்தச் சமயத்தில் ஏற்பட்டவை போலவே இருந்தது. அந்த அறிக்கையை பரிசீலித்த ஆணையர், நான் பாரதத்திலிருந்து நாடு கடத்தப்பட வேண்டும் என்று சிபாரிசு செய்தார்.

பம்பாய்க்குச் சென்றபோது, மகாத்மா காந்திக்கு ஏற்பாடு செய்யப் பட்ட வரவேற்பு மிகவும் அமோகமாக அமைந்திருந்தது. நகரம் முழுவதுமே காந்திஜியை வரவேற்பதற்காகத் துறைமுகத்திற்கு வந்து கூடியிருந்தது. மறுநாள் நானும் ஷாம்ராவும் பம்பாயைவிட்டுப் புறப்பட்டுச் சென்றுவிட்டோம். ஆனால் மூன்று நாட்களுக்குள் மகாதேவ் தேசாய் என்னைப் பம்பாய்க்கு வரச்சொல்லி தந்தி மூலம் அழைத்தார். நான் இருந்த மதரான் (Matheran) என்ற மலைப் பகுதியி லிருந்து குதிரைமூலம் ஒரு ரயில் நிலையத்திற்குச் சென்று, உடனே பம்பாய்க்குப் பயணமானேன்.

பம்பாயில் காந்திஜி மணிபவனில் தங்கியிருந்தார். நகரம் முழுவதும் பரபரப்பு நிறைந்திருந்தது. காங்கிரஸ் சமர்ப்பித்த சமாதான யோசனைகளை வைஸ்ராய் நிராகரித்துவிட்டார். நேரு ஏற்கனவே கைது செய்யப்பட்டிருந்தார். மற்ற தலைவர்களும் எந்த நிமிஷத்திலும் கைது செய்யப்படலாம் என்ற நிலை ஏற்பட்டிருந்தது. ஆனால், மணிபவனில் காந்திஜி இருந்த அறைக்குச் சென்றபோது, வெளியே நிலவிய பரபரப்புக்கு முற்றிலும் மாறுபட்ட அமைதியைக் கண்டு வியப்பு அடைந்தேன். அன்று காந்தியின் மௌன நாள். அவர் ராட்டையில் நூற்றுக் கொண்டிருந்தார். நான் பேச, அவர் துண்டுக் காகிதங்களில் எழுதிக் காண்பிக்க, எங்களுடைய உரையாடல் தொடர்ந்தது. 'நான் செய்ய வேண்டிய காரியம் ஏதாவது உண்டா?' என்று அவரிடம் கேட்டேன். அவர் பின்வருமாறு எழுதினார்: 'அதற்காகத்தான் உங்களை வரவழைத்தேன். மகாதேவ தேசாய் வந்து விளக்கமாகக் கூறுவார்.'

மணிபவன் மேல்மாடியில் திறந்த வெளியில் அமைக்கப்பட்டிருந்த கூடாரங்களில் நாங்கள் தங்கினோம். நானும் ஷாம்ராவும் ஒரு சிறு கூடாரத்தைப் பிடித்து, படுத்துக்கொண்டோம். அருகில், காந்திஜியும் மற்றவர்களும் படுத்துக்கொண்டார்கள். எனக்குத் தூக்கமே வரவில்லை. ஆனால், எப்பொழுதும் போல காந்திஜி ஒரு குழந்தை மாதிரி ஆழ்ந்து தூங்கிக்கொண்டிருந்தார். அவருடைய தோற்றம் யேசு கிறிஸ்து ஜெருசலத்திற்கு வந்தது போல எனக்குத் தோன்றியது. உடனே, எனது மனதில் உறுதியும் துணிவும் நிறைந்தது. யேசு கிறிஸ்துவின் ஆவி, பல நூற்றாண்டுகளைக் கடந்து மீண்டும் திரும்பியது போலவே எனக்குத் தோன்றியது. கடைசியில், நான்

தூங்க ஆரம்பித்தபோது, ஏதோ கனவில் பேசுவதுபோல ஒரு குரல் கேட்டது. 'போலீசார் வந்துவிட்டார்கள்!' விழித்துக்கொண்டு பார்த்தேன். அந்தக் காட்சி என்றுமே மறக்க முடியாதது. முழு உடுப்பு அணிந்த காவல்துறை ஆணையர், காந்திஜியின் படுக்கைக்கு அருகில் நின்றுகொண்டிருந்தார். காந்திஜி அப்பொழுது உறக்கத்தி லிருந்து விழித்துக்கொண்டார். போலீஸ் அதிகாரி கூறினார்: 'உங்களைக் கைதுசெய்வது என் கடமை.'

காந்தியிஜின் முகத்தில் ஒரு புன்னகை அரும்பியது. தமக்கு மௌன தினம் என்பதை அவர் சைகை மூலம் தெரிவித்தார். போலீஸ் அதிகாரி, 'இன்னும் அரைமணி நேரத்தில் நீங்கள் புறப்படுவதற்குத் தயாராக இருக்கவேண்டும் என்று கேட்டுக் கொள்ளுகிறேன்' என்றார். காந்திஜி தம்முடைய கடிகாரத்தைப் பார்த்தார். ஒரு துண்டு காகிதத்தில் 'இன்னும் அரைமணி நேரத்தில் தயாராகி விடுகிறேன்' என்று எழுதிக் காண்பித்தார்.

போலீஸ் அதிகாரி மிக்க அன்புடன் தமது கையை காந்திஜியின் தோளில் வைத்தபோது, நான் 'அவரைத் தழுவிக்கொள்கிறார் என்று நினைத்தேன். அவர் கைது செய்வது முறையான செயல் என்பது எனக்குப் புலப்படுவதற்கு முன் காந்திஜி தயார் செய்துகொண்டார்.

வெளியே சாலையில் ஒரு சிறு கூட்டம் கூடிவிட்டது. காந்தி தம்மைத் தயார் செய்துகொண்டு, எங்களிடையே வந்து உட்கார்ந்தார். வழக்கம்போல பிரார்த்தனை நடைபெற்றது. துண்டுக் காகிதத்தில் காந்திஜி, வல்லபாய் படேலுக்கு ஒரு கடிதமும், ஊழியர்களுக்குச் சில குறிப்புகளும் எழுதி வைத்தார். படேலுக்கு எழுதிய காகிதத்தில், 'கடவுள் அருள் அளவிட முடியாதது. இந்திய மக்கள் சத்தியம், அஹிம்சை இரண்டிலிருந்தும் சிறிதும் வழுவக் கூடாது என்று சொல்லுங்கள். சிறிதும் தயங்காமல் சுதந்திரத்திற்காகத் தங்களுடைய உயிரையும் தியாகம் செய்யவேண்டும் என்றும் எடுத்துக் கூறுங்கள்.' பின்னர், எனக்கு ஒரு குறிப்பு எழுதினார். அதில், 'நீங்கள் வந்தது எனக்கு மிக்க மகிழ்ச்சி. உங்களுடைய நண்பர்களிடம் சொல்லுங்கள். என்னுடைய நாட்டு மக்களை நேசிப்பது போலவே, அவர்களையும் நேசிக்கிறேன். பிரிட்டிஷ் மக்களிடம் நான் எந்த நேரத்திலும் வெறுப்புடன் நடந்துகொண்டது கிடையாது. எப்பொழுதுமே அதே மாதிரி இருக்கவேண்டும் என்று கடவுளைப் பிரார்த்திக்கிறேன்.'

காந்திஜி எங்களிடம் விடைபெற்றுக் கொள்வதற்காக எழுந்தார். அந்தக் காட்சி மிகவும் அற்புதமாக இருந்தது. கதவு அருகில் போலீஸ்காரர்கள் நின்றுகொண்டிருந்தார்கள். மீராபென், தேவதாஸ்

இருவரும் காந்திஜிக்கு வேண்டிய சில பொருள்களைச் சேகரித்து மூட்டை கட்டிக்கொண்டு இருந்தார்கள். காந்திஜியைச் சுற்றி இருந்த நண்பர்கள் பலர் கண்ணீர்விட்டனர். 'என்னையும் அழைத்துக்கொண்டு போகமாட்டீர்களா?' என்று கஸ்தூரிபாய் அழுதுகொண்டே கேட்டார். எல்லோரும் காந்திஜியின் பாதங்களைத் தொட்டு வணங்கினோம். நான் விடைபெற்றுக் கொள்ளும்போது, காந்திஜி வேடிக்கையாகப் புன்னகையுடன் எனது காதைக் கிள்ளினார்! அவர் மிகவும் உற்சாகத்துடன் விளங்கினார். ஏதோ விழாவிற்குச் செல்பவர் போலத் தோன்றியதேயன்றி சிறைக்குச் செல்பவர் போலவே தெரியவில்லை. பின்னர், கீழே எல்லோரும் இறங்கிச் சென்றார்கள். நானும் ஷாம்ராவும் மாடியில் இருந்தவாறே பார்த்துக் கொண்டிருந்தோம். காந்திஜியின் சிறிய உருவம் காருக்குள் பிரவேசித்தது. காரைச் சுற்றி ஒரு சிறிய கூட்டம். அந்தக் கூட்டத்தின் நடுவே சில போலீஸ்காரர்கள் சிறிதும் அச்சமின்றி தங்களுடைய கடமையை நிறைவேற்றியது இந்திய மக்களின் அஹிம்சை உணர்வுக்கு ஓர் ஒப்பற்ற சான்றாக விளங்கிற்று.

காங்கிரஸ் தலைவர் சர்தார் வல்லபாய் படேல் கைது செய்யப் பட்டுவிட்டார் என்ற செய்தி அப்போதுதான் கிடைத்தது. இந்தியாவின் ஜீவநாடியாக விளங்கிய காந்திஜியை ஏற்றிக் கொண்டு, அந்தக் கார் இருள்நிறைந்த தெருக்கள் வழியே சென்றது.

மகாதேவ தேசாய்க்கு காந்திஜி எழுதி வைத்துச் சென்ற குறிப்புக்கள் ஒன்றில், நான் வடமேற்கு எல்லைக்குச் சென்று, அங்கு என்ன நடக்கிறது என்பதை அறிந்து வரவேண்டும் என்று காணப்பட்டது. அங்கு நடைபெற்று வந்த செஞ்சட்டை இயக்கத்தை அடக்குவதற்கு அரசாங்கம் கடுமையான முறைகளை மேற்கொண்டிருப்பதாக பம்பாய்க்கு பல செய்திகள் வந்தன. அந்தப் பிரதேசத்தில் பத்திரிகை களின் நிருபர்கள் அனுமதிக்கப்படவில்லை. பத்திரிகைகளில் வெளியாகும் செய்திகளும் கடுமையாக தணிக்கை செய்யப்பட்டன. ஆகவே, அந்தப் பிரதேசத்தில் பட்டாணியர்களின் நிலைமைபற்றி எங்கும் அதிக கவலை நிலவிற்று. நான் அங்கு சென்றது இந்திய அரசாங்கத்திற்குப் பிடிக்கவில்லை என்பதைப் பின்னர் அறிந்தேன்.

1930ஆம் ஆண்டில் அப்துல் கபார்கான் ஓர் இயக்கத்தை ஆரம்பித்தார். அது நாளடைவில் அஹிம்சைப் பட்டாளமாக வளர்ச்சி அடைந்தது. 'கடவுளின் சேவகர்கள்' என்ற பெயருடன் ஆரம்பித்த அந்த இயக்க உறுப்பினர்களுக்கு முதலில் முறையான உடுப்பு கிடையாது. ஒருநாள், தொண்டர்களில் ஒருவர் ஒரு சிவப்பு

அங்கியை அணிந்து வந்தார். அது பார்ப்பதற்கு நன்றாக இருந்ததால், அதையே அந்தத் தொண்டர்களின் முறையான உடுப்பாக ஏற்றுக் கொண்டார்கள். அதுமுதல் அந்த இயக்கத்தினருக்கு 'செஞ்சட்டை இயக்கத்தினர்' என்ற பெயரும் கிடைத்தது.

அந்த இயக்கம் மிகச் சிறந்த முறையில் அமைக்கப்பட்டிருந்தது. அதில் தளபதிகள், தலைவர்கள் முதலிய பதவிகளும் இருந்தன. அவர்களிடையே இரகசிய கண்காணிப்பாளர்களும் இருந்தார்கள். பிரதேசம் முழுவதையும் மாவட்டங்களாகப் பிரித்து, ஒவ்வொரு மாவட்டத்திற்கும் ஒரு பட்டாளமாக அமைத்திருந்தார்கள். அப்துல் கபார்கான் காந்திஜியைக் கலந்து ஆலோசிக்காமல் எந்த முக்கியமான நடவடிக்கையையும் மேற்கொள்வதில்லை. அஹிம்சையைக் கடைப்பிடிக்கவேண்டும் என்று அவர் தம்முடைய இயக்கத்தினருக்கு அறிவுறுத்தி, வெற்றி பெற்றது மிகவும் பெரிய சாதனையாகும். பட்டாணியர், இயல்பாகவே பழிதீர்க்கும் மனப்பான்மை உடையவர்கள்; வன்முறையை மேற்கொள்பவர்கள்; ஆயுதம் தாங்கி நிற்பவர்கள். இத்தகைய பரம்பரையில் வந்தவர்கள் சத்தியாக்கிரக முறையில், அஹிம்சையை ஆயுதமாகக் கொண்டு இயங்கவேண்டும் என்று கபார்கான் எடுத்துக் கூறியது, முதலில் புதுமையாகவே இருந்தது. இந்த இயக்கத்தின் வெற்றியைக் கண்டு அரசாங்கம் மிகுந்த கவலை கொண்டது. இயக்கத்தின் தொண்டர்கள் ஒரு லட்சத்துக்கு மேல் சேர்ந்துவிட்டார்கள்! அரசாங்கத்திற்கு எதிராக ஒரு போட்டி அரசாங்கமே இயங்கும்நிலை ஏற்பட்டுவிட்டது.

கபார்கானின் செல்வாக்கு மிக உயர்ந்த நிலையில் இருந்தது. ஆகவே, அந்த ஆண்டு இறுதியில் அரசாங்கம் ஓர் அவசரச் சட்டத்தைப் பிரகடனம் செய்தது. செஞ்சட்டை இயக்கத்தினரின் அதிகாரிகளை யெல்லாம் கைது செய்துவிட்டார்கள். அப்துல் கபார்கான் கிறிஸ்துமஸ் தினத்தன்று கைது செய்யப்பட்டார். ஒரு வார காலத்திற்குள் அந்த இயக்கத்தின் முக்கிய ஊழியர்கள் எல்லோரும் சிறையிலிடப்பட்டார்கள்.

நான் பெஷாவருக்குச் சென்றபோது, அங்கு காணப்பட்ட நிலைமை மிகவும் சிக்கலாகவே இருந்தது. நான் சந்திக்க வேண்டிய ஊழியர்களைப் பார்த்துப் பேசுவதில் பல தடைகள் ஏற்பட்டன. நான் தங்கியிருந்த ஹோட்டலில் ஒரு வெள்ளைக்காரனும் ஓர் இந்தியனும் சேர்ந்து இருப்பது சந்தேகத்திற்கு இடமாகுமாதலால், ஷாம்ராவை என்னுடைய வேலையாள்போலப் பாவிக்கும் நிர்பந்தம் ஏற்பட்டது! பல சிக்கல்களுக்கு இடையே நாங்கள் பெஷாவரில் சில

தவல்களைச் சேகரித்துக் கொண்டோம். பொதுமக்களிடமிருந்து தகவல் சேகரிப்பதில் பல இடையூறுகள் ஏற்பட்டன. உண்மையான தகவல்களை வெளியிடுவதற்கு அவர்கள் தயங்கினார்கள். இரண்டு மூன்று நாட்களுக்குள் சில கிராமங்களைச் சுற்றிப் பார்த்தோம். பல இடங்களில் போலீசார் எங்களை நிறுத்திப் பல கேள்விகள் கேட்டார்கள். ஓர் இடத்தில், எங்கள் பாதுகாப்புக்காக, ஒரு போலீஸ்காரர் கைத்துப்பாக்கி ஒன்றை எனக்கு அளிக்கவும் முன்வந்தார்.

நாங்கள் பொதுமக்களைச் சந்தித்துப் பேசுவது, சந்தேகத்திற்கு இடம் கொடுக்கும் என்பதால் ஷாம்ராவ்தான் முக்கியமான வேலைகளையெல்லாம் மேற்கொண்டார். கைபர் கணவாயின் நடுவே நாங்கள் செல்லும்போது அடிக்கடி துப்பாக்கி வெடிச் சத்தம் கேட்டது. 'குடும்பப் பகையினால் ஏற்பட்ட கலகத்தின் விளைவு அது' என்று, எங்கள் வழிகாட்டி விளக்கினார். மீண்டும் பெஷாவருக்குத் திரும்பிவந்தபோது, நான் துணை ஆணையருக்கு ஒரு கடிதம் எழுதினேன். அரசாங்கச் சார்பில் கூறப்படுவதையும் தெரிந்து கொண்டு, பாரபட்சமின்றி அறிக்கை தயாரிக்கவேண்டும் என்று நினைத்தேன். ஆனால், பெஷாவருக்கு வந்தவுடன் என்மீது ஓர் உத்தரவு கண்டிப்புடன் பிறப்பிக்கப்பட்டது. நாங்கள் உடனடியாக வடமேற்கு எல்லை மாகாணத்திலிருந்து வெளியேறவேண்டும் என்று பெஷாவர் மாவட்ட நீதிபதி உத்தரவிட்டிருந்தார். என்னைக் கைது செய்த போலீஸார், தாம் அந்தக் கடமையை நிறைவேற்று வதற்கு மிகவும் வருந்துவதாகத் தெரிவித்தார். நல்ல வேளையாக, நான் தயாரித்திருந்த குறிப்புகளைப் போலீசாரிட மிருந்து மறைத்து வைத்து, பம்பாய்க்குக் கொண்டு வந்துவிட்டேன்.

பம்பாய்க்கு வந்தவுடன் எங்களுக்கு ஒரு புதிய பிரச்சினை தோன்றிற்று. ஷாம்ராவ் தம்முடைய மேல் படிப்பைக் கைவிட்டு விட்டு பழங்குடி மக்களுக்குச் சேவை செய்வதற்காக இந்தியா திரும்பியிருந்தார். நானும் அத்தகைய பணியில் ஈடுபடவேண்டும் என்றுதான் இருந்தேன். ஆனால், காந்திஜி கைது செய்யப்பட்டதன் விளைவாகவும், வடமேற்கு எல்லை மாகாணத்திலிருந்து நான் வெளியேற்றப்பட்டதாலும், அரசியலில் அதிகமாக ஈடுபடவேண்டும் என்ற நிர்பந்தம் எனக்குத் தோன்றிற்று. அந்தச் சமயத்தில் காங்கிரஸ் தலைவர் கைதுசெய்யப்பட்டதால், அவருக்குப் பிறகு ஒவ்வொரு வராக, புதிய புதிய தலைவர்கள் நியமிக்கப்பட்டார்கள். ஒவ்வொரு வரும் கைது செய்யப்பட்டவுடன் மற்றவர் அந்தப் பதவியை மேற்கொள்வார். ஜம்னாலால் பஜாஜ், இத்தகைய பதவியை நானும்

வகிக்க வேண்டும் என்று விரும்பினார். நானும் ஒப்புக்கொண்டேன். ஆனால் ஷாம்ராவுடன் இதைப்பற்றி கலந்து ஆலோசித்த பிறகு, இந்த மாதிரி அரசியலில் ஈடுபடுவது எங்களுடைய பணிக்குப் பொருந்தாது என்று முடிவு செய்தோம். தங்களுக்கு அதிக அனுபவ மில்லாத விஷயங்களில் ஐரோப்பியர்கள் ஈடுபடுவது அவ்வளவு உசிதம் அல்ல என்றே நான் எப்பொழுதும் நினைத்து வந்தேன். தேசிய இயக்கத்தில் தொண்டாற்றுவதன் பலனாக சிறை செல்ல வாய்ப்புக் கிடைக்கவில்லையே என்பது பற்றி எனக்கு வருத்தம்தான். ஆனால், அரசாங்கம் என்னை அவ்வாறு சிறையிலிடாமல், நாட்டைவிட்டே வெளியேற்றியிருக்கும். ஆகவே, நாங்கள் முன்னரே தீர்மானித்தபடி மத்திய மாகாணத்தில் கோண்டு பிரதேசத்திற்குச் செல்லுவது என்று முடிவு செய்தோம்.

பேட்டூலில் வசிக்க எனக்கு இடம் கிடைக்காததால், நான் நாகபுரி பிஷப்பிடம் இது விஷயமாக யோசனை கேட்டிருந்தேன். அவர் கராஞ்சியா என்ற கோண்டு கிராமத்திற்குச் செல்லும்படி எங்களுக்கு யோசனை கூறினார். மாண்ட்லா (Mandla) மாவட்டத்தி லிருந்த இந்தக் கிராமத்தில் முன்னர் வசித்துவந்த ஐந்து ஐரோப்பியர் களில் நான்கு பேர் ஓர் ஆண்டுக் காலத்திற்குள் காலமானார்கள் என்பதையும் அவர் குறிப்பிட்டிருந்தார். இந்தச் செய்தி எனக்கு மிகவும் ரஸமாக இருந்தது. ஆகவே, 1932 ஜனவரி 28ஆம் தேதியன்று நாங்கள் ஒரு மாட்டுவண்டியில் புறப்பட்டுச் சென்றோம். இந்தத் தேதி என்னுடைய வாழ்க்கையிலேயே மிகவும் முக்கியமான நாளாகும். நானும் ஷாம்ராவும் கையில் சுமார் 200 ரூபாய்தான் வைத்துக்கொண்டிருந்தோம். காட்டு வழியே மைக்கால் (Maikal) குன்றுப் பகுதியில் வண்டியில் சென்று, இரண்டு நாட்களில் கராஞ்சியா கிராமத்தை அடைந்தோம்.

ஆனால், அந்தக் கிராமத்தார் ஒருவரும் எங்களை அணுகவில்லை. எங்களுக்கு ஒரு டம்ளர் தண்ணீர்கூட கிடைக்கவில்லை. அப்பொழுது எனக்கு ஏற்பட்ட ஒருவித தோல்வி மனப்பான்மையும் துயரமும் இன்னும் நினைவிருக்கின்றன. 'ஆக்ஸ்போர்டு பல்கலைக்கழகம், நண்பர்கள், பல அருமையான புத்தகங்கள் மற்றும் பல வசதிகள் எல்லாவற்றையும் விட்டுவிட்டு இங்கு வந்துவிட்டோமே, பம்பாய், பூனா, சபர்மதி, வார்தாவில்கூட நம்முடன் பணியாற்ற நண்பர்கள் இருந்தார்களே, வெகுதூரத்திற்கப்பால் உள்ள இந்தச் சிறிய கிராமத்தில் தனிமையில் விடப்பட்டு விட்டோமே' என்றெல்லாம் எனக்குத் தோன்றியது. நாங்கள் மேற்கொண்ட திட்டம் பயனற்றது தானோ என்ற சந்தேகமும் தோன்றிவிட்டது.

அன்றிரவை அங்கிருந்த வனத்துறை மாளிகையில் கழித்துவிட்டு, அடுத்த நாள் காலை கராஞ்சியா கிராமத்திற்குச் சென்றோம். அங்கு மிகவும் ஏழ்மையான ஒரு முஸ்லிமைச் சந்தித்தோம். அவர் பழங்குடி மக்களைச் சேர்ந்த பெண்ணை மணந்துகொண்டு, அந்த மக்களின் வாழ்க்கையையே மேற்கொண்டு அங்கு வசித்துவந்தார். அவர் எங்களுக்கு ஒரு சிறிய குடிசையை மாதம் மூன்று ரூபாய் வாடகைக்கு அமர்த்திக் கொடுத்தார். அந்தக் குடிசையில் அவர் தம்முடைய ஆடுகளைக் கட்டிவைத்திருந்தார். நாங்கள் பணம் கொடுத்ததும், ஆடுகளை நீக்கிவிட்டு, குடிசை முழுவதையும் சாணம் போட்டு மெழுகி, தரையில் வைக்கோல் நிரப்பி, ஓர் அடுப்பையும் போட்டுக் கொடுத்தார். எங்களுக்குத் தேவையான விறகு, தண்ணீர் முதலியவையும் கொண்டுவரப்பட்டன. அன்று மாலை நாங்கள் எங்களுடைய புதிய வாழ்வைத் தொடங்கினோம்.

அன்றிரவு அந்தக் குடிசையின் மண் தரையில் நான் படுத்துக் கொண்டிருந்தபோது, முந்தின நாள் தோன்றிய தயக்கம், கவலை, சந்தேகம் எல்லாம் மறைந்துவிட்டன. 'பழங்குடி மக்களின் உலகத்திற்கு வந்துசேர்ந்து விட்டோம்; இனி திரும்புவதற்கில்லை' என்ற தீர்மானம் என் மனதில் உருவாயிற்று. கோண்டு மக்களைப் பற்றி மேலும் நன்றாக அறிந்துகொள்வதற்கும் என்னுடைய வேலையைத் தொடங்குவதற்கும் முன்பு, சம்பிரதாயப்படி நான் மாண்ட்லா மாவட்டத் துணை ஆணையருக்கு ஒரு கடிதம் எழுதினேன். அதற்கு அனுப்பிய பதிலில் அவர் பின்வருமாறு குறிப்பிட்டிருந்தார்: 'உங்களுடைய அரசியல் நடவடிக்கைகளின் விளைவாக நீங்கள் இந்த மாவட்டத்தில் இருப்பது சரியல்ல என்று ஆணையர் கருதுகிறார்.'

நாங்கள் இந்தக் கடிதத்தைப் பொருட்படுத்தவில்லை. எப்பொழுதும் எந்த நிமிஷத்திலும் கைது செய்யப்படுவோம் என்றே எதிர்பார்த் தோம். இதற்காக பக்கத்தில் இருந்த ஒரு குன்றின் மீது ஒரு பையனைக் காவல் வைத்திருந்தோம். போலீஸார் வருவதை அறிந்து அவன் முன்னெச்சரிக்கை கொடுத்தவுடன் எங்களிடம் இருந்த குறிப்புகளை அழித்துவிட வேண்டும் என்பது எங்களுடைய திட்டம். ஆனால், அப்படி ஒன்றும் ஏற்பட்டுவிடவில்லை. ஒருநாள் டெபுடி கமிஷனரே எங்கள் குடிசைக்கு வந்து எங்களுடன் பேசிக் கொண்டிருந்தார். அவருக்குக் காங்கிரஸ் இயக்கத்தின்பால் அனுதாபம் உண்டு. எனக்குக் கடிதம் எழுதியது, தம்முடைய கடமையின் நிர்பந்தத்தினால்தான் என்று அவர் விளக்கினார்.

மகான்களும் சத்யாக்கிரஹிகளும் ✤ 41

ஓரிருமுறை போலீஸார் என்னுடைய குடிசையைச் சோதனை போட்டார்கள். சில புத்தகங்களை எடுத்துக்கொண்டு சென்று விட்டார்கள். போலீசார் என்னை துன்புறுத்தியதன் விளைவாக பழங்குடி மக்கள் எங்கள் மீது அனுதாபம் கொண்டார்கள். அதன் பலனாக, நான் அவர்களுடன் நெருங்கிப் பழகும் வாய்ப்புக் கிடைத்தது.

கராஞ்சியாவில் தங்கியிருந்த காலத்தில் நான் சிறிய புத்தகம் ஒன்றை எழுதினேன். 'இந்தியாவைப் பற்றிய உண்மை' என்பது அதன் பெயர். அதற்குச் சிறிது காலத்திற்கு முன்பே நான் சில புத்தகங்களை எழுதியிருந்தேன். அவற்றில் ஒன்று, பாதிரி வின்ஸ்லோவுடன் சேர்ந்து எழுதியது. 'இந்திய சுதந்திர உதயம்' என்ற அந்தப் புத்தகத்திற்கு, ஆர்ச்பிஷப் டெம்பிள் ஒரு முன்னுரை எழுதியிருந்தார். அந்தப் புத்தகத்தில் நான் எழுதியிருந்த பகுதி காந்திஜியைப் பற்றியது. காந்திஜியின் அஹிம்சைத் தத்துவங்களைப் பற்றி விளக்கியிருந்தேன். என்னுடைய கட்டுரையையும், முன்னுரை எழுதியிருந்த ஆர்ச் பிஷப்பையும் *டைம்ஸ் ஆஃப் இந்தியா* பத்திரிகை மிகவும் கடுமையாகத் தாக்கிற்று. ஆனால், மற்ற இடங்களில் அந்தப் புத்தகத்திற்கு நல்ல வரவேற்பு கிடைத்தது.

சபர்மதியில் நான் இருந்த போது, பிரபல ஓவியர் கனு தேசாயைச் சந்தித்தேன். அவர் காந்திஜியைப் பற்றி வரைந்த படங்கள் அடங்கிய ஒரு புத்தகத்திற்கு முன்னுரை எழுதிக் கொடுத்தேன். இந்தப் புத்தகம் இங்கிலாந்திலும், பின்னர் இந்தியாவிலும் வெளியிடப் பட்டது. கிறிஸ்தவ மதத்தின் புரட்சி மனப்பான்மை கொண்டவர் களுக்காக 'கிறிஸ்துவமும் சத்தியாக்கிரகமும்' என்ற சிறு புத்தகம் ஒன்றை எழுதினேன். 'கதர் இயக்கத்தின் சமயத்துறை, பண்பாட்டுத் துறை அம்சங்கள்' என்ற என்னுடைய புத்தகத்திற்கு ஆச்சார்ய கிருபளானி முன்னுரை எழுதினார். *மாடர்ன் ரெவியூ* பத்திரிகைக்கு காந்திஜியின் 'சத்திய தத்துவம்' என்ற கட்டுரையையும் எழுதினேன்.

அந்தக் கால கட்டத்தில் அரசாங்க அதிகாரிகள் என் விஷயத்தில் அதிகமாகத் தலையிடத் தொடங்கினார்கள். என்னுடைய கடிதங்கள் எல்லாம் பிரித்துப் பார்க்கப்பட்டன. என்னுடைய இருப்பிடம் அடிக்கடி சோதனைக்குள்ளாயிற்று. எங்கு சென்றாலும் போலீசார் கூடவே வந்து கண்காணித்து வந்தார்கள். இதனால் என்னுடைய வேலை சில சமயங்களில் தடைபட்டது.

1932ஆம் ஆண்டின் மழைக்காலத்தில் நான் இங்கிலாந்து சென்று வரலாமென்று தீர்மானித்தேன். இந்தியாவின் நிலைமை பற்றி

இங்கிலாந்தில் எடுத்துரைப்பதற்காகவும், நோய்வாய்ப்பட்டிருந்த எனது தாயாரைப் பார்க்க வேண்டும் என்பதற்காகவும் அந்தப் பயணத்தை மேற்கொள்ள நினைத்தேன். பம்பாய்க்குச் சென்ற பிறகு, அந்தப் பயணத்தைக் கைவிடும்நிலை ஏற்பட்டது. என்னுடைய பயண அனுமதிச் சீட்டு காலாவதியாகிவிட்டது. பம்பாய் அரசாங்கம் மீண்டும் அதைப் புதுப்பிக்க மறுத்துவிட்டது. இங்கிலாந்திற்கு மட்டும் செல்வதற்கு அனுமதி கிடைக்கும் போல் இருந்தது. ஆகவே, நான் இங்கிலாந்து செல்லும் முயற்சியைக் கைவிட்டு, இந்த விஷயமாக பத்திரிகைகளில் ஓர் அறிக்கையை வெளியிட்டேன். *பாம்பே கிரானிகள்* பத்திரிகை அரசாங்கத்தின் செயலைக் கண்டித்து ஒரு தலையங்கம் எழுதிற்று. 'பிரிட்டிஷ் மக்கள் எல்லோருமே ஏகாதிபத்திய வெறியர்கள், மக்களைச் சுரண்டும் வியாபாரிகள், பொய் வதந்தி கூறுபவர்கள் - என்று நாங்கள் முடிவுகட்டாமல் இருப்பதற்கு உதவி செய்பவர்கள் எல்வின் போன்றவர்கள்தான். அறவே அற்றுப்போகும் தருவாயில் இருக்கும் இந்தியா-பிரிட்டிஷ் தொடர்பை இன்னும் சேர்த்து இணைத்து வைத்துக் கொண்டிருப் பவர்கள், எல்வின் போன்றவர்கள்தான்' என்று அந்தப் பத்திரிகை குறிப்பிட்டிருந்தது. பின்னர், பயண அனுமதிச்சீட்டு அளிக்கும் அதிகாரி எனக்கு ஒரு கடிதம் எழுதியிருந்தார். நான் இங்கிலாந்துக்குச் சென்ற பிறகு, அங்கிருந்து இந்தியாவிற்குத் திரும்புவதற்கான பயணச் சீட்டைப் பெற்றுக்கொள்ளலாம் என்று அவர் விளக்கினார். நான் ஐரோப்பா வழியாக இங்கிலாந்துக்குச் சென்றேன். வழியில் இத்தாலி, ஸ்விட்சர்லாந்து, பிரான்ஸ் முதலிய இடங்களில் இந்திய தேசிய இயக்கத்தை ஆதரிக்கும் பல நண்பர்களையும் நிறுவனங் களையும் சந்தித்துப் பேசினேன்.

லண்டன் சேர்ந்தவுடன், விக்டோரியா ரயில் நிலையத்தில் எனக்கு முறையான வரவேற்பு அளிக்கப்பட்டது. அங்கு ஏற்பாடு செய்யப்பட்ட முதல் பொதுக்கூட்டத்தில் பேசும்போது, நான் பின்வருமாறு எடுத்துக் கூறினேன்: 'இந்தியா விரும்பும் சுதந்திரத்தை, அதற்கு உடனே அளிப்பதுதான் இன்றைய நிலைக்கு உகந்த தீர்ப்பாகும். மகாத்மா காந்தியின் நியாயமான கோரிக்கைக்கு இணங்கும் பெருந்தன்மையை பிரிட்டிஷ் மக்கள் மேற்கொள்ள வேண்டும். அப்படிச் செய்தால்தான் யேசு கிறிஸ்து உபதேசித்த கோட்பாடுகளை நாம் இன்றும் கடைப்பிடித்து வருபவர்களாகக் கருதப்படுவோம்.' ஆனால் இங்கிலாந்தில் நான் எதிர்பார்த்தபடி, இந்தியாவிற்குத் திரும்புவதற்கான பயண அனுமதி கிடைக்க வில்லை. அந்த அனுமதி எனக்கு மறுக்கப்பட்டுவிட்டது. பல

நண்பர்கள், எனக்காகத் தீவிரமாகப் போராடி, நான் மீண்டும் இந்தியாவிற்குச் செல்வதற்கு அனுமதிபெற உதவினார்கள். ஆனால், அதற்காக நான் சில நிபந்தனைகளை ஏற்றுக்கொள்ள வேண்டிய தாயிற்று. அவை: நான் கோண்டு பழங்குடி மக்களிடையே பணியாற்றும் அலுவல் ஒன்றை மட்டுமே மேற்கொள்ள வேண்டும். இரண்டாவதாக, சட்டமறுப்பு, அரசியல் நடவடிக்கைகளில் எவ்விதத்திலும் ஈடுபடக் கூடாது. மேலும் அரசியல் இயக்கத்தில் ஈடுபட்டிருப்பவர்களுடன் தொடர்புகொள்ளக் கூடாது. அரசாங்கத்தை எதிர்த்துக் கட்டுரைகள் எழுதக் கூடாது. இந்த நிபந்தனைகளை நான் மனப்பூர்வமாக ஒப்புக்கொண்டு நடக்க வேண்டும்.

இது ஒரு பெரிய சிக்கலாகிவிட்டது – இந்த நிபந்தனைகளுக்கு ஆம்,இல்லை என்றுக் கூறுவது. ஆனால் நான் பழங்குடி மக்களிடையே என்னுடைய பணியை ஆரம்பித்துவிட்டதால், இந்த நிபந்தனைகளை ஏற்றுக்கொண்டு கையெழுத்துப் போடலாம் என்று தோன்றிற்று. அவ்வாறே செய்து இந்தியாவிற்குத் திரும்பினேன். இதைப்பற்றி பின்னர் அறிந்த காந்திஜியும் ஜம்னாலால் பஜாஜும் என்னுடைய முடிவை வரவேற்றார்கள். ஆனால் அத்துடன் என்னுடைய அரசியல் வாழ்க்கை முடிவுக்கு வந்துவிட்டது என்றே சொல்ல வேண்டும். இதனால் பலருடன் எனக்கு இருந்த தொடர்பு அற்றுப் போய்விட்டது. ஆனால் காந்திஜியுடன் நான் அடிக்கடி கடிதப் போக்குவரத்து மேற்கொண்டிருந்தேன். அவருடைய கையாலேயே எழுதப்பட்ட பல கடிதங்கள் இன்றும் என்னுடைய விலை உயர்ந்த பொக்கிஷமாக இருக்கின்றன. 1933ஆம் ஆண்டில் தீண்டாதார்களுக்குத் தனியாகத் தேர்தல் தொகுதிகள் ஏற்படுத்திய போது, அதை எதிர்த்து காந்திஜி உண்ணாவிரதம் மேற்கொண்டார். அப்போது, எர்வாடா மத்தியச் சிறையிலிருந்து எனக்குக் கடிதம் எழுதியிருந்தார். சிக்கல் தீர்ந்த பிறகும், ஆத்ம சுத்திக்கான 21 நாள் உண்ணாவிரதம் ஒன்றை மேற்கொண்டார். அப்பொழுது அவர் எனக்கு எழுதிய கடிதத்தில், 'உம்முடன் பேசாமல் இருந்து, கடுமையான சோதனையை மேற்கொள்ள முடியாது. பல உண்மையான நண்பர்கள் இந்த விஷயத்தில் எனக்காக கடவுளைப் பிரார்த்திக்கிறார்கள் என்பதை அறிய மகிழ்ச்சி அடைகிறேன். சத்தியம்தான் கடவுள். என்னுடைய உண்ணாவிரதத்தில் எனக்கு வேண்டிய போஷாக்கு முழுவதையும் கடவுளே அருள்வார்.' இந்த உண்ணா விரதம் ஆரம்பித்தவுடன், அரசாங்கம் காந்திஜியை விடுதலை செய்துவிட்டது. தம்முடைய விரதத்தை காந்திஜி தொடர்ந்து கடைபிடித்த பிறகு, எனக்கு எழுதிய கடிதத்தில் 'கடவுள் என் மீது கருணை காட்டினார். இந்த அற்புதமான

21 நாட்களிலும் அவர் என்னைக் கைவிட்டு விடவே இல்லை. என்னை நீங்கள் பார்ப்பதற்காக மட்டும் இங்கே வரவேண்டாம். உங்கள் வருகையை நான் வரவேற்கிறேன் என்றாலும், உங்கள் பணியைக் கைவிட்டு வருவது சரியல்ல' என்று குறிப்பிட்டிருந்தார்.

1932ஆம் ஆண்டில் காந்திஜி கைது செய்யப்பட்டபோது, நான் இந்தியாவிலும் ஐரோப்பாவிலும் பல நண்பர்களுக்கு ஒரு விஷயத்தைக் குறிப்பிட்டு எழுதியிருந்தேன். வெள்ளிக்கிழமை மாலைகளில் நடக்கும் பிரார்த்தனைகளில் எல்லோரும், 'அன்பு நிறைந்த ஒளியே வழி காட்டு' (Lead kindly light) என்ற ஆங்கிலத் துதிப்பாடலைப் பாட வேண்டும் என்று யோசனை கூறியிருந்தேன். இந்த யோசனையின்படி பல ஆண்டுகள் பிரார்த்தனைகளில் இந்தப் பாடல் இடம்பெற்றது. நாற்பதாண்டுகளுக்குப் பிறகு, காந்திஜியுடன் எனக்கிருந்த தொடர்பு சிறிது சிறிதாகக் குறைந்துவிட்டது. ஜம்னாலால் பஜாஜும் மகாதேவ் தேசாய் போன்ற நண்பர்களும் காலமாகிவிட்டார்கள். அவர்களுடன் இருந்த மற்ற சீடர்களுடன் எனக்கு அதிக அனுபவம் ஏற்படவில்லை. காந்திஜியிடம் எனக்கு இருந்த பரிவு சிறிதும் குறையவில்லை. கதர்த்துணி இயக்கம், பழங்குடி மக்களுக்குப் பொருந்தவில்லை என்பதை அறிந்து நான் மிகவும் வருத்தமுற்றேன். கைத்தறி நெசவு, நூற்பது ஆகிய அலுவல்களில் எனக்கு அதிக நம்பிக்கை உண்டு என்றாலும் மிகவும் எளிய மக்களுக்கு - அதுவும் பருத்தி விளையாத இடங்களில் - இத்தகைய அலுவலைப் புகுத்துவது பலன்தரும் நடவடிக்கை அல்ல என்று எனக்குத் தோன்றிற்று.

மதுவிலக்கு பற்றி காந்திஜியின் கருத்துகள் பழங்குடி மக்களுக்கு நன்மை தராது என்றே நான் நினைத்தேன். மற்றும், ஆண் பெண் உறவு சம்பந்தமான அவருடைய கருத்துகளை அவருடைய சீடர்கள் மிகைப்படுத்தியது, உணவு விஷயத்தில் கடுமையான கட்டுப்பாடு முதலிய அம்சங்கள் எனக்கு அவருடனிருந்த தொடர்பைத் தளர்த்தி விட்டன. அதுபற்றி இப்பொழுது நான் மிகவும் வருந்துகிறேன். காந்திஜி தம்முடைய கடைசி நாட்களில் மிகவும் உன்னதமான புருஷராகத் திகழ்ந்தார். அந்தச் சமயத்தில் அவருடைய அன்பையும் ஆதரவையும் நான் இழக்கும்படி நேர்ந்துவிட்டது. ஆயினும், சத்தியம் என்ற பண்பு வாயிலாக நான் கொண்டிருந்த உணர்வின் பயனாக நான் அவரைப் பார்க்கச் செல்லவில்லை. இவ்விஷயத்தில் என் உணர்வு எனக்கு வழிகாட்டிற்று.

3

பிஷப்புகளும் பயமுறுத்தல்களும்

அடுத்த சில ஆண்டுகள், என்னுடைய வாழ்க்கை கிறிஸ்தவ கோயில் நிறுவன சம்பிரதாயத்திலிருந்து விடுபட்டு, அறிவுத்துறையில் சுதந்திரமும் கடவுள் பக்தியும் நிறைந்த வாழ்வாக அமைந்தது. இது சிறிது கஷ்டமாகவே இருந்தது. ஏனெனில், ஆரம்பத்தில் நான் கிறிஸ்தவ மதத்தில் அதிக ஈடுபாடு கொண்டிருந்தேன். மேலும், மற்றவர்கள் மனம் புண்படும் வகையில் நடந்துகொள்வது எனக்குப் பிடிக்காது. துரதிர்ஷ்டவசமாக நான் ஈடுபட நேர்ந்த சச்சரவுகள் என்னுடைய குடும்பத்தாருக்கும் நண்பர்களுக்கும் துயரத்தைக் கொடுத்தன. கிறிஸ்தவ கோயில் நிறுவன அதிகாரிகளுடன் நான் இரண்டு முக்கிய விஷயங்களில் முரண்பாடு கொண்டிருந்தேன். முதலாவது, அரசியலில் கிறிஸ்தவர்கள் பங்குகொள்வது; இரண்டாவது, ஒரு கிறிஸ்தவன், கிறிஸ்தவர் அல்லாத மற்றவர்களிடம் எப்படி நடந்து கொள்வது என்பது. கிறிஸ்தவ மதத்திற்கும் அரசியலுக்கும் எவ்வித சம்பந்தமும் கிடையாது என்று பாதிரிகளும் அதிகாரிகளும் சொல்லி வந்தது உண்மையல்ல என்பது என்னுடைய கருத்து. காந்திஜி எடுத்துக் கூறியபடி, அரசியல் வாழ்க்கையில் மதத்திற்கு ஒரு முக்கிய இடமுண்டு. கிறிஸ்தவ சமயம் பொது வாழ்வில் மத விஷயமான உணர்ச்சியைப் புகுத்துவது அதன் உரிமை மட்டுமல்ல, கடமையும் ஆகும் என்றே நான் நினைத்தேன். 'கிறிஸ்துவும் சத்தியாக்கிரகமும்' என்ற புத்தகத்தில் என்னுடைய கருத்துகளைத் தெளிவாக்கி யிருக்கிறேன். அந்தப் புத்தகத்தில் பிரபல கிறிஸ்தவ பாதிரிகள், இன்றைய தத்துவ ஞானிகள் முதலியவர்களின் கருத்துகளையும் நான் சான்றாக எடுத்துக் கூறியிருந்தேன். கொடுங்கோல் செலுத்தும் ஒரு அயல்நாட்டு அரசாங்கத்தை அகற்றுவது கிறிஸ்தவர்களின் கடமை ஆகும் என்றும் நான் விளக்கியிருந்தேன்.

மதமாற்றப் பிரச்சினையைப் பற்றி நான் பின்னர் எழுதப் போகிறேன். உடனடியாக எனக்கு ஏற்பட்ட சங்கடங்கள் அரசியல்

சம்பந்தமானவை. பம்பாயில் கிறிஸ்தவ கோயில் நிறுவனத்துடன் தொடர்பு கொண்டிருந்தபோது எனக்கு அதிக சங்கடம் ஏற்பட வில்லை. அங்கிருந்த பிஷப், முக்கியமான பாதிரிகள் என்னுடைய நடவடிக்கைகள் பற்றி கவலைகொண்டிருந்தது இயல்பாகவே தோன்றிற்று. நான் பெஷாவருக்குச் சென்றது கோயில் அதிகாரி களுக்குப் பிடிக்கவில்லை. இரண்டு முக்கிய பிஷப்புகள் எனக்கு எழுதிய கடிதங்களில், தங்களுடைய வருத்தத்தைத் தெரிவித்திருந் தார்கள். பின்னர், மத்திய மாகாணத்தில் கராஞ்சியாவிற்குச் செல்ல முடிவு செய்தபோது இன்னும் மோசமான சிக்கல்கள் ஏற்பட்டன. நாகபுரி பிஷப்பின் அதிகாரத்திற்கு நான் உட்படவேண்டியிருந்தது. அவர் எனக்குப் புதியவர். அந்தப் பிரதேசத்தில் கிறிஸ்தவ பாதிரி களிடையே எனக்கு நண்பர்கள் கிடையாது. 1932ஆம் ஆண்டு பிப்ரவரியில் நாகபுரி பிஷப் எனக்கு பின்வரும் கடிதம் எழுதியிருந் தார்: 'நீங்கள் மாண்ட்லா (Mandla) மாவட்டத்தில் தங்குவதால் அதிக சிக்கல்கள் ஏற்படும் என்று தோன்றுகிறது. அந்த மாவட்ட ஆணையர் உங்களை உடனடியாக இந்தியாவிலிருந்து வெளியேற்றிவிட வேண்டும் என்று சிபாரிசு செய்திருக்கிறார். உங்களைப் பற்றி அவரிடம் உள்ள குறிப்புகளைப் பார்க்கும்போது, அவருடைய செயல் சரியானது என்றே எனக்குப்படுகிறது.' அத்துடன் நான் பிரிட்டிஷ் பேரரசருக்கு விசுவாசப் பிரமாணம் எடுத்துக்கொள்ள வேண்டும் என்றும் அந்த பிஷப் எழுதியிருந்தார்.

அந்த பிஷப்புக்கு நான் எழுதிய பதிலில் பின்வருமாறு குறிப் பிட்டிருந்தேன்: 'காங்கிரஸ்காரர்கள் கிறிஸ்தவ கோயில் நிறுவனத்தில் அங்கம் வகிக்கக்கூடாது என்பது உண்மையானால், நீங்களே கிறிஸ்தவ கோயில் நிறுவனத்தை ஒரு குறிப்பிட்ட கட்சியுடன் இணைத்துப் பேசுகிறீர்கள் என்றுதான் கொள்ளவேண்டும். இந்தியாவில் பெரும்பாலான மக்களிடையே நல்ல தொடர்பு கொண்டு, அவர்களுக்குப் பிரதிநிதிகளாக விளங்கக்கூடிய சிலர் இவ்வகையில் ஒருவிதத்தில் இயங்கக் கூடாது என்ற விதியை நீங்கள் நிர்ணயிக்கிறீர்கள். இத்தகைய பிரதிநிதிகளிடம்தான் நாம் சிறிது காலத்திற்குள் அதிகாரத்தை மாற்றிக் கொடுக்க வேண்டும். இந்தியாவில் இயங்கும் கிறிஸ்தவ கோயில் நிறுவனம் மக்களின் உடைமையாக இருந்தாலொழிய அது இயங்கிப் பயனில்லை. இந்திய மக்களின் விருப்பங்களை எடுத்துக் கூறுவது தேசிய காங்கிரஸ் ஒன்றுதான். காங்கிரஸ்காரர்கள் சட்டமறுப்பு முறையைக் கையாளுவதால் மட்டும் கிறிஸ்தவ கோயில் நிறுவனத்தில் அங்கம் வகிக்கத் தகுதியற்றவர்களாகி விடமாட்டார்கள். நான் காங்கிரஸ்

உறுப்பினர் அல்ல. நான் சட்டவிரோதமான ஓர் இயக்கத்தைச் சேர்ந்தவன்; எந்த நிமிஷத்திலும் கைது செய்யப்படலாம் என்று தாங்கள் கூறுவது எனக்கு விளங்கவில்லை. ஆனால், கிறிஸ்தவன் என்ற முறையில் யேசு கிறிஸ்துவின் உபதேசங்களை வெகுவாகக் கையாளும் ஓர் அரசியல் அமைப்பை மேற்கொண்டிருக்கும் இந்த இயக்கத்தின் மீது எனக்கு அதிக அனுதாபம் உண்டு. இந்த இயக்கம் ஆயுதங்களை நிராகரித்து, சத்தியத்தையும், அஹிம்சையையும் சத்தியாக்கிரக முறையாகக் கையாண்டுவருகிறது. காந்தியைப் பின்பற்றுவது விஷயமாக எந்த ஒரு கிறிஸ்தவனும் வெட்கப்பட வேண்டியதில்லை. காந்திதான் இன்றைய உலகில் வாழ்பவர்களில் யேசு கிறிஸ்துவைப் போன்று விளங்குகிறார். ஆனால் நான் ஒரு காங்கிரஸ்காரன் என்ற முறையில் பேசவில்லை. இந்தியர்கள்கூட என்னைக் காங்கிரஸ்காரனாக பாவிப்பதில்லை. சத்தியம், அன்பு, தியாகம், முதலியவற்றை வலியுறுத்தாமலும், ஏழைகளுக்கு உதவி செய்வதுதான் முதற்கடமை என்பதை எடுத்துக் கூறாமலும் நான் ஒருநாளும் பொதுமேடையில் பேசியதில்லை. பகைவர்களை மன்னிக்க வேண்டும்; எதிர்காலத்தில் பல்வேறு நாடுகளின் மக்களிடையே அன்புதான் முக்கிய உறவாக நிலவவேண்டும் என்றும் நான் விளக்கியிருந்தேன்.

சில நாட்களுக்குப் பின், அந்த பிஷப்பே கராஞ்சியாவிற்கு வந்து என்னைக் கண்டு பேசினார். அவருடன் இரண்டு கிறிஸ்தவ மிஷன் ஊழியர்களும் வந்தார்கள். எங்கள் குடிசையில் நாற்காலிகள் கிடையாது. ஆகையால், எல்லோரும் தரையில் உட்கார வேண்டியிருந்தது. காலில் பூட்ஸ் அணிந்திருந்ததால் அவ்வாறு உட்காருவது அவர்களுக்குக் கஷ்டமாகவே இருந்தது. எங்களுடைய நீண்ட உரையாடலின் விளைவாக பலன் ஏதும் ஏற்படவில்லை. நான் காந்தியுடன் தொடர்பு கொண்டிருந்ததால், அந்த பிஷப் என்னுடன் எவ்வித உறவும் வைத்துக்கொள்ள முடியாது என்று கூறினார். 'காந்திதான் அன்றைய இந்தியாவில் கிறிஸ்துவுக்குப் பெரிய விரோதி' என்றார் அவர். காங்கிரஸ் செய்துவந்த காரியம் எல்லாம் 'சாத்தானின் வேலை' என்றார். கதர்த்துணி அணிவதும் தவறு என்றார். கோண்டு மக்களிடையே ராட்டின நூற்பு, நெசவு முதலிய நடவடிக்கைகளை நான் பிரசாரம் செய்தால், என் அனுமதி ரத்து செய்யப்படும் என்றும் கூறினார். இந்த உரையாடலுக்கு இடையில் அவருடன் வந்த ஊழியர்களில் ஒருவர் – ஒரு மாதத்திற்கு முன்புதான் இந்தியாவிற்கு வந்தவர் – சொன்னார்: 'கிறிஸ்தவ மதத்தைவிட்டு ஓடிவிட்ட இவருடன் பேசுவதில் பயன் ஒன்றும்

இல்லை. எல்வின் மதத்தைக் கைவிட்டவர் மட்டுமல்ல; அவர் ஒரு துரோகி. நம்முடைய நாட்டையும் கிறிஸ்துவையும் மோசம் செய்துவிட்டார். பகைவர் களுடன் சேர்ந்துகொண்டிருக்கிறார். தெய்வீக சம்பிரதாயம் பற்றி இத்தகைய ஒருவருடன் பேசுவதில் பயன் ஒன்றும் இல்லை' என்றார்.

என்னைப் பற்றிய மதிப்பீடு, நான் வாழ்நாள் முழுவதும் எதிர்பார்த்துக் கொண்டிருந்த ஒரு வக்காலத்து போலவே எனக்குத் தோன்றிற்று. அந்த ஊழியர் இவ்வாறு கூறியது, என்னுடைய வாழ்வில் ஏற்பட்ட துயரங்களுக்கு எல்லாம் ஒரு பரிகாரமாகவே எனக்குப் பட்டது. ஆகவே, மிகவும் சந்தோஷத்துடன் நான் புன்னகை புரிந்தது அந்த மனிதருக்குச் சிறிதும் புரியவில்லை. அப்பொழுது பிஷப் சொன்னார்: 'என்னுடைய ஆதிக்கத்திற்கு உட்பட்ட பாதிரி எவரும் அரசியலில் ஈடுபாடுகொள்ளக் கூடாது.'

நான் கேட்டேன்: 'காங்கிரஸைச் சேர்ந்த ஒருவர் கிறிஸ்தவப் பாதிரி ஆக விரும்பினால்?'

'அவர் காங்கிரஸைவிட்டு விலகிவிட வேண்டும்.'

'உங்களுடைய பாதிரிகள் கிறிஸ்தவ கோயில்களில் பிரிட்டிஷ் கொடியான யூனியன் ஜாக்கைப் பறக்க விடுகிறார்களே அது அரசியல் அல்லவா?'

'யூனியன் ஜாக் சிலுவையின் சின்னமாயிற்றே.'

ஷாம்ராவுக்குப் பொறுக்கவில்லை. 'சின்னமாம், மண்ணாங் கட்டியாம்!' என்று உரக்கக் கூறிவிட்டார்.

அந்த பிஷப் மிகவும் சிரமத்துடன் தரையில் வசதியாக உட்கார முயன்றுகொண்டிருந்த போது, நான் எங்கள் உரையாடலை மீண்டும் தொடர்ந்தேன். கடைசியில், ஏற்பட்ட முடிவு ஒன்றுதான். அதாவது, நான் காந்தியுடனும் அவருடைய சகாக்களுடனும் என்னுடைய தொடர்பை அறவே அகற்றிக்கொண்டலான்றி அந்தப் பிஷப்புக்கும் எனக்கும் ஒருவித சம்பந்தமும் இருக்க முடியாது. கதர்த்துணிப் பிரசாரத்தையும் நான் கைவிட்டுவிட வேண்டும். பிஷப்பின் கடைசி வார்த்தைகள்: 'நீங்கள் கிறிஸ்துவின் புனித காரியத்திற்கே ஒரு துரோகி; பேரரசருக்கும் நீங்கள் துரோகி; நீங்கள் சாத்தானின் கையாள்.' பிஷப் நாகபுரிக்குச் சென்றபிறகு, எனக்கு எழுதிய கடிதத்தில், நான் எவ்வளவு மோசமானவன் என்பதை மீண்டும் குறிப்பிட்டிருந்தார். பின்னர், நவம்பர் மாதத்தில் ஒரு முறை எனக்கு பிஷப் எழுதிய கடிதத்தில் நான் இந்தியாவிலிருந்து

வெளியேற்றப்படவேண்டும் என்று தம் அரசாங்கத்திற்கு ஆணையர் எழுதியிருப்பதில் தவறு ஒன்றும் இல்லை என்று குறிப்பிட்டிருந்தார். நான் காங்கிரஸுடன் தொடர்பை நீக்கிக்கொண்டால்தான் அவருடைய ஆதிக்கத்தின்கீழ் பணியாற்ற முடியும் என்பதையும் குறிப்பிட்டிருந்தார்.

இரண்டு வாரங்களுக்கப் பிறகு, நான் அந்தப் பிஷப்புக்கு எழுதிய கடிதத்தில் கிறிஸ்தவ கோயில் நிறுவனத்துடன் என்னுடைய தொடர்பை அகற்றிக்கொள்ளும் முதல் நடவடிக்கையை மேற்கொண்டேன். பாதிரியாகப் பணியாற்றுவதற்கு நான் அவருடைய அனுமதியைக் கோரப்போவதில்லை என்றும், ஆகவே, அவருடைய ஆதிக்கத்தில் ஒரு பாதிரியாக நான் பணியாற்ற இயலாது என்றும் கூறினேன். மூன்று ஆண்டுகளுக்குப் பிறகு என்னுடைய கிறிஸ்து பாதிரிப் பதவியையும் நான் துறந்தேன். கிறிஸ்தவ கோயில் நிறுவனத்திலிருந்து என்னுடைய உறுப்பினர் பதவியையும் கைவிட்டேன்.

இந்தியாவில் இயங்கிவந்த கிறிஸ்தவ கோயில் நிறுவனம், சுதந்திரம் உள்ள இயக்கமாக இருந்தாலும், அன்னிய அரசாங்கத்திற்கு உட்பட்டது என்பதை நான் குறிப்பிட்டிருந்தேன். இத்தகைய தேசிய இயக்கத்தை ஒடுக்குவதற்கு அரசாங்கம் மேற்கொண்ட கடுமையான வன்முறையை எதிர்த்து அந்த பிஷப்போ, அவருடைய சகாக்களோ ஒன்றுமே கூறவில்லை என்பதையும் நினைவுறுத்தினேன். அரசாங்க அடக்குமுறையை எதிர்த்ததோடு, அஹிம்சையை மேற்கொண்ட அரசியல் கைதிகளைச் சவுக்கால் அடிக்கும் நடவடிக்கை ஒரு நியாயமான தண்டனை என்று அவர் ஒப்புக் கொண்டதையும் குறிப்பிட்டேன். 'இறைச் செய்தியை வழங்குபவர்' என்ற முறையில் அவர் என்னுடன் தொடர்பு கொள்ளாமல், அயல் நாட்டு அரசாங்கத்தின் ஏஜென்ட் என்ற முறையில் நடந்து கொண்டதாகவும் குற்றம்சாட்டினேன். 'நான் இந்திய மக்களுடன் சேர்ந்து உழைப்பதற்கு முடிவு செய்துவிட்டேன். தற்காலிகமாக நான் அரசியலில் தீவிரமாக ஈடுபடுவதற்கு இல்லை. ஏனெனில், அரசாங்கம் பலவிதத் தடைகளை விதித்திருக்கிறது. என்னுடைய ஆசிரமம் ஒரு அரசியல் நிறுவனமாக இயங்குவதற்கும் நான் திட்டமிடவில்லை. நான் பரிவுகொண்டிருக்கும் மக்களின் நலனுக்கு விரோதமாக இயங்கிவரும் அரசாங்கத்தின் அதிகாரியாக விளங்கும் உங்கள் ஆதிக்கத்திற்கு உட்பட்டு நான் பணியாற்று வதற்கு இல்லை' என்றும் குறிப்பிட்டிருந்தேன்.

கிறிஸ்தவ பாதிரிகளுடன் எனக்கு ஏற்பட்ட முதல் சச்சரவு அரசியல் சம்பந்தமானது. பின்னர், நான் இலக்கிய விஷயத்திலும் விஞ்ஞான விஷயங்களிலும் அதிகமாக ஈடுபட்டேன். படிப்படியாக என்னுடைய அரசியல் ஈடுபாடும் குறைந்துவிட்டது. ஆனால், என் கருத்துகள் எப்பொழுதும் போலவே இருந்தன. அதைவிட முக்கியமான பிரச்சினை ஒன்று இருந்தது. மதமாற்றம் அல்லது பண்பாட்டுத் துறைகளில் புதிய அம்சங்களை ஏற்றுக்கொள்வது என்னும் விஷயம் ஒரு கிறிஸ்து பாதிரிக்கு மட்டுமின்றி, மானிடவியல் ஆராய்ச்சியை மேற்கொண்ட எனக்கும் ஒரு முக்கிய விஷயமாகவே இருந்தது. கிறிஸ்தவப் பிரசாரப் பாதிரிகள் இந்தியாவில் செய்த சேவையைப் பாராட்டாமல் இருக்க முடியாது. துணிச்சலாகப் புதிய முயற்சிகளை மேற்கொள்வது, தியாக மனப்பான்மையுடன் செயலாற்றுவது முதலிய பண்புகளை அவர்கள் பரப்பினார்கள். நூற்றுக்கணக்கான பாதிரிகள் வசதியற்ற மூலை முடுக்குகளுக்குச் சென்று பல இடைஞ்சல்களுக்கு உட்பட்டு தொண்டாற்ற வேண்டிய தாயிற்று. தொழுநோயால் பாதிக்கப்பட்டு சிகிச்சை செய்வதிலும், ஏழை மக்களுக்கு உதவுவதிலும், தீண்டாதவர்களுக்கு ஆதரவு கொடுப்பதிலும், பழங்குடி மக்களுக்காகப் பாடுபடுவதிலும் அவர்கள் முன்னோடிகளாக இருந்திருக்கிறார்கள். கல்வி, மருத்துவம் ஆகிய துறைகளில் அவர்களுடைய பணி அன்பின் அடிப்படையில் அமைந்தது.

இத்தகைய பணியின் முன்னேற்றத்தைப் பற்றி நான் கருத்து வேற்றுமை கொண்டு, கிறிஸ்தவ பாதிரிகளுடன் சச்சரவு மேற்கொள்ள வில்லை. ஆக்ஸ்போர்டில் நான் கல்வி கற்றபோது, இவ்விஷயத்தில் நான் மேற்கொண்ட மனப்பான்மையின் விளைவுதான் எனக்கும் அவர்களுக்கும் ஏற்பட்ட கருத்துவேற்றுமைக்குக் காரணம். ஆகவே, நான் ஒரு பிரச்சாரப் பாதிரியாக இந்தியாவிற்கு வந்தபிறகு, என்னுடைய மனதை மாற்றிக்கொண்டேன் என்று சொல்வதற்கு இல்லை. கிறிஸ்தவ சேவா சங்கத்தில் நான் சேர்ந்ததற்குக் காரணம் அந்த இயக்கத்தில் அறிவு, மெய்ப்பொருள் (மெய்யியல்/தத்துவம்), மறைஞானம் முதலியவற்றுக்கு முக்கியத்துவம் தரப்பட்டதுதான். அந்த இயக்கத்தின் உறுப்பினர்களிடையேயும் இவ்விஷயமாக தீவிர கருத்துவேற்றுமை இருந்ததை அறிந்தேன்.

பாதிரி வின்ஸ்லோகூட இவ்விஷயமாகத் தீவிரமாய் சிந்தித்ததால், அடிக்கடி முரண்பாடான முறைகளை எடுத்துக் கூறிவந்தார். மதமாற்றம் செய்வது தகாது என்று இந்தியர்களிடையே கூறுவார். அதே சமயத்தில், மதமாற்றத்தின் அவசியத்தைப் பற்றி கிறிஸ்தவர்

களிடையே விளக்குவார். ஐரோப்பியர்கள் சம்பந்தப்பட்ட மட்டில், மதமாற்றம் என்பது ஒருவருடைய வசதியின்மையைப் பயன்படுத்திக் கொள்வதுதான். பஞ்ச காலங்களில் பல பாதிரிகள் மக்களின் பசிப்பிணியைப் பயன்படுத்திக்கொண்டு, அவர்களைக் கிறிஸ்தவர்களாக மாற்றுவதில் முனைந்தார்கள். ஆகவே, நான் கராஞ்சியாவிற்குச் சென்றபோது, கிறிஸ்தவ மதத்தின் கோட்பாடுகள் என் சிந்தனையில் தலைதூக்கி நின்றன. பாவப் பரிகார விஷயத்தில் நான் மேற்கொண்ட மனப்பான்மை கிறிஸ்தவ மதத்திற்கு மிகவும் பொருந்தியதாகும். அப்பொழுதும் நான் கிறிஸ்தவ மதத்தைப் பற்றிய பிரச்சாரத்தை மேற்கொள்ளவில்லை. கோண்டு மக்கள் யாரையும் கிறிஸ்தவ மதத்தில் சேரும்படி செய்ய வேண்டும் என்று நான் நினைக்கவில்லை. கிறிஸ்தவ மதக் கோட்பாடுகளின்படி வாழ்க்கையின் அம்சங்களை எடுத்து விளக்கவேண்டும் என்பது ஒன்று தான் என்னுடைய எண்ணம். நான் ஏற்கனவே குறிப்பிட்டபடி, ஆக்ஸ்போர்டில் தத்துவ விஷயமாக நான் சேகரித்த விவரங்களும் காந்தியின் உபதேசங்களும் பிற மதங்கள் விஷயத்தில் நான் பக்தி யுடன் நடந்துகொள்ளவேண்டும் என்பதற்கு காரணங்களாக அமைந்தன.

'எல்லா மதங்களும் ஒன்றுதான்' என்ற இலகுவான கோட்பாட்டை நான் எப்பொழுதும் ஒப்புக்கொள்ளவில்லை என்றாலும் பல மதங்களுக்கிடையில் பாகுபாடு செய்து, அவற்றில் இது உயர்ந்தது, இது தாழ்ந்தது என்று நிர்ணயிப்பது என்னுடைய கடமை அல்ல என்றே நினைத்தேன். பிற மக்கள்மீது, குறிப்பாக பழங்குடி மக்களின் மீது எந்த ஒரு கட்டுப்பாட்டையும் சுமத்தக் கூடாது என்று நான் நம்பினேன். ஒரு கிறிஸ்தவப் பாதிரி, ஒரு பிராமணனுடன் மத விஷயமாக வாக்குவாதம் மேற்கொள்வதில் பொருள் உண்டு. ஆனால், எளிய பழங்குடி மக்களில் ஒருவரிடம் சென்று, கிறிஸ்தவ மதக்கோட்பாடுகளை எடுத்துக் கூறுவது நிர்க்கதியான ஒரு பறவையைச் சுட்டு வீழ்த்துவதுபோல எனக்குத் தோன்றியது. கிறிஸ்தவ மதப்பிரசார விஷயத்தில் இவ்வகையில் நான் ஒத்துழைக்க விரும்பாதது, அதிகாரிகளுடன் எனக்கு ஏகப்பட்ட சச்சரவுக்கு ஒரு காரணமாகும். என்னுடன் நெருங்கிப் பழகிய விசாலமான மனப் பான்மை கொண்டிருந்த நண்பர்கள் சிலர்கூட இவ்விஷயத்தில் என்னை அடிக்கடி குறைகூறி வந்தார்கள். 'அறிவுபடைத்த இந்துக் களுக்கிடையே மதமாற்றப் பிரசாரம் மேற்கொள்ளாவிட்டாலும், பழங்குடி மக்களையும் தீண்டாதார்களையும் கிறிஸ்தவர்களாக மாற்ற வேண்டும்' என்ற கொள்கையை பாதிரி வின்ஸ்லோ கொண்டிருந்தார்.

ஸி.எஃப் ஆண்ட்ரூஸ்கூட பல சமயங்களில், இவ்வகையில் எனக்கு கடிதங்கள் எழுதியிருந்தார். 1933 நவம்பர் 12ஆம் தேதி அவர் எழுதிய கடிதத்தில் ஆப்பிரிக்கா முதலிய நாடுகளில் வாழும் பழங்குடி மக்களிடையே நிலவிவந்த அநாகரிகமான சில பழக்கங்களைக் இவ்வாறு குறிப்பிட்டார்:

ஆயினும், இத்தகைய கொடிய பழக்கங்களை கண்டனம் செய்யக் கூடாது என்று காந்திஜி சொல்வதை நான் ஒப்புக்கொள்வதற்கு இல்லை. இந்தப் பழக்கங்களைக் கொண்டவர்களை மதமாற்றம் செய்யக்கூடாது என்று அவர் சொல்வதையும் நான் ஆதரிப்பதற்கு இல்லை. தென் இந்தியாவில், சைத்தானை வழிபடும் பழக்கம் மிகவும் கொடிய முறையில் இயங்கிவருகிறது. இது மனித வாழ்க்கைக்கே சிறிதும் பொருந்தாததாகும். மதுராவில் நான் ஒரு சம்பவத்தைக் கண்டேன். அது பசு வழிபாட்டைப் பற்றியதாகும். அந்த வழிபாட்டின் போது, வெளிப்பட்ட காட்டுத்தனமான வெறி மிகவும் மோசமாக இருந்தது. எனக்குப் பிராணிகளிடையே அன்பு அதிகம் என்றாலும், அப்பொழுது அப்பூஜையில் நான் கண்ட காட்சிகள் எனக்கு அதிக வெறுப்பையே தந்தன. இவ்விஷயத்தில் நான் அதிக அளவு பொறுமையாய் இருந்திருக்கிறேன். உங்கள் விஷயத்திலும் இவ்வாறு ஏற்பட்டுவிடக் கூடாது என்றுதான் எழுதுகிறேன். ஆகவே, கோண்டு மக்களின் நல்ல பண்புகளையெல்லாம் பிறருக்கு எடுத்துச் சொல்வதன் மூலம் அவர்களுக்கு நீங்கள் உதவிய போதிலும், அந்தப் பண்புகள் உத்தமமானவை என்று நீங்கள் மிகைப்படுத்திக் கூறுவதால் விபரீத விளைவுகள் ஏற்படலாம்.

1938ஆம் ஆண்டு எழுதிய மற்றொரு கடிதத்தில் ஆண்ட்ரூஸ்:

மத மாற்ற விஷயத்தில் நீங்கள் காந்திய வழியில் அதிக தூரம் சென்று விட்டீர்கள் அல்லவா? உங்களுக்குத் தவறான எண்ணம் ஒன்றும் கிடையாது என்பதை அந்தப் பழங்குடி மக்களுக்கு விளக்க வேண்டும் என்பது உண்மைதான். ஆனால், கிறிஸ்துவின் அன்புக்கு பாத்திரமான நான் நம்முடைய உணர்வுகளை வெளியிடுவது அவசியமாகிறது. கிறிஸ்துவின் பரிவினால் நம்முடைய உள்ளங்களில் ஏற்பட்டிருக்கும் மகிழ்ச்சியை மற்றவர்களுக்குப் புரியும் வகையில் எடுத்துப் பிரசாரம் செய்வதே தவறு என்று காந்தி நினைக்கிறார். இவ்வகையில் நான் காந்திஜியின் கருத்துகளை ஒப்புக்கொள்வதற்கு இல்லை.

ஆண்ட்ரூஸ் கூறிய விஷயங்கள் என் காதுகளில் விழவேயில்லை. நேருவின் சொற்கள் கிறிஸ்தவப் பாதிரிகளின் பிரச்சார வேலை

தொடர்பாகக் குறிப்பிடவில்லை என்றாலும், அவற்றின் பொருள் இந்த விஷயத்தில் மிகவும் பொருந்தும். நேரு சொல்லியிருக்கிறார்:

> இந்நாட்டில் மட்டுமின்றி பல பெரிய நாடுகளில்கூட சில மக்களின் மனதைத் தங்களுக்கு ஏற்றவாறு மாற்றி, தங்களுடைய வாழ்க்கை முறைகளை அவர்கள்மீது சுமத்துவதற்கு மிகவும் பாடுபட்டு வருகிறார்கள் என்பதைக் காணும்போது, எனக்குக் கவலையாகவே இருக்கிறது. நம்முடைய வாழ்வு நம்மைச் சார்ந்தது. ஏன் நாம் அதை மற்றவர்கள்மீது சுமத்த வேண்டும்? தேசிய விஷயங்களில் மட்டுமன்றி சர்வதேசத் துறைகளிலும் இது பொருந்தும். ஒருவித வாழ்க்கைத் தரத்தைப் பின்பற்றிவரும் மக்கள், மற்றவர்கள் மீது தங்களுடைய முறைகளைச் சுமத்துவதைத் தவிர்த்தால், உலகத்தில் அதிக அமைதி நிலவும்.

கிறிஸ்தவ நிறுவனத்திலிருந்து நான் அகன்றதற்கு அரசியலும், பிரச்சாரக் கடமையும் மட்டும் காரணமாய் இருக்கவில்லை. நான் பக்தி மிகுந்தவன். கிறிஸ்தவக் கோட்பாடுகளின் ஒவ்வொரு அம்சத்தையும் தீவிரமாகப் பின்பற்றி வருபவன் என்பதை இந்தப் புத்தகம் நன்றாக எடுத்துக்காட்டும். நான் கிறிஸ்தவ கோயில் நிறுவனத்துடன் என் தொடர்பை அறவே அறுத்துக்கொண்டது, என்னுடைய நம்பிக்கை பற்றிய விஷயமாகும். கிறிஸ்தவ மதம் ஒரு தனிப்பட்ட விஷயம் என்பதை, காந்திஜியின் ஆசிரம அனுபவத்திற்குப் பிறகு, நான் நம்ப முடியாமல் போய்விட்டது. தாராள மனப்பான்மை உடையவர்கள் என்ன சொன்னபோதிலும், ‘கிறிஸ்தவ மதம் தனிப்பட்டது’ என்ற சூத்திரத்தை ஒப்புக்கொண்டுவிட்டால், மற்றும் பல விஷயங்களை ஒப்புக்கொள்ள வேண்டியதாகிவிடும். கிறிஸ்தவ கோயில் நிறுவனம், அரசாங்கம் இரண்டிற்கும் எனக்கும் இடையே இருந்த உறவு பற்றி பல ஆண்டுகள் மிகவும் மனத் தாங்கலுடன் முரண்பாடு கொண்டிருந்த பிறகு, திடீரென்று நான் ஆன்மிகத் துறையில் விடுதலை அடைந்துவிட்டதாக எனக்குத் தோன்றியது. இவ்வாறு, நான் தலைகீழாக மதமாற்றம் கொண்டது, ஒரு விசேஷ சம்பவமாயிற்று. இதன் விளைவாக, எனக்கு சுதந்திரம் அதிகரித்தது. இவ்வாறு ஏற்பட்ட சம்பவம், எனக்கு அளவற்ற மகிழ்ச்சியைக் கொடுக்கிறது. நான் சிறிதும் வருத்தப்படவில்லை.

4

பழங்குடி மக்களிடையே

சமீபத்தில் டில்லி பத்திரிகை ஒன்று என்னைப்பற்றி, 'இந்தப் பைத்தியக்கார அந்நியரின் கிறுக்குத்தனமான மனப்போக்கு ஆக்ஸ்போர்டு கல்வியினால்கூட மாறவில்லை' என்று குறிப்பிட்டிருந்தது. ஆயினும், நான் எதிர்பாராத இடங்களில், கலை, கவிதை, முதலியவற்றைக் கண்டுபிடித்தேன் என்பதையும் அப்பத்திரிகை ஒப்புக்கொண்டது. இந்த மதிப்பீட்டை நான் வெறுக்கவில்லை. மற்றவர்களைப் போல அல்லாமல், கிறுக்குத்தனமாக இயங்குவதில் தவறு ஒன்றும் இல்லை. ஆனால், நான் கிறுக்குத்தனமான மனப் போக்கை உடையவனா என்பதில் எனக்குச் சந்தேகம்தான். அறியாமையும் ஏழ்மையும் நிறைந்திருந்தாலும், மிகவும் அழகான பண்புகள் கொண்ட பழங்குடி மக்களிடையே, மலைப்பிரதேசங் களில் எழில்மிக்க இயற்கை வனப்புக்கு நடுவே, வாழ்ந்துவருவது பைத்தியக்காரத்தனமாகுமா? ஓசையும் தூசியும் நிறைந்த நகரத்தில் வாழ்ந்து, கிளப்புகளில் மடத்தனமான சீட்டு ஆட்டங்களிலும் பந்து ஆட்டங்களிலும் ஈடுபடுவதுதான் பைத்தியக்காரத்தனம் என்று எனக்குத் தோன்றிற்று. ஒரு கிராமத்திற்குச் சென்று, பயன் தரும் வழியில் பணியாற்றி, பயனற்ற வீண் வம்புகளை அகற்றி, வாழ முயலுவது வழக்கத்திற்கு மாறாக இருக்கலாம். ஆனால், அது பைத்தியக்காரத்தனம் என்று எனக்குத் தோன்றவில்லை.

அப்பொழுது நான் மேற்கொண்டிருந்த சில பழக்கங்கள் நடை முறைக்குப் பொருந்தாதவைதான் என்று எனக்குத் தோன்றிற்று. பல ஆண்டுகள் நான் கிராமங்களில் வசித்து, நெடுந்தூரம் காலணிகூட இல்லாமல் நடந்து சென்றிருக்கிறேன். இவ்வகையில், நல்ல முறையில் சிக்கனம் மேற்கொண்டிருக்கிறேன். நான் தொப்பி அணிந்தது கிடையாது. தலைக்கு எண்ணெய் தடவியது இல்லை. சமீபத்தில்தான் முகச்சவரம் செய்துகொள்வதற்கு கண்ணாடியைப் பயன்படுத்து கிறேன். கிழக்கு நாட்டு வெப்பநிலை கொண்டிருக்கும் இந்தியாவில், எளிய முறையில் ஆடை அணிந்துகொள்வதுதான் நலம் என்று நான்

உறுதியாக நம்புகிறேன். இவை பைத்தியக்காரத்தனமான பழக்கங் களாக இருந்தாலும், எனக்கு மிகவும் வசதியாகவே இருந்தன. இப்பொழுதெல்லாம் நான் கொஞ்சம் சம்பிரதாயப்படி வாழ முற்பட்டுவிட்டேன். ஆயினும், அடிக்கடி முகச்சவரம் செய்து கொள்வதில்லை. ஒருமுறை, நான் ஹௌரா ரயில் நிலையத்தில் வந்து இறங்கிய போது கலால் அதிகாரி ஒருவர் என்னிடம் வந்து, என்னுடைய மூட்டைகளைச் சோதிக்க வேண்டும் என்றார். என்னுடைய மூட்டைகளில் சட்ட விரோதமான கடத்தல் சரக்குகள் இருக்கும் என்று அவருக்குச் சந்தேகம். அவ்வளவு பயணிகளுக்கும் இடையே என்னை மட்டும் ஏன் சந்தேகிக்கிறார் என்று கேட்டதற்குச் சொன்னார்: 'உங்களைப் பார்த்தால் ஓர் உயர்ந்த ஆங்கிலேயர் மாதிரி தோன்றவில்லை.' அதற்கு முன்பும் ஒருமுறை என்னுடைய ஆடைகளினால் சிறிது சிரமம் ஏற்பட்டது. இந்தியா சுதந்திரம் பெறுவதற்கு முன்பு சிம்லாவில் ஒருமுறை சர் மார்ட்டிமர் வீலர் (Sir. Mortimer Wheeler) என்னை விருந்துக்கு அழைத்திருந்தார். சிம்லாவில் அப்பொழுது கடுமையான குளிர். எனக்குக் கோட்டு கிடையாது; ஆகவே, ஒரு பெரிய கம்பளியைப் போர்த்திக்கொண்டு அங்கு சென்றேன். பழைய மரபில் ஊறிப் போயிருந்த அந்தக் கிளப்பில் தகுதியற்ற என்னைப் போன்ற ஒருவனை விருந்திற்கு அழைத்ததற்கு அதிகாரிகள் அவரை பின்னர் கண்டித்தார்கள்.

பழங்குடி மக்களிடையே வாழ்வது மிகவும் இன்பமாக இருந்த போதிலும், அடிக்கடி எனக்குத் தனிமை உணர்வு ஏற்படுவதுண்டு. பட்டான்கர் (Patangarh) என்ற இடத்தில் ஐந்துமாத காலம் ஓயாமல் மழை பெய்துகொண்டிருந்த போது, வெளி உலகத்தைச் சேர்ந்த ஐந்து பேரைத்தான் சந்திக்க முடிந்தது. சில சமயங்களில் ஷாம்ராவ் வெளியூருக்குச் சென்றிருந்தபோது, மாதக்கணக்காக நான் ஒருவருடனும் ஆங்கிலம் பேசமுடியாமல் இருக்கும். அதன் பயனாக, நான் தனிமையாகவே இயங்கி, தனிமையில் வாழ்பவர் களின் மனப்போக்கு பற்றி அறிந்துகொள்ளவும் முடிந்தது. அந்த ஓய்வைப் பயன்படுத்தி, ஆராய்ச்சிகளை மேற்கொள்ளவும் வசதி கிடைத்தது. அடிக்கடி வம்பு அளப்பதில் நாம் காலத்தை வீணாக்கு வதைப் பார்க்கும்போது, தனிமையில் வாழ்பவனைப் பைத்தியக் காரன் என்று கருதாமல் அவனைப் பற்றி பெருமைகொள்வதே நியாயம் என்று எனக்குத் தோன்றுகிறது.

1931 முதல் 53வரை நான் கூரை வேய்ந்த குடிசையில்தான் வாழ்ந்தேன். முதலில் ஆசிரமத்தில் இடம் அதிக நெருக்கடியாகவே இருந்தது. ஒரு சிறிய பிரார்த்தனைக் கூடம், நான்கு அறைகள், ஒரு

தாழ்வாரம் அடங்கிய கட்டடம். கூரை வேய்ந்த கட்டடத்தில் மழையினால் ஒழுகல் ஏற்படும் என்றாலும், கோடை காலங்களில் குளிர்ச்சியாக இருந்தது. மண் தரையை அடிக்கடி சாணம் போட்டு மெழுகி, சுத்தப்படுத்தி வைத்துக்கொண்டேன். இந்தப் பழக்கம் சுகாதார முறையில் மிகவும் சிறந்ததாகும். பழங்குடி மக்களிடையே, அவர்களுடைய பழக்கங்களிலேயே வாழ்வது என்று தீர்மானித்து விட்டால், எல்லா அலுவல்களையும் அவர்களைப் போலவேதான் நாம் மேற்கொள்ள வேண்டும்.

கராஞ்சியா கிராமத்தை எந்த வரைபடத்திலும் பார்த்துத் தெரிந்து கொள்ளலாம். நர்மதை நதியின் முகத்துவாரத்திலிருந்து, அதன் உற்பத்தி இடம்வரை சென்றால், சாத்பூரா மலைப்பிரதேசத்தில் கிழக்குச் சரிவுகளில் கராஞ்சியாவைக் காணலாம். இந்தக் கிராமத் திற்குச் சற்று மேலே, ஒரு குன்றில் நாங்கள் எங்களுடைய முதல் குடிசையை அமைத்தோம். எங்களைச் சுற்றிலும் காட்டுப் பிரதேசம். அந்தப் பிரதேசத்தின் மௌனத்திற்கு இடையே இரவில் புலியின் உறுமலையும், மானின் ஏக்கம் நிறைந்த குரலையும் கேட்கலாம். எங்களைச் சுற்றி இருந்த பழங்குடி மக்களில் பெரும் பாலோர் கோண்டுகள். அவர்கள் ஒரு பெரிய குடி வர்க்கத்தைச் சேர்ந்தவர்கள். முப்பது லட்சம் பேர்கள் அடங்கிய ஒரு குடிமுறை. அந்தக் குடிமக்கள், மத்திய இந்தியா முழுவதும் பரவியிருக்கிறார்கள். நெடுந்தூரம் அப்பால் உள்ள சிந்துவாரா (Chindwara) மலைப் பிரதேசத்திலும், பேட்டூலுக்கு (Betul) அருகே உள்ள நதிப்பிரதேசத் திலும், சியோனி குன்றுகளிடையேயும் பசுமை நிறைந்த பாலகாட் (Balaghat) வனப்பிரதேசத்திலும், பஸ்தாரில் சண்டா (Chanda) என்னும் தொன்மையான ராஜ்யத்திலும், ஆந்திரப் பிரதேசத்தில் மைக்கால் (Maikal) மலைகளுக்கு இடையேயும் கோண்டு மக்கள் நிறைந்து வாழ்ந்துவருகிறார்கள்.

அவர்களுடைய வரலாறு பற்றி நமக்கு அதிகமாக ஒன்றும் தெரிய வில்லை. பதினான்காம் நூற்றாண்டில் மத்திய இந்தியாவின் பல்வேறு பகுதிகளில் அரசு ஆய்வு மேற்கொண்டதிலிருந்துதான் அவர்களைப் பற்றிய பல்வேறு தகவல்கள் தெளிவாகின்றன. அவர்கள் வாழ்ந்து வந்த பிரதேசத்திற்கு அப்பொழுது கோண்ட்வானா (Gondwana) என்று பெயர். அவர்கள் நடத்திய அரசாங்கம், மக்களுக்கு ஆதரவாகவே இருந்ததாகத் தோன்றுகிறது. நாட்டில் செழிப்பு மிகுந்து இருந்தது. குளங்களும் கிணறுகளும் தோண்டப்பட்டன. அரண்மனைகளில் செல்வம் நிறைந்திருந்தது. சௌராகாரில் (Chauragarh) அக்பர் பொன்நாணயங்கள் நிரம்பிய நூறு

ஜாடிகளைக் கண்டார். மற்றும், பல ஆபரணங்களும், ஆயிரம் யானைகளும் அங்கு இருந்தன. சண்டா மன்னர்கள், தங்களுடைய வம்சத்தின் காலஞ்சென்ற மன்னர்களுக்கு சமாதிகள் அமைத்தார்கள். நகரத்தைச் சுற்றி ஏழு மைல் தூரத்திற்கு பெரிய மதில் ஒன்று எழுப்பப்பட்டது. கால்நடைச் செல்வமும் அதிகரிக்கப்பட்டது. விவசாயிகள்கூட, யானைகளையும் தங்க நாணயங்களையும் கொண்டு வரி செலுத்தி வந்தார்கள் என்று கூறப்படுகிறது.

ஆனால், கோண்டு மன்னர்களிடையே கட்டுக்கோப்பான அமைப்பு நிலவவில்லை. போர் முறைக்கு அவர்கள் பயிற்சி பெற்றிருக்கவில்லை. பதினெட்டாம் நூற்றாண்டில் மகாராஷ்டிரத் தலைவர்கள் படையெடுத்து வந்தபோது, கோண்டு ராஜ்யம் எதிர்ப்பின்றி நசித்துவிட்டது. கோண்டுகள் காட்டுப் பிரதேசத்திற்குள் போய் ஒளிந்துகொண்டார்கள். பத்தொன்பதாம் நூற்றாண்டின் ஆரம்பத்தில் அவர்கள் பல்வேறு சிறு பகுதிகளாகப் பிரிந்து, வன்முறையை மேற்கொண்டு, பெரிய நகரங்களைத் தாக்கிக் கொள்ளையடித்து வந்தார்கள். பிரிட்டிஷ் ஆட்சியின் போது, அவர்களுடைய நடவடிக்கைகள் குறைந்துவிட்டன; விவசாயத் தொழிலில் ஈடுபட்டார்கள். ஆனால் அவர்களுக்குப் புதிய முறையில் அடக்குமுறையும், பாதிப்புகளும் ஏற்பட்டன. வியாபாரிகளும் மதுபானங்கள் விற்பவர்களும் அவர்களிடையே வந்து, அவர்களை ஏமாற்றி, அவர்களுடைய நிலவுடைமைகளையெல்லாம் சிறிது சிறிதாகச் சுரண்டி எடுத்துக்கொண்டுவிட்டார்கள். கடைசியில், அவர்கள் வறுமையில் ஆழ்ந்து, இன்று பலர் மிகவும் ஏழைகளாக வாழ்ந்து வருகிறார்கள். செல்வத்துறையில் மட்டுமன்றி பண்பாட்டுத் துறையிலும் அவர்களுக்கு வறுமை ஏற்பட்டுவிட்டது. ஆகவே, கோண்டுகளின் பண்பாட்டைப் பற்றிப் பொதுவாகப் பேசுவதற்கு இல்லை. பிரதேசத்திற்குப் பிரதேசம் அது மாறுபட்டு இருக்கிறது. இன்று நாம் காண்பது, ஒரு காலத்தில் மிகவும் செழுமையுடன் வாழ்ந்துவந்த பண்பாட்டின் அடையாளம்தான்.

கோண்டுகள் கலையிலும் கைத்திறன் வேலையிலும் அதிக ஈடுபாடு கொள்ளவில்லை. நெசவு வேலை அவர்களுக்குத் தெரியாது. சில சமயங்களில் மரத்தில் உருவங்களைச் செதுக்கும் வேலைப் பாட்டை மேற்கொண்டார்கள். அவர்களுக்குத் தேவையான பாத்திரங்கள், முதலியவற்றை மற்றவர்களிடமிருந்து பெற்றுக்கொள் கிறார்கள். தங்களுக்கு அருகில் வாழும் இந்துக்களின் மத சம்பிரதாயங்களையே அவர்களும் பின்பற்றுகிறார்கள். திராவிட மொழிகளில் ஒன்றே அவர்களுடைய மொழி; இப்பொழுது அது

அவர்களிடையே சிலரால்தான் பேசப்பட்டு வருகிறது. தங்களுடைய பழங்காலச் சிறப்பைப் பற்றி அவர்கள் கொண்டிருக்கும் பெருமையில் தான் அவர்களுடைய பண்பாடு வெளிப்படுகிறது. அவர்களுடைய பழையகால அரசர்கள், வீரர்கள் முதலியவர்களைப் பற்றி வழங்கும் பல்வேறு கதைகளும், வரலாறுகளும், ஐதீகங்களும் அவர்களுக்கே உரித்தான நடனம், பாடல்கள் முதலியவற்றிலும் நாம் அந்தப் பண்பாட்டுத் தொடர்புகளைக் காண்கிறோம். அது தொடர்பாக கதை ஒன்று பரம்பரையாக வழங்கி வருகிறது: ஆதிகாலத்தில் ஏழு சகோதரர்கள் இருந்தார்கள். அவர்களுடைய தெய்வமான புராபென் (Bura Pen) என்ற தேவதைக்கு அவர்கள் வழிபாட்டு விருந்தொன்றை நடத்தினார்கள். எவ்வளவோ நல்ல பொருள்களை அந்தத் தெய்வத்தின் முன் வைத்தபோதும் அவை ஏற்கப்படவில்லை. அவர்களில் கடைசி சகோதரனைப் பாடச் சொன்னார்கள். அவன் முதலில் மறுத்துவிட்டு, பல்வேறு ஆபரணங்களை வெகுமதியாகப் பெற்றுக்கொண்டு, பின்னர், ஒரு சுரைக்காயை எடுத்து அதிலிருந்து தந்தி வாத்தியம் ஒன்றை அமைத்து இசைக்கத் தொடங்கினான். அந்த இசை மிகவும் இனிமையாக இருந்ததால், அவர்களுடைய தேவதை உடனே நேரடியாகத் தோன்றிவிட்டது.

கோண்டு மக்களின் கவிதை மிகவும் எளிமையானது. பொருட் செறிவு கொண்டது. இலக்கிய தொடர்பான சம்பிரதாயங்கள், உருவகங்கள் முதலிய கட்டுப்பாடுகளின்றி இயங்கி வந்தது. பூமி, வானம், வனம், கிணறு, நதி, பறவைகள், மனிதர்களின் பல்வேறு உணர்ச்சிகள் முதலியவற்றையும், அன்பையும் பொருளாகக் கொண்டு, அந்தக் கவிதை வளர்ச்சி அடைந்து வந்தது. கவிதையில் பெரும்பகுதி நாட்டியங்களுக்கான பாடல்கள் நிறைந்தது. மத்திய இந்தியாவில் வாழும் பல்வேறு பழங்குடி மக்களிடையே பொதுவாக நிலவிவந்த கர்மா (Karma) நாட்டியத்தின் பாடல்கள் அமைந்த கவிதைதான் மிகவும் இனிமை நிறைந்தது. அந்த நாட்டியத்தில், வசந்த காலத்தில் வனப்பிர தேசத்தில் பசுமை நிறைந்த செடிகள் செழித்து வளர்வது விளக்கப்பட்டது. சில சமயங்களில் ஒரு கிராமத்தில் ஒரு செடியை நட்டு அதைச் சுற்றி மக்கள் நடனம் ஆடிவந்தார்கள். தம்பட்டங்களின் வேகமான ஓசையுடன் இணைந்து ஆண் மக்கள் முன்பாய்ந்து வந்து நடனம் ஆடுவார்கள். அதற்கிணங்க பெண்கள் பின்னே நகர்ந்து ஆடுவார்கள். பின்னர், பெண்கள் இடுப்பை வளைத்துக் குனிந்த வண்ணம் தங்கள் பாதங்கள் பிழையற்ற முறையில் இயங்க, ஒரு நடனம் மேற்கொள்வார்கள். பாடல்களை இசைப்பவர்கள் ஒரே வரிசையாக, காற்று வீசுவது

போல, அவர்களை நோக்கி நகர்ந்து வருவார்கள். காற்றின் வேகத்தினால் தாக்கப்பட்ட செடிகள் போல, அந்தப் பெண்களின் வரிசை முன்னும் பின்னும் ஆடும். இந்த நடனம் சில நாட்களில் இரவு முழுவதும் நடைபெறும். அங்க அசைவின் மகிழ்ச்சியில் மூழ்கி, அவர்கள் படைப்பின் பேரானந்தம் அடங்கிய லீலா இரகசியத்தை விளக்குகிறார்கள். தொன்மையான இந்த உணர்ச்சியின் வேகத்தில் தான் கடவுள் தம்முடைய சிருஷ்டியை மேற்கொண்டார். கோண்டு மக்களின் சிறந்த பண்பாட்டு அம்சம் இதுதான். நடனமாடும் பெண், இயற்கைச் சக்திக்கு ஏற்ப அசையும் அழகான மரத்திற்கு ஒப்பிடப் பட்டாள். கோண்டு மக்களிடையே ஒரு விடுகதை உண்டு. அதாவது, அழகான மரத்தின் மீது பறவை ஒன்று அமர்ந்திருக்கிறது. மரத்தை அசைத்தால் அந்தப் பறவை விழிப்பு அடைந்துவிடும். இதற்கு விடை: நடனமாடச் செல்லும் பெண்ணின் கால் சலங்கை என்பதுதான்.

கோண்டு மக்களிடையே இன்று நிலவும் பண்பாட்டு அம்சம் எதைப் பற்றியும் அதிகமாகப் பேசுவதற்கு இல்லை என்று நான் ஏற்கனவே குறிப்பிட்டேன். ஆயினும் பண்பாடு என்பது என்ன? கலை, மதம், மொழி, பரம்பரை ஆகிய எல்லாவற்றுக்கும் அப்பாற் பட்டதல்லவா? மனிதத்தன்மையின் அடிப்படையில் அமைந்த உண்மையான பண்பாடு ஒன்றுண்டு. இவ்வகையில் கோண்டு மக்கள் பண்பாட்டில் சிறந்தவர்கள் என்றே கொள்ளவேண்டும். அவர்கள் ராஜ வம்சத்தைச் சேர்ந்தவர்கள். அவர்களில் மிக எளியவர்கள்கூட கருமமே கண்ணான உறுதியைக் கொண்டவர்கள். பெருந்தன்மை, நகைச்சுவை, உணர்ச்சி, துன்பம் வந்த காலத்தில் துணிவு போன்ற பலரும் வியக்கக்கூடிய குணங்களைப் பெற்றிருக் கிறார்கள். பூமாதேவியின் பக்தனாக வயலில் கடுமையாக உழைத்து வரும் குடியானவன் பல்வேறு சக்திகளிலிருந்து தன்னுடைய பலத்தைப் பெறுகிறான். இந்த முறையில் அவன் நாகரிகத்தில் சிறந்தவனைக் காட்டிலும், பண்பாடு மிக்கவனாக விளங்குகிறான். கோண்டு மக்களிடையே பர்தான் (Parhans) என்ற இசைவாணர்கள் உண்டு. கோண்டு, பைகா (Baiga), அகேரியா (Agaria) ஆகிய பழங்குடி மக்களின் இதிகாசங்களையும், ஐதீக வரலாறுகளையும் இசைமூலம் இவர்கள் பராமரித்து வருகிறார்கள்.

என்னுடன் வாழ்ந்து வந்த பைகா (Baigas) மக்கள் அயல்நாட்டு உல்லாசப் பயணிகள் எதிர்பார்த்தது போல், பலவண்ண ஆடைகள் அணிந்து இயங்கவில்லை. விநோதப் பிறவிகளாகவும் தோன்ற வில்லை. தங்களுடைய சொந்த மொழியையே அவர்கள் இழந்து

விட்டார்கள். கிழக்கு இந்தியப் பகுதிகளில் வாழும் மக்களுடன் ஒப்பிட்டுப் பார்க்கும் போது, இவர்களைப் பழங்குடி மக்கள் என்றுகூட சொல்வதற்கு இல்லை. தவிர கராஞ்சியாவிலும் சுற்றி யுள்ள கிராமங்களிலும் வாழ்ந்த மக்கள் பல்வேறு இனங்களைச் சேர்ந்தவர்கள்; பல சாதி இந்துக்கள்; சில முஸ்லிம்கள்கூட இருந்தார்கள். ஆகவே, நான் பழங்குடி மக்கள் என்று பாகுபாடு செய்து, ஆய்வை மேற்கொள்ளாமல், பொதுவாக ஏழைகளாக வாழ்ந்தவர்கள்மீது அதிக அக்கறை கொண்டேன்.

ஏற்கனவே திட்டமிட்டபடி ஒரு சிறிய நிறுவனம் அமைத்து மக்களுக்குச் சேவை புரிந்து, காந்திய முறையிலும், கிறிஸ்தவ அடிப்படையிலும், எங்கள் வாழ்க்கை முறையையும் கொள்கை களையும் அமைத்துக் கொள்ள முயன்றோம். நாளடைவில், இரண்டு மூன்று கிறிஸ்தவர்கள், ஒரு முஸ்லிம், சில சிப்பந்திகள், அருகில் வாழ்ந்து வந்த பழங்குடி மக்களில் சிலர் ஆகியோர் அடங்கிய ஒரு தொண்டர் படையை உருவாக்கினோம். இந்த அமைப்பைச் சேர்ந்த ஒவ்வோர் உறுப்பினரும், தம்முடைய மத சம்பிரதாயத்தைப் பின்பற்றுவதற்கு சுதந்திரம் உண்டு. அக்காலத்தில் நாங்கள் மத அடிப்படையில்தான் எங்களுடைய அலுவல்களைத் தொடங்கினோம். என்னுடைய பிரார்த்தனைகள், சபர்மதி ஆசிரம முறையில் இயங்கின. எங்களுடைய அமைப்பிற்கு, முதலில் 'கோண்டு மக்களின் சேவை மண்டலம்' என்று பெயரிட்டோம். 1949ஆம் ஆண்டில் என்னுடைய அமைப்புக்கு 'பழங்குடி மக்கள் நலன் ஆராய்ச்சி நிறுவனம்' என்று பெயரிட்டோம். இந்தச் சிறிய குழுவின் முக்கிய உறுப்பினர் ஷாம்ராவ்தான். அவர் கராஞ்சியாவில் முற்றிலும் ஒரு புது மனிதராகவே மாறிவிட்டார். அப்பொழுதே, அவருக்கு மற்றவரிடத்தில் அன்பும் ஆதரவும் காட்டும் பண்பு உண்டு. நான் கராஞ்சியாவிற்கு வந்து சேர்ந்தபின் சில நாட்களுக்குள் அவர் அங்கிருந்த மக்களின் வழிகாட்டியாகவும் நண்பராகவும் ஏற்றுக் கொள்ளப்பட்டார். 'சின்னத்தம்பி' என்று அவர்களால் அழைக்கப் பட்டார். எந்தவித சிக்கல் ஏற்பட்டபோதும் சின்னத்தம்பியிடம் சென்று யோசனை கேட்பது அந்த மக்களிடையே ஒரு பழக்கமாகி விட்டது. எல்லோருக்கும் எந்தச் சமயத்திலும் எந்தவித உதவியும் செய்வதற்கு அவர் தயாராகவே இருந்தார். எத்தகைய சேவையையும் அவர் கேவலமாகக் கருதவில்லை. சென்ற எட்டு ஆண்டுகாலமாக அவரும் அவருடைய மனைவி குஸும் என்பவரும் சிறிதும் பண வசதி இல்லாமல் தொடர்ந்து சேவைபுரிந்து வருகிறார்கள். நூற்றுக்கணக்கான மனிதர்களுக்கு மன அமைதி தேடிக்கொடுத்துப்

பணியாற்றி வருகிறார்கள். தொண்டாற்றுவதே அவர்களுக்கு ஒரு பொழுதுபோக்காக அமைந்துவிட்டது.

எங்களுடைய ஆசிரமம், சுற்றியுள்ள கிராமத்தின் ஒரு பகுதியாகவே அமைந்தது. கோண்டு மக்களையொட்டி எங்கள் ஆசிரமம் அமைக்க வேண்டும் என்பது எங்களுடைய கொள்கை. ஆசிரமத்தில் இருந்த வீடுகள் எல்லாம் மண்சுவர்களால் ஆனவை; கூரை வேய்ந்தவை. சுவர்களில் கோண்டு முறையில் அலங்காரங்கள் செய்யப்பட்டிருந்தன. அந்தக் கிராமத்திலேயே செய்யப்பட்ட பொருள்களை நாங்கள் பயன்படுத்தி வந்தோம். அதே சமயத்தில் ஒரு கிராமம் எப்படி இருக்க வேண்டும் என்பதை எடுத்துக்காட்டும் முறையிலும் எங்கள் ஆசிரமம் அமைக்கப்பட்டிருந்தது. குடிசையில் காற்றோட்டமும் பரிசுத்தமும் நிலவியது. சுற்றுப்புறங்களில் மலர்களும் பழங்களும் நிறைந்த செடிகள் வளர்க்கப்பட்டன. கோழி இனம், கால்நடை முதலியவற்றுக்குத் தனியாகக் கூடாரங்கள் அமைக்கப்பட்டன. குப்பை, கூளம் சேகரிப்பதற்கான குழிகள் தோண்டப்பட்டன. கோண்டு மக்கள் இந்தப் பழக்கத்தையெல்லாம் இயல்பாகவே ஏற்றுக்கொண்டார்கள். தங்களுடைய கிராமத்திலும் இந்தப் பழக்கங்களைச் செயல்படுத்த முற்பட்டனர். முதலில் மண்ணால் அமைக்கப்பட்ட ஒரு சிறு கோயில் - புனித பிரான்சிஸ் (St. Francis) நினைவாக அமைக்கப்பட்டது. இந்தக் கோயில் கிறிஸ்தவ அங்கத்தினர்களுக்குப் பயன்பட்டது. இந்தக் கோயிலைச் சுற்றி பெரிய முற்றம், மூங்கிலும் மண்ணும் சேர்ந்த மதில்களால் அமைக்கப்பட்டது. இந்தக் கோயிலின் முன்புறத்தில் ஒரு கொடிக் கம்பம்; காவி நிற கொடிச்சீலை அந்தக் கம்பத்தில் பறந்தது. கொடிக் கம்பத்தின் கீழ் மேடையில் ஒரு துளசி மாடம், முற்றத்தைச் சுற்றி நாங்கள் மலர்ச்செடிகளை நட்டு வளர்த்தோம். 'பூஞ்சோலைகளைக் காணும் போதெல்லாம் அமரத்துவமான வாழ்க்கையை நினைவுறுத்திக் கொள்ளலாம்' என்று புனித பிரான்சிஸ் குறிப்பிட்டிருந்தார். பழங்குடி மக்களுக்கு மலர்களின் மீது அதிகப் பிரியம். இந்தப் பழக்கத்தை வளர்ப்பதற்கு நாங்கள் எப்பொழுதும் பாடுபட்டு வந்தோம். இந்த அமைப்பின் முன்பு, குன்றின் ஓரத்தில் திறந்தவெளி யான ஒரு சிறு பகுதியில், நாங்கள் காலை மாலை பிரார்த்தனைக் கூட்டங்களை நடத்தினோம். அந்த இடத்திலிருந்து பார்த்தால் வனப்புமிக்க இயற்கைக் காட்சிகளைக் காணலாம்.

அதற்கு அடுத்தாற்போல் கோண்டு முறையில் அமைக்கப்பட்ட சமையலறை. அதைச் சுற்றி மா, வாழை, பப்பாளி, ஆரஞ்சு, அத்தி, எலுமிச்சை, கொய்யா போன்ற பழமரங்கள் பயிர் செய்யப்பட்டன.

பழங்குடி மக்களுக்குத் நாங்கள் நாற்றுக்கள், விதைகள் முதலிய வற்றைக் கொடுத்து உதவினோம். அந்தக் கட்டடத்திற்குப் பக்கத்தில் விருந்தினர்களுக்காக ஓர் அமைப்பை நிறுவினோம். நோயாளிகள், யாத்ரிகர்கள், இதர பயணிகள் அங்கு தங்க வசதி செய்யப்பட்டது. அந்தக் குன்றின் மற்றொரு பகுதியில் ஒரு சிறு பொருட்காட்சி இருந்தது. அந்தக் காட்சி சாலையில் ஓவியங்கள், புத்தகங்கள், மாதிரிப்பொருள் அமைப்புகள் முதலியவை காட்சிக்காக வைக்கப் பட்டிருந்தன. அமைப்பில் மிகவும் பெரிய கட்டடங்கள் பள்ளிக் கூடமும் அதைச் சார்ந்த விடுதியும்தான். ஐம்பது பேர் தங்குவதற்கான விடுதி வசதியும், நூறு பேர் படிப்பதற்கான பள்ளிக்கூட வசதியும் அமைக்கப்பட்டன. இந்தப் பள்ளிக்கூடத்தில் சிறுவர்களும் சிறுமியரும் சேர்ந்தே கல்வி பயின்றார்கள். தச்சுவேலை, தையல் வேலைக்கான பிரிவுகளும் இணைக்கப்பட்டன. பள்ளிக் கூடத்திற்கு அப்பால் நெருங்கி அடந்த காடு வழியாகச் சென்றால், தொழுநோயாளி களின் சரணாலயத்தை அடையலாம். அங்கு சுமார் பதினைந்து நோயாளிகள் தங்கி, சிகிச்சை பெற்றுவந்தார்கள்.

இதுதான் மத்திய நிலையம். இதைச் சுற்றி குன்றுப் பிரதேசத்தில், நெடுந்தூரத்தில் பல பள்ளத்தாக்குகளிலும், காட்டுப் பகுதியின் இடையேயும், எட்டு கிளை ஆசிரமங்கள் நிறுவப்பட்டன. இந்தக் கிளைகள் ஒவ்வொன்றிலும் ஓர் ஊழியர் தங்கிப் பணியாற்றி வந்தார். பள்ளிக்கூடம், இந்திப் புத்தகங்கள் அடங்கிய நூலகம், ஒரு சிறு மருத்துவ நிலையம் முதலியவையும் இயங்கி வந்தன. வாரத்திற்கு ஒருமுறை இந்தக் கிளைகளைச் சேர்ந்த ஊழியர்கள் கராஞ்சியாவிற்கு வந்து, ஆலோசனைகளில் கலந்துகொண்டார்கள். கல்வி போதனை விஷயத்தில் மாதிரி வகுப்புகள் நடத்தப்பட்டு, எதிர்காலத்திற்கான வேலைத்திட்டம் உருவாக்கப்பட்டது. ஊழியர்கள் அந்தக் கிராமத்தைச் சேர்ந்தவர்கள்தான். எழுத்தறிவின்மையை அகற்றுவதில் அவர்களே இவ்வகையில் நேராகப் பங்குகொண்டார்கள். மக்களுக்கு வழி காட்டும் பணியிலும் பயிற்சிபெற்றார்கள். இந்தப் பள்ளிக்கூடங் களில் எல்லாம் சேர்ந்து முந்நூறுக்கும் அதிகமான குழந்தைகள் கல்வி பயின்று வந்தார்கள். அவர்களில் பெரும்பாலோர் கோண்டு போன்ற பல பழங்குடி இனங்களைச் சேர்ந்தவர்கள்.

ஆரம்பத்தில் எங்களுடைய பணி மிக இலகுவாகவே தோன்றிற்று. பழங்குடி மக்களின் பொது சுகாதாரத்திற்கு நாங்கள் பாடுபட வேண்டியிருந்தது. நன்றாகச் சமைக்கப்பட்ட உணவு அவர்களுக்குப் போதிய அளவு கிடைக்கச் செய்வது எங்களுடைய கடமையாயிற்று. சிக்கனம் மேற்கொண்டு, சேமிப்புப் பழக்கத்தை வளர்ப்பதில்

நாங்கள் அவர்களுக்கு உதவ வேண்டியிருந்தது. அவர்களைப் பயன் படுத்திச் சுரண்டுபவர்களை எதிர்த்து நிற்பதற்கான அறிவை அவர்களுக்குத் தேடித் தரவேண்டியிருந்தது. வெளி உலகைப் பற்றிய தெளிவான அறிவு அவர்களுக்குக் கிடைக்கும்படியும் செய்ய வேண்டும். சுகாதாரம் சம்பந்தப்பட்ட மட்டில், மருத்துவ நிலையங்கள், சுகாதாரம் பற்றிய பிரச்சாரம், கிராமங்களைத் துப்புரவாக்குதல் முதலிய நடவடிக்கைகளாலும், உணவு விஷயத்தில் விவசாய அலுவல்களை அபிவிருத்தி செய்வதன் மூலமும், பெண்களுக்கு வீட்டு நிர்வாக விஷயங்களைப் போதிப்பதன் மூலமும் பயன் அளிக்க முடியும். கல்வி அறிவு பெற்ற கோண்டு மக்களை ஏமாற்றுவது அவ்வளவு எளிதல்ல. தோட்ட வேலை, தையல்வேலை கற்றுக் கொண்ட கோண்டு மக்கள் விற்பனைக்கான சில பொருள்களைத் தயாரித்ததோடு தங்களுடைய ஆடைகளைத் தாமே தைத்துக் கொள்ளும் பழக்கத்தையும் மேற்கொண்டார்கள்.

இதைத் தவிர, மற்றொரு முக்கியமான பணி: அவர்களுடைய சிரத்தையின்மையிலிருந்து அவர்களுக்கு விழிப்புத் தருவது. 'ஏழைகளாக இருப்பது கடவுளின் செயல்; அதைத் தவிர்க்க முடியாது' என்ற எண்ணம் அவர்களிடையே நிலவியிருந்தது. அருகில் இருந்த கிராமம் ஒன்றில் ஒரு சிறு குளம் இருந்தது. கிராம மக்களுக்குக் குடிதண்ணீர் அளித்துவந்த அந்தக் குளம், ஒரு சமயம் பெரும் மழையினால் கரைபுரண்டு, தண்ணீர் எல்லாம் வெளியே வடிந்துவிட்டது. அதன் பிறகு அந்தக் கிராமப் பெண்கள் இண்டு மைல் தொலைவில் சென்று ஒரு நதியிலிருந்து குடிதண்ணீர் கொண்டு வந்தார்கள். அந்த மக்கள் ஏரியைச் செப்பனிட்டால் அவ்வளவு தூரம் நடந்து செல்வதைத் தடுத்துவிடலாம் என்று நான் கூறியபோது அவர்கள், நாங்கள் ஒன்றும் செய்வதற்கில்லை; நாங்கள் மிகவும் ஏழைகள்' என்று கூறிவிட்டார்கள். கடைசியில், நாங்களே அந்தக் குளத்தைச் செப்னிட்டுத் தந்தோம். ஆனால், நாளடைவில் சுயமுயற்சியின் மூலம் வளம்பெற முடியும் என்ற எண்ணம் அவர்களிடையே வளர ஆரம்பித்தது. ஒரு புதிய சக்தி அவர்களிடையே தோன்றியது. இந்தியா சுதந்திரம் பெற்ற பிறகு, ஒருநாள் கோண்டு பெண்களில் ஒருத்தி போலீஸ் நிலையத்திற்கச் சென்றாள். அங்கிருந்த காவல்துறை துணை ஆய்வாளர் அவளை உடனே வெளியேறுமாறு உத்தரவிட்ட போது, 'இந்தப் போலீஸ் நிலையம் எங்களுடையது. மக்களுக்காக நிறுவப்பட்டது' என்று பதில் கூறினாள்! மற்றொருமுறை வருவாய் அதிகாரி ஒருவர் (பிராமணர்) கோண்டுகளில் ஒருவரிடம், 'உங்களுடைய

சிறுவனைப் பள்ளிக்கு அனுப்புவதால் பயன் ஒன்றும் இல்லை' என்று கூறியபோது, அந்தக் கோண்டு கூறினான்: 'நீங்கள் அவ்வாறு கூறுவது இயல்புதான். என் மகன் படித்துவிட்டால், அவனுக்கு உங்கள் வேலை கிடைத்து விடுமல்லவா?'

கராஞ்சியாவில் அந்த ஆரம்ப காலத்தை, நான் என்னுடைய 'காட்டில் உதிர்ந்த இலைகள்' என்ற புத்தகத்தில் விவரித்து எழுதி யிருக்கிறேன். காட்டுப் பிரதேசத்தில் என்னுடைய வாழ்க்கையில் அப்போது நிறைந்திருந்த உற்சாகத்தைப் பற்றி அதில் விளக்கி யிருந்தேன். ஆக்ஸ்போர்டு பல்கலைக்கழகத்தில் கல்வி பயின்ற ஒரு கிறித்தவப் பாதிரி பழங்குடி மக்களிடையே பெற்ற சில விநோதமான அனுபவங்கள் நகைச்சுவையின் அடிப்படையில் எடுத்துக்கூறப் பட்டன என்பது தான் அந்தப் புத்தகத்தின் வெற்றிக்குக் காரணம். பின்னர், நாங்கள் பழங்குடி மக்களிடையே இணைந்து வாழ முயன்ற பிறகும், வடகிழக்கு எல்லைப் பகுதியில் பயணம் செய்து வந்த பிறகும், உண்மையில் அனுபவங்கள் வெறும் வேடிக்கையானவை அல்ல என்பதை உணர்ந்தோம். நாங்கள் பல பிராணிகளைச் செல்லமாக வளர்த்து வந்தோம். எங்களிடையே இருந்த செல்லப் பிராணிகளில் மிகவும் முக்கியமானது ஒரு பெண் சிறுத்தைக்குட்டி. மரக் கிராதிகள் இணைத்த ஒரு தனிக் குடிசையில் இந்தச் சிறுத்தையை வைத்திருந்தோம். அது எங்களுடன் மிகவும் பழகிவிட்டதால், நான் அந்தக் குடிசைக்குள் சென்று அதனுடன் விளையாடுவது வழக்கம். ஆயிரக்கணக்கான மக்கள் அதைப் பார்க்க வந்து போய்க்கொண்டு இருப்பார்கள். ஆனால், ஒருமுறை நான் ஆசிரமத்தைவிட்டு வெளியே சென்றிருந்த போது அந்தச் சிறுத்தை தப்பி ஓடிவிட்டது. தொழுநோயாளிகள் சரணாலயத்திற்குச் சென்று, அது அவர்களுடன் விளையாடத் தொடங்கியபோது, அங்கிருந்த நோயாளிகளில் ஒருவர் பயந்துபோய் அதைச் சுட்டு வீழ்த்திவிட்டார்.

இதைத் தவிர, நான் பலவித மான்களையும் வளர்த்து வந்தேன். அத்துடன் வான்கோழிகள், வாத்துகள், புறாக்கள், பல பறவை இனங்கள் எங்கள் ஆசிரமத்தில் என்னுடன் வளர்ந்துவந்தன. கோழி இனங்களை வளர்ப்பதில் பல இடையூறுகள் ஏற்பட்டன. ஆசிரமத்தில் இருந்த பெட்டைக்கோழிகள் இட்ட முட்டைகளை சில சமயங்களில் அவையே உட்கொண்டுவிடும். அடைகாத்துப் பொறிக்கப்பட்ட குஞ்சுகளில் பாதி அளவுக்குத்தான் உயிருடன் வாழ்ந்தன. சில வெப்பத்தினாலும், சில குளிரினாலும் இறந்து விட்டன. இன்னும் சில தண்ணீர் குடிக்கப்போய் மூழ்கி இறந்தன. பல கோழிகளாலேயே மிதிக்கப்பட்டு உயிர் துறந்தன. ஒருமுறை

ஒரு நல்லபாம்பு கோழிப் பண்ணைக்குள் புகுந்து ஒரு குஞ்சைத் தின்றுவிட்டு, அதன் தாயையும் கடித்துவிட்டது. கோண்டு வாள் ஒன்றை எடுத்துக்கொண்டு நான் அந்தப் பாம்பைத் தாக்கச் சென்றேன். ஆனால் அது ஓடி மறைந்துவிட்டது. முயல்களையும் புறாக்களையும் வளர்த்து அவற்றை நான் பள்ளிக்கூட விடுதிகளில் தங்கியிருந்த சிறுவர்களுக்குக் கொடுத்தேன். விலங்குகளை வளர்ப்பதன் மூலம் சிறுவர்களின் பழக்கவழக்கங்கள் பண்படும் என்ற எண்ணத்தில் அவ்வாறு செய்தோம். ஆனால், அந்தச் சிறுவர்கள் **இராக்காலங்களில்** அந்த விலங்குகளைப் பிடித்து, சமைத்துச் சாப்பிடத் தொடங்கி விட்டார்கள்! சுற்றியிருந்த காடுகளிலிருந்து ஒரு புலி வந்து, அந்தப் பிராணிகளைத் தின்று விட்டதாக முதலில் சொல்லப்பட்டது. பின்னர், உண்மை தெரிந்தவுடன் நான் மற்ற பிராணிகளை ஆசிரமத்திற்கு எடுத்துச் சென்றுவிட்டேன்.

1936ஆம் ஆண்டில் ஆய்வுத்துறையில் ஈடுபட்ட போது, நாங்கள் 12 மைல்களுக்கு அப்பாலிருந்த புதிய கிராமம் ஒன்றுக்குச் சென்று தங்கினோம். மூன்று குக்கிராமங்கள் அடங்கிய அந்தப் பிரதேசத்தில் ஒரு சிறு நதி ஓடிக்கொண்டிருந்தது. சுற்றிலும் நல்ல மரங்களும், மூங்கில்களும் வளர்ந்து இருந்தன. ஒரு குன்றின் சரிவில் நாங்கள் எங்களுடைய ஆசிரமத்தை அமைத்தோம். சுற்றிலும் கீழே அமைந் திருந்த ஒரு பெரிய வயலில் வாரச்சந்தை நடத்திவந்தோம். அதன் பக்கத்தில் பள்ளிக்கூடம், மாணவர் விடுதி, இன்னும் சற்று தூரத்தில் தொழு நோயாளிகள் நிலையம் முதலியவற்றை அமைத்தோம். இந்தப் புதிய ஆசிரமத்தில் கோயில் எதையும் அமைக்கவில்லை. கராஞ்சியைவிட இந்த இடத்தில் நாங்கள் மனிதத் தொடர்பற்று இருந்தோம். முக்கியமான சாலையை இணைக்கும் ஒரு சிறு பாதையை நாங்கள் அமைத்தோம். அந்தக் குக்கிராமங்களில் இரண்டில் கோண்டுகளும், ராஜ கோண்டுகளும் வாழ்ந்துவந்தார்கள். மூன்றாவது கிராமத்தில் மெஹரா (Mehras) என்ற அட்டவணை வகுப்பினர் வாழ்ந்துவந்தார்கள். பக்கத்தில் பைகா (Baigas), அகேரியா (Agarias) மக்களின் கிராமங்கள் இருந்தன. வாழ்க்கையில் ஏற்படும் மாறுதல்கள், மக்களில் ஒரு பகுதியினர் மற்றவர்களைப் பயன்படுத்தி வாழ்தல் முதலிய பிரச்சினைகள் இந்த இடத்தில் எனக்கு மிகவும் தெளிவாகப் புலப்பட்டன. மலைப்பிரதேசத்தில் நிறைந்திருந்த காடுகள் அழிக்கப்படுவதால், அங்கு வாழும் மக்களிடையே ஏற்படும் மாறுதல்கள் அவர்களுடைய சுதந்திர வாழ்வைப் பாதிப்பதை அறிந்தோம். அந்தக் காட்டுப் பிரதேசங்கள்

தான், அந்த மக்களின் மகிழ்ச்சி நிறைந்த வாழ்வின் அறிகுறிகளாக விளங்கிவந்தன. அந்த மக்களின் இளமைப் பருவம் முழுவதும் அந்தக் காடுகளுக்கிடையே ஆனந்தமாகக் கழிக்கப்பட்டது. இயற்கையை எதிர்த்து அவர்கள் மேற்கொண்ட துணிச்சல் மிகுந்த போராட்டங்கள் எல்லாம் அங்குதான் நடைபெற்றன. பைகா மக்கள், தாங்கள் வனவிலங்குகளின் அதிபதிகள் என்றே நினைத்து வந்தார்கள். காட்டு வளத்தைப் பாதுகாப்பது தங்களுடைய கடமை என்று கருதினார்கள். பல நூற்றாண்டுகளாக அவர்கள் அந்தக் காட்டுப் பிரதேசங்களிலிருந்தே தங்களுடைய வாழ்வின் வளம் முழுவதையும் பெற்றுவந்தார்கள்.

ஆகவே, விரிவான காட்டுப் பகுதிகளை அரசாங்கம் 'பாதுகாப்பு' செய்ய முற்பட்டது அந்த மக்களுக்கு ஒரு நஷ்டமாகவே இருந்தது. பழங்குடி மக்கள், தாங்கள் பாரம்பரியமாகப் பயிரிடும் முறைகளைப் பின்பற்றி வருவது தடை செய்யப்பட்டது. அவர்கள் ஒரே கிராமத்தில் வாழவேண்டும்; பல கிராமங்களிடையே இடம் பெயர்ந்து செல்லக் கூடாது; அவர்களுடைய கால்நடைகள் பல இடங்களுக்குச் சென்று, வரம்பு மீறி நடந்துகொள்ளும் குற்றத்திற்கு அவர்கள் ஆளாகக் கூடாது என்ற நிபந்தனைகள் எல்லாம் தோன்றிவிட்டன. காட்டுப் பிரதேசத்தில் வாழும் மக்கள், அடிக்கடி வனத்துறை அதிகாரி முன் சென்று, விளக்கம் தரவேண்டிய நிலை ஏற்பட்டது. வனம் தரும் பொருள்களை எடுத்துக் கொள்வதற்குக்கூட அவர்கள் அனுமதி பெற வேண்டியிருந்தது. வனத்துறையின் கட்டுப்பாடுகளை, அவர்கள் தம் வாழ்வைக் குலைக்கும் நடவடிக்கையாகவும் பாவிக்கத் தொடங்கி விட்டனர். இவ்வகையில் அவர்கள் சுய நம்பிக்கையை இழந்து, தோல்வி மனப்பான்மையை மேற்கொள்ளத் தொடங்கினார்கள். 1933-34ஆம் ஆண்டில் மத்திய மாகாணத்திலும் பேரார் பகுதியிலும் காட்டு இலாகா சட்ட விதிகளை மீறியதாக 27 ஆயிரம் வழக்குகள் தொடரப்பட்டன. வனத்துறை விதி முறைகள் பழங்குடி மக்களின் அடிப்படை வாழ்வுக்கு முரண்பட்டதாகவே அமைந்து இருந்தன என்பது இதிலிருந்து தெளிவாகிறது. இதன் விளைவாக, பழங்குடி மக்கள் தங்களுடைய சுதந்திரத்தையும் துணிச்சலையும் இழந்து, தாங்கள் சுதந்திரக் குடிமக்கள் என்ற உணர்வே இல்லாமல் இயங்கி வந்தார்கள்.

மெஹ்ரா (Mehras) மக்களும் கோண்டு மக்களும் அடிக்கடி நீதிமன்றங்களுக்குச் சென்று வழக்காடும் பழக்கத்தை மேற் கொண்டார்கள். இதனால் ஏற்பட்ட சிக்கல்களின் விளைவாக அவர்களிடையே ஒரு சோம்பல் நிலவத் தொடங்கியது. வழக்கு

நடவடிக்கைகளின் நிர்பந்தத்துக்கு உட்பட்டு அவர்கள் பல்வேறு இடங்களுக்கு அடிக்கடி பயணம் மேற்கொள்ள வேண்டியதாயிற்று. ஒருமுறை ஆவணம் பதிவுசெய்யப்பட வேண்டிய சந்தர்ப்பத்தை யொட்டி, மனுதாரரும் அவரைச் சேர்ந்த நான்கு சாட்சிகளும் மொத்தம் 3700 மைல் தூரம் பயணம் மேற்கொள்ள வேண்டியது அவசியமாயிற்று. அந்த மக்களிடையே விஷயங்கள் தெரிந்தவர்கள் பலர், மற்றவர்களைத் தங்களுக்காகப் பயன்படுத்திக்கொள்ளும் பழக்கத்தையும் மேற்கொண்டார்கள். இவ்வகையில் பலவிதமான ஏமாற்று முறைகள் கையாளப்பட்டன. ஒருமுறை ஒரு வியாபாரி, ஒரு கோண்டு குடும்பத்திலிருந்து நூறு ரூபாய் மதிப்புள்ள தானியங்களை வாங்கிக்கொண்டார். அதற்காக அவர் கொடுத்த இரண்டு நூறு ரூபாய் நோட்டுகள், தொழிற்சாலைகளில் பெரிய பெட்டிகளின் மீது ஒட்டப்படும் வில்லைகளாகவே இருந்தன. எழுத்தறிவு இல்லாத ஒரு கோண்டு, அவற்றை வாங்கிக்கொண்டு, பின்னர் சில்லரை மாற்றுவதற்காக ஒரு போலீஸ் நிலையத்திற்குச் சென்றபோது, தான் ஏமாற்றப்பட்டதை அறிந்தான். பத்திரங்கள் எழுதுபவர் ஒருவர், அந்தப் பழங்குடி மக்களைத் தாம் எவ்வாறு ஏமாற்றிப் பிழைத்துக்கொண்டு வந்தார் என்பதை ஒருமுறை என்னிடம் விளக்கினார். பத்திரம் எழுதிப் பெற்றுக்கொள்ள வருபவர்களிடம் அவர், ‘எந்தப் பேனாவால் எழுதவேண்டும்?’ என்று கேட்பாராம். ஒவ்வொரு பேனாவிற்கும் எவ்வளவு கட்டணம் என்ற விகிதம் வைத்திருந்தார். மற்றும், சில சட்டப் புத்தகங்களைக் காட்டி, சிவப்புப் புத்தகத்திலிருந்து எடுத்து எழுதினால் ஒரு கட்டணம், என்றெல்லாம் கோட்பாடுகள் விதித்து, பல முறைகளைக் கையாண்டு, அவர்களிடமிருந்து வழக்கத்திற்கு விரோதமாக அதிகக் கட்டணம் பெற்றுவந்ததாக அவர் கூறினார்.

கோண்டு மக்களுக்கும், மிகவும் அடித்தட்டு சாதிகளைச் சேர்ந்த இந்துக்களுக்கும் அதிக தீமை விளைந்தது சீர்திருத்த இயக்கத்தால் தான். அந்தக் காலத்தில் ஓர் அமைப்பு இயங்கிவந்தது. சியோனி (Seoni) மாண்ட்லா (Mandla) பகுதிகளில் இயங்கிவந்த ‘ராஜ கோண்டு சத்திரிய சீர்திருத்த மகாசபை’ என்ற அவ்வியக்கத்தின் பிரசாரகர்கள் கோண்டு மக்களிடையே சென்று, அவர்கள் மாட்டு இறைச்சி உட்கொள்ளக் கூடாது; பசுக்களைக்கொண்டு நிலத்தை உழக் கூடாது; பன்றி இறைச்சி, கோழி இறைச்சி முதலியவற்றையும் கைவிட்டுவிட வேண்டும்; மதுபானம் அருந்தக் கூடாது; அவர் களுடைய பெண்கள் நடனங்களில் ஈடுபடக் கூடாது என்றெல்லாம் எடுத்துக் கூறிவந்தார்கள். 1939ஆம் ஆண்டில் திரிபுரா காங்கிரஸ்

மகாசபைக் கூட்டத்தின்போது, நாங்கள் பழங்குடி மக்களின் நடனக் காட்சிகளுக்காக, சில கோண்டு சிறுவர்களை அங்கு அழைத்துச் சென்றபோது, அந்த நடனத்தைத் தடைசெய்ய வேண்டும் என்று கோரி, அந்தச் சபை காந்திஜிக்கு கடிதம் எழுதியது. அப்படித் தடை செய்யப்படாவிட்டால், தாங்கள் சத்தியாக்கிரகம் செய்யப் போவதாகவும் சபையினர் பயமுறுத்தினர்.

கோண்டு சீர்திருத்தவாதி ஒருவர், மாண்ட்லாவில் 1936ஆம் ஆண்டில் சுற்றுப்பயணம் மேற்கொண்டார். அவருடன் வந்த பணியாட்களில் ஒருவர், முஸ்லிம். அவர் இந்துமத வேதப் புத்தகங்கள் சிலவற்றைத் தம் கையில் வைத்துக்கொண்டிருந்தார். ஒவ்வொரு கிராமத்திலும் பொதுக் கூட்டங்கள் நடத்தி, அந்தக் குழுவினர் பிரச்சாரம் செய்துவந்தார்கள். தமக்கு அரசாங்க அதிகாரம் இருப்பதாகவும், தாம் சொல்கிறபடி நடக்காவிட்டால் தண்டனை விதிக்கப்படும் என்றும் அந்தக் குழுவின் தலைவர் கோண்டு மக்களிடையே எச்சரிக்கை விடுத்தார். புதிய கோண்டு மதம் என்ற ஒன்றை அவர் பிரகடனம் செய்தார். கோண்டு மக்களின் பண்பாட்டிற்கு அறிகுறியாக விளங்கிவந்த கர்மா நடனம் உடனடியாக நிறுத்தப்படவேண்டும் என்றார். காட்டுப் பிரதேசம் பற்றிய பாடல்களை, ஆண்களும் பெண்களும் சேர்ந்து பாடக் கூடாது; அவை ஒழுக்கத்திற்குப் புறம்பானவை என்று அவர் கூறினார். கோண்டு மக்கள் மதுபானங்களை அறவே கைவிட வேண்டும்; கோண்டு பெண்கள் கோஷா முறையைக் கடைபிடிக்க வேண்டும்; தண்டனை விதிகள் கடுமையாக அமலாக்கப்பட வேண்டும்; குழந்தைகளுக்கு இந்துமத சம்பிரதாயப்படி திருமணங் களும் செய்விக்கப்படவேண்டும்; பசுவழிபாட்டை மேற்கொள்ள வேண்டும் என்றெல்லாம் அவர் பிரசாரம் செய்தார். அவருடைய கோட்பாடுகளுக்கு விரோதமாக நடந்துகொள்பவர்களுக்கு பல்வேறு விகிதங்களில் அபராதங்கள் விதிக்கப்பட்டன.

இந்த இயக்கம் மாண்ட்லா வட்டம் முழுவதும் விரைவாகப் பரவிவிட்டது. நூற்றுக்கணக்கான கோண்டு மக்கள் பூணூல் அணிந்து, அந்தச் சீர்திருத்தவாதிக்கு சந்தா செலுத்தினார்கள். சொல்ல முடியாத ஒரு சோம்பேறித்தனம் கிராம மக்களிடையே நிலவத் தொடங்கியது. மாலை வேலைகளில் கோண்டு ஆண்கள் பொழுது போக ஒன்றும் செய்வதற்கு இல்லாமல், தங்கள் குடும்பத்தாருடனே சச்சரவு செய்தார்கள். பழங்குடி மக்களின் விழாக்களில் உற்சாகம் மறைந்துவிட்டது. இரண்டு ஆண்டுகளுக்குள் இந்தச் சீர்திருத்தவாதி கைது செய்யப்பட்டு, மோசடி குற்றத்திற்காக சிறையில் அடைக்கப்

பட்டார். பல கிராமங்களைச் சேர்ந்த மக்கள், ஒருவாறு பழைய பழக்கவழக்கங்களை மீண்டும் மேற்கொண்டார்கள். ஆனால், மேலும் பல பிரச்சாரகர்கள் இந்த மக்களிடையே மீண்டும் மீண்டும் வந்துகொண்டிருந்தார்கள். நம்முடன் வாழும் மக்களைச் சுரண்டி வாழ்வது ஒரு நல்ல பொழுதுபோக்குதான். கோண்டு பிரதேசத்தில் வாழும் மக்களின் அழகு நிறைந்த பாடல்களும் நடனங்களும் இந்தச் சீர்திருத்த வெறியினால் அறவே மறைந்துவிடும் என்றே தோன்றுகிறது.

ஒருமுறை கொராபுட் (Koraput) பிரதேசத்தில் மக்களிடையே ஒரு வதந்தி உலாவிற்று. இது பஸ்தார் (Bastar) பிரதேசத்திலும் பரவியது. கிழக்கு தொடர்ச்சி மலைகளில் ஒரு தெய்வம் தோன்யிருப்ப தாகவும், அந்தத் தெய்வம், கருப்புநிறக் கோழி இனங்கள், ஆடுகள் முதலியவற்றை உட்கொள்வதைப் பழங்குடி மக்கள் நிறுத்த வேண்டும் என்று கட்டளையிட்டதாகவும், கருப்புத்துணிகளை அறவே கைவிடவேண்டும் சில ஆபரணங்கள் அணிவதையும் கைவிட வேண்டும் என்றும் அந்தக் கடவுள் அருளியதாகவும் கூறப்பட்டது. அதன் விளைவாகக் கருப்புநிறமுள்ள ஆடுகள், கோழிகள், ஆடைத் துணிகள் எல்லாம் வியாபாரிகளால் மிகவும் மலிவான விலைக்கு வாங்கப்பட்டுவிட்டன.

பிற்காலத்தில் அரசாங்க அதிகாரிகளுடன் மிகவும் தாராளமான முறையில் பழகும் வாய்ப்பு எனக்குக் கிடைத்தது. காவல்துறையின் கண்காணிப்பு குறைந்து, நானே ஒரு கௌரவ மாஜிஸ்டிரேட்டாக நியமிக்கப்பட்டேன். இந்தப் பதவியை ஏற்றுக்கொண்டது சரிதானா என்று என்னால் உறுதியாகச் சொல்ல முடியவில்லை. ஆயினும், பழங்குடி மக்களிடையே சேவை செய்வது என்ற பொறுப்பை ஏற்றுக்கொண்டிருந்ததாலும், அரசாங்க ஆதரவு இன்றி அவ்வாறு இயங்குவது சிரமம் என்று தோன்றியதாலும் அந்தப் பதவியை ஏற்றுக்கொண்டேன். 'பாரத மக்களின் சுதந்திர வேட்கை நியாய மானது' என்ற எண்ணம் என்னைவிட்டு அகலவில்லை. காந்திஜி யிடம் எனக்கு இருந்த பற்றும் சிறிதுகூட மாறவில்லை. அரசியல் அடிப்படையில் பணியாற்றுவதைவிட்டு பழங்குடி மக்களிடையே பணியாற்றுவதன் மூலம், நான் பாரதத்திற்குச் சேவைபுரிந்திருக் கிறேன் என்றே நினைக்கிறேன்.

ஸான்ரவாச்சாபர் (Sanhrawachhappar) என்ற இடத்தில் நாங்கள் நான்கு ஆண்டுகள் தங்கியிருந்துவிட்டு, பிறகு பட்டான்கரில் (Patangarh) நிரந்தரமாகக் குடியேறினோம். பட்டான்கர் ஒரு

வனப்பு மிகுந்த கிராமம். பெரிய மலைத்தொடர்களுக்கு இடையே ஒரு தனிக் குன்றின் மீது அமைந்திருந்தது. சுற்றிலும் மைக்கால் (Maikal) மலைத் தொடர். முன் பக்கத்தில் லிங்கோ (Lingo) மலைச்சரிவு கம்பீரமாகக் காட்சி அளித்தது. நாங்கள் தங்கியிருந்த இடத்திலிருந்து புனித நர்மதை நதி அரை மைல் தூரத்தில் பாய்ந்து கொண் டிருந்ததைப் பார்க்க முடிந்தது. அப்பொழுது நல்ல காற்று வீசிக் கொண்டிருந்தது. கராஞ்சியாவைவிட பட்டான்கரில் குளிர் அதிகம். அழகு நிறைந்த அந்தக் கிராமத்தில் வாழ்ந்த மக்கள் முக மலர்ச்சியுடன் அதிக நட்புறவு காட்டி வந்தார்கள். எங்கள் அருகில் வாழ்ந்து வந்தவர்களில் பலர் கோண்டு இசைவாணர்களான பர்தான்கள் (Pardhans). பட்டான்கரில் ஒரு மருத்துவ நிலையம், பள்ளிக்கூடம், விற்பனை நிலையம், விருந்தினர்கள் விடுதி, எங்கள் அலுவலகம் முதலிய வற்றை நிறுவினோம். இந்தப் புதிய நிறுவனத்தை அமைப்பதில் கொஞ்சம் சிக்கல் ஏற்பட்டது. அந்த இடத்தின் சொந்தக்காரர் நாங்கள் கட்டடம் அமைத்துக்கொள்வதற்கு முதலில் அனுமதி கொடுத்தார். பின்னர், எங்களை வெளியேறும்படி கூறிவிட்டார். பின்னர் மிகவும் பழமையான மரங்கள் நிறைந்த ஓர் இடத்தைத் தேர்ந்தெடுத்து அங்கு எங்கள் ஆசிரமத்தைக் கட்ட ஆரம்பித்தோம். ஆனால் அந்த மரங்களில் ஒன்று வனதேவதைக்குச் சொந்தம் என்று கூறப்பட்டது. எதிர்பாராத விதமாக சூறாவளி அடிக்கத் தொடங்கிவிட்டது. கிராம மக்களில் பலர், தங்கள் கனவுகளில் தேவதை வந்து தோன்றியதாகக் கூறினார்கள். ஆகவே, எங்களுடைய கட்டடப் பொருள்களை எடுத்துக்கொண்டு வேறொரு இடத்திற்குச் சென்றோம். அங்கு அதிக மரங்கள் கிடையாது. அங்கும் ஏதோ ஒரு தேவதை நடமாடுவதாகக் கூறப்பட்டது. ஆனால், நாங்கள் உறுதியுடன் அந்த இடத்திலேயே எங்கள் ஆசிரமத்தை அமைத்தோம்.

இரண்டாவது உலகப் போர் நடந்துகொண்டிருந்த காலம் முழுவதும் நான் மத்திய இந்தியாவில்தான் இருந்தேன். அந்தக் காலத்தில்கூட நாங்கள் போர் நெருக்கடி நிலையில்தான் வாழ்ந்து வந்தோம் என்று சொல்லலாம். கிராம மக்களிடையே விளக்குகள் இல்லாததால் இரவு வேளைகளில் நகரங்களில் ஏற்பட்டது போல, இருட்டடிப்பு ஏற்பட்டது. ஜெர்மன் போர் விமானங்களுக்குப் பதிலாக, கொசுக்களும் பிற பூச்சிகளும் வந்து எங்களைத் தாக்கின! கிராமத்தில் அதிக உணவு இல்லாததால், பங்கீடு முறையும் கையாளப் பட்டது. ஆண்டுதோறும் நான்குமாத காலம் கடும் மழையினால் கிராமத்திற்கும் வெளி உலகத்திற்கும் தொடர்பு அற்றுப்போயிற்று.

போர் முனையில் பணியாற்றும் சிப்பாய்க்கு, கோண்டு மக்களில் ஒருவரைவிட ஆயுட்காலம் அதிகம் என்றே கூறலாம். கோண்டு கிராமங்களில் நிலவிய வியாதிகள் வெடிகுண்டு, விஷவாயு முதலியவற்றைவிட கொடுமையானவையாக இருந்தன. மனிதனின் நிரந்தர விரோதிகளான பசி, பயம், வறுமை, சாவு முதலியவற்றை எதிர்த்து நிற்பதற்கு நாங்கள் அன்பும், அனுதாபமும் நிறைந்த அரண் ஒன்றை எழுப்ப முயன்றோம். ஐரோப்பாவில் பைத்தியம் தலை விரித்தாடிற்று என்பதற்காக, நாங்கள் எங்களுடைய பணியைக் கைவிடுவதற்கில்லை. போர் விஷயத்தில் பைகா (Baigas), கோண்டு மக்கள் மேற்கொண்ட மனப்பான்மை விநோதமாக இருந்தது. வயது முதிர்ந்த பெண் ஒருவர் பின்வருமாறு கூறினாள்: 'இவ்வகையில் தான் கடவுள் மக்களிடையே சமத்துவம் காண்கிறார். இங்கே எங்களுடைய குழந்தைகள் எல்லாம் கொடிய நோயின் விளைவாகவும், வன விலங்குகளின் தாக்குதல்களாலும் உயிர் இழக்கிறார்கள். ஆங்கிலேயர் களின் குழந்தைகள் வசதியுடனும் மகிழ்ச்சியுடனும் வாழ முடியும். ஆனால், கடவுள் அவர்களைப் பைத்தியமாக்கி, ஒருவரையொருவர் நாசம் செய்துகொள்ளும்படி செய்து விடுகிறார். அவர்களுடைய அறிவும், அவர்களுடைய மரபுகளும் பயனற்றுப் போய்விடுகின்றன. இங்கேயும் அப்படித்தான்.'

சச்சரவினால் உற்சாகம் கொள்ளும் சில பழங்குடி மக்கள், யுத்த விஷயத்தில் உதவி செய்வதற்கு முன் வந்தார்கள். ஒருநாள், சில பைகா மக்கள் விற்களும் அம்புகளும் நிறைந்த ஒரு பெரிய கட்டு ஒன்றைக் கொண்டு வந்து என்னிடம் கொடுத்து, அதை அரசாங்கத்திற்கு அனுப்பிப் போருக்கு உதவுமாறு கூறினார்கள். தற்காலப் போர் முறையில் அந்த ஆயுதங்களால் பயன் கிடையாது என்று நான் விளக்கியபோது அவர்கள் கவலைகொண்டார்கள். 'துப்பாக்கிகளைப் பயன்படுத்துவதாக இருந்தால், மக்கள் உண்மையாகவே இறந்து விடுவார்களே' என்றார்கள். சில கோண்டு மக்கள் வாட்களை எடுத்துக்கொண்டு வந்தார்கள். பைகா மந்திரவாதி ஒருவர், மாந்திரீக முறையில் ஹிட்லரை அழிப்பதற்கான யோசனை ஒன்றை கூறினார்.

நான் வடகிழக்கு எல்லைப் பிரதேசத்திற்குச் செல்லும் வரையில் பட்டான்கரிலேயே இருந்தேன். மானிடவியல்துறையில் பணியாற்றியபோதும் அங்குதான் இருந்தேன். இன்றும் எனக்கு அந்தக் கிராமத்தில் கவர்ச்சி அதிகம். என்னுடைய மனைவி லீலாவுக்கும் அந்த கிராமம்தான் அதிகமாகப் பிடிக்கும். ஆசிரமத்தில் என்னுடைய வீட்டை அமைப்பதில் நான் மிகவும் பாடுபட்டேன். அது ஒரு பெரிய மண் கட்டடம். கூரை வேயப்பட்டது. அதற்கு

வாயில் கதவு கிடையாது. உள்ளே அறைக்கு மட்டும் பைகா அலங்கார முறையில் கதவுகள் அமைத்திருந்தேன். அங்கு வாழ்ந்த பழங்குடி மக்களின் கலைத்திறனுக்கு அஞ்சலி செலுத்தும் முறையில் நான் அந்தக் கதவுகளைத் தயாரித்தேன். பழங்குடி மக்கள் எங்களைப் பார்ப்பதற்காக எந்த நேரத்திலும் வருவார்கள். வீடு முழுவதிலும் இந்தியாவின் பல பாகங்களிலிருந்து சேகரிக்கப்பட்ட பல கலைப் பொருள்கள் வைக்கப்பட்டு ஒரு பொருட்காட்சி சாலையாகவே விளங்கிற்று. கட்டடம் முழுவதும் அந்தப் பிரதேசத்தின் பழங்குடி மக்களின் கலைச் சின்னமாகவே தோன்றிற்று.

மண் சுவர்களை எழுப்பி, அழகு நிறைந்த வடிவங்களை அமைப்பது, கோண்டு, பர்தான் மக்களின் முக்கிய கலையாகும். சிறு வீடுகளில் கூட சுவர்கள், எழில் நிறைந்த வேலைப்பாட்டுடன் விளங்கின. எங்கள் வீட்டுச் சுவர்களையும் இந்த வகையிலேயே அலங்கரித்தோம். இதற்கு ஆறு மாத காலம் ஆயிற்று. இந்தக் கலைப் பணியை ஏற்றுக் கொண்டவர்களில் பெரும்பாலோர் வயது முதிர்ந்த பெண்கள், அவர்களுக்கு வேறு அலுவல்களும் இருந்தன. வழக்கமாகக் கலைஞர்கள் கொண்டிருந்த மனப்பான்மையே அவர்களுக்கும் இருந்தது. ஆடம்பரத்திற்காகவோ கூலிக்காகவோ அவர்கள் அப்பணியை மேற்கொள்ளவில்லை; மேற்கொள்ளவும் மாட்டார்கள். அவர்களில் ஒரு பெண் மிகவும் திறமை வாய்ந்தவள். இரண்டு நாட்கள் வந்து வேலை செய்தாள். பின்னர், எங்கேயோ மறைந்து விட்டாள். காரணம், சுற்றுப்புறத்தில் இயங்கி வந்த சூனியக்காரிகள் அவள்மீது கோபம் கொண்டிருப்பதாகவும், அவளை நாசமாக்கி விடுவார்கள் என்றும், அவளுடைய உறவினர்கள் அவளிடம் கூறியிருந்தார்கள். அவளுக்கு உடல்நிலை மோசமானது உண்மை தான். ஆனால், அது மனப்பிராந்தியால் ஏற்பட்டது. பின்னர் மீண்டும் வந்து, அவளுடைய சிறந்த வேலைப்பாட்டை முடித்துத் தரும்படி செய்துவிட்டோம்.

மற்றொரு பெண், வயது முதிர்ந்தவள். நெடுந்தூரக் கிராமம் ஒன்றிலிருந்து வந்தவள். இத்தகைய வேலைப்பாடுகளில் மிகவும் கைதேர்ந்தவள். அனுபவம் நிறைந்தவள். தன்னுடைய வேலையில் அதிக கருத்தும் பெருமையும் கொண்டிருந்தாள். அவளை நான் மிகவும் கவனத்துடன் பாதுகாக்க வேண்டியிருந்தது. வாரந்தோறும் அவளுடைய கிராமத்திலிருந்து சிலர் வந்து, ஒரு மணவினைக்கோ, வேறு காரியத்திற்கோ அவளை அழைத்துப் போக முயல்வார்கள். ஆனால், தன்னுடைய கைத்திறனில் அவளுக்கு அதிக அக்கறை இருந்ததால், வேலையை முடிக்கும் வரையில் அவள் அங்கிருந்து

போக மறுத்து விட்டாள். உண்மையான கலைஞர்களுக்கு உள்ள உணர்வு அவளிடம் இருந்தது. ஒரு சுவரில் புதிய வடிவங்களை அமைப்பதற்கு முன்னர், அவள் அந்தச் சுவரை மிகவும் அன்புடன் அணைத்துக் கொள்வாள். விரைவில் சுவர்கள் முழுவதும் பழங்குடி மக்களின் பரம்பரை வீரர்கள், பறவைகள், பிராணிகள், இயற்கைக் காட்சிகள், நடனக் காட்சிகள் முதலிய சித்திரங்களால் அலங்கரிக்கப் பட்டன. அந்தக் கட்டடத்துடன் சேர்ந்து இணைத்திருந்த மருத்துவ நிலையத்தின் சுவரில் பழங்குடி மக்களின் பரம்பரையான வைத்தியரின் உருவத்துடன் இன்றைய டாக்டரின் உருவமும் அமைக்கப்பட்டது. குளியல் அறையின் சுவரில் கிணற்றிலிருந்து பெண்கள் தண்ணீர் சுமந்துவரும் காட்சி பொறிக்கப்பட்டது.

கோண்டு மக்களின் கலை - சின்னங்களின் அடிப்படையில் அமைந்தது. மிகவும் இலகுவான முறையில் கையாளப்படும் இயல்பு கொண்டது. வெறும் சிறகுகளின் மூலம் ஒரு பறவையையும், பாதங்களின் மூலம் ஒரு நாட்டியக்காரியையும் அந்தக் கலைஞர்கள் வரைந்து காட்டிவிடுவார்கள். நேர்க்கோடுகளோ, அளவு நிர்ணய முறையோ கோண்டு மக்களிடையே அதிகமாகக் கிடையாது. இதைப் பற்றி நான் அவர்களிடம் விவாதித்தேன். ஒரு பெண் கூறினாள்: 'காட்டில் வளரும் மரங்கள் நேராக நிற்பதில்லை; அந்த மரங்களின் கிளைகள், ஒரே மாதிரி இரண்டு பக்கங்களிலும் வளருவதில்லை. நாங்கள் சுவரில் வடிக்கும் வடிவங்கள் எல்லாம் வனப்பிரதேசத்தில் காணும் காட்சிகளைப் போலவேதான்.' பல்வேறு வகைகளில் இது உண்மையாகவே இருந்தது. அந்தக் காட்சிகள் பார்ப்பதற்கும் கவர்ச்சியாகவே இருந்தன. சுவர்கள் கூரைவரை எழுப்பப்படவில்லை. சுவரின் மேல் பக்கத்தில் சுற்றிலும் உருவங்கள் நிறைந்த ஒரு வரிசைக் கோவையை அமைப்பதை கோண்டு கலைஞர்கள் விரும்பினார்கள். மிகவும் ஈர்ப்புமிக்க பணியாக இது அமைந்தது. மண்ணில், பிராணிகள் பறவைகள் முதலிய உருவங்களை வடிப்பதில் அவர்கள் அதிக ஆசை கொண்டார்கள். பன்னிரண்டு வயதுச் சிறுவன் ஒருவன் தனக்குக் கற்பனை சக்தி அதிகம் என்பதை நிரூபித்தான். அவன் வடித்த யானை உருவம் ஒன்றுக்குத் தலையில் கிரீடமும் முதுகில் அம்பாரியும் வைத்திருந்தான். மற்றும் ஒய்யாரமான ஒட்டகம், ஒரு மோட்டார் வண்டி, சுருண்ட வாலுடன் நிமிர்ந்து நிற்கும் புலி, அச்சு அசலான பறவைகள் முதலியவற்றை அவன் படைத்துக் காட்டினான்.

எங்களுடைய இருப்பிடத்தைச் சுற்றிலும் நட்பு நிறைந்த சூழ்நிலை நிலவிற்று. நாள் முழுவதிலும், எந்த நேரத்திலும் வந்துகூடி,

எங்களுடன் அளவளாவிக் கொண்டிருந்த பழங்குடி மக்கள் மிகவும் இயல்பான முறையில் உரிமை கொண்டாடி வந்தார்கள். எங்களுடைய இருப்பிடத்தைச் சுற்றியிருந்த பகுதிக்கு அப்பால் பொறாமையும் வெறுப்பும் நிலவின. காரணம், அதிகாரிகளும் பிறரும், பழங்குடி மக்கள் எங்களுடன் பழகுவதை விரும்பவில்லை. நாங்கள் பழங்குடி மக்களுடன் நெருங்கிப் பழகியதால், 'நாகரிகத்திற்கே கெடுதல் விளைவித்து, துரோகம் செய்துவிட்டோம்; பிற மக்களின் தகுதி உயர்ந்தது என்பதை நாங்கள் எடுத்துக்காட்டவில்லை' என்றெல்லாம் நினைத்தார்கள்.

நாங்கள் அடிக்கடி விருந்துகள் வைத்தோம். அந்தச் சந்தர்ப்பங்களில் நடனங்கள் உண்டு. பழங்குடி மக்கள் பதிலுக்கு எங்களுக்கு விருந்து அளித்தார்கள். மாண்ட்லா கிராமப் பிரதேசங்களில் இந்த விருந்துகள் மிகவும் விரிவாக நடத்தப்பட்டன. அவர்கள் நாள் முழுவதும் தங்களுடைய வீடுகளைச் சுத்தம் செய்து, மிக ருசியான உணவு வகைகளைத் தயாரிப்பார்கள். இரவுச் சாப்பாட்டிற்காக அவர்கள் கூட்டமாக வந்து, எங்களை அழைத்துக்கொண்டு போவார்கள். என்னையும் ஷாம்ராவையும் அவர்களில் மிகவும் வலிமைபடைத்த இளைஞர்கள் தோளில் தூக்கிக்கொண்டு செல்வார்கள். பின்னர், வடகிழக்கு எல்லைப் பகுதியிலும் இதே மாதிரி பழங்குடி மக்கள் அன்புடன் நடந்துகொள்வதை நான் கண்டேன். சில சமயங்களில் சேர்ந்தாற்போல பல வீடுகளில் நான் அடுத்தடுத்து விருந்துண்ண நேர்ந்தது. அந்தச் சமயங்களில் நான் பல விநோதமான உணவு வகைகளை அருந்தியிருக்கிறேன். போண்டோ (Bondo) மலைப் பிரதேசத்தில் வறுத்த எலிகளையும் சுண்டெலிகளையும் முரியா (Muria) மக்கள் சிற்றெறும்புச் சட்டினியையும் கொடுத்தார்கள். மரியா மக்கள் (Maria) பனைமரச் சோற்றிலிருந்து ஒருவகைத் திண்பண்டம் தயாரித்தார்கள். காபூயி நாகர் (Kabui Naga) மக்கள் நாய் இறைச்சி, மலைஅரிசி இரண்டையும் சேர்த்து ஒரு புலவு தயாரித்தார்கள்.

பழங்குடி மக்களின் விருந்தோம்பலை ஏற்றுக்கொள்வது ஒரு நல்ல காரியம். அவ்வாறு செய்வதன் மூலம்தான் நாங்கள் அவர்களுக்கு மனமிரங்கி தர்மம் செய்கிறோம் என்ற உணர்வைப் போக்க முடியும். நமக்கும் மற்றவர்கள் உதவி செய்ய விரும்புகிறார்கள் என்ற நிலை எற்பட்டு, அத்தகைய உதவியைப் பெறுவதில் நாம் பெருமை அடையும் நிலை ஏற்பட்டுவிட்டால், மற்றவர்களுடன் பழகுவதில் ஒரு பெரிய முன்னேற்றம் ஏற்பட்டு விட்டதாகக் கொள்ளலாம். நான் உடல்நலம் குன்றியிருந்த போது, மத்திய இந்தியாவிலும்,

எல்லைப் பகுதியிலும், பழங்குடி மக்கள் என்னிடம் காட்டிய அன்பும் ஆதரவும் எனக்கு மிகவும் உற்சாகம் அளித்தன. ஒருமுறை நான் வெப்பக் கட்டியால் மிகவும் துன்புற்ற போது, நல்ல கொட்டும் மழையில் பழங்குடி மக்கள் என்னை ஆஸ்பத்திரிக்குத் தூக்கிச் சென்று, என் உயிரையே மீட்டுக் கொடுத்தார்கள்.

முரியா மக்கள் எல்லோருமே என்னிடம் நட்புக் கொண்டாடினார்கள். சில பழங்குடி மக்களிடையே இளைஞர்கள் அறிவிலும் அழகிலும் சிறந்து விளங்கினார்கள். விளையாட்டுக்களிலும் நாட்டியங்களிலும் அதிகம் அக்கறை காட்டினார்கள். வயது முதிர்ந்தவர்களில் சிலர் கம்பீரமான தோற்றமும் அறிவும் மிகுந்து விளங்கினார்கள். அவர்கள் எல்லோருமே எனக்கு நெருங்கிய நண்பர்களாக இருந்ததால், குறிப்பிட்ட சிலரைப் பற்றி மட்டும் தனியாக எடுத்துக் கூறுவதற்கில்லை. நாகரிக வாழ்க்கையில் நிலவும் உரிமை கொண்டாடும் பழக்கமும், பொறாமை நிறைந்த நட்பும் பழங்குடி மக்களிடையே கிடையாது. எல்லோருக்கும் பொதுவான சமுதாய ரீதியிலான நட்புறவே அங்கு அதிகமாக நிலவிற்று. இந்தக் காரணத்தையொட்டித் தான், நான் சவோரா (Saora) மக்களைப் பற்றிப் பொதுவாக எழுதினேன். அவர்களுடைய தலைவரான ஸொகேடா (Sogeda) முதல்வரைப் பற்றியும், போண்டோ மக்களைப் பற்றியும் குறிப்பாக எழுதவில்லை. அதேமாதிரிதான் போண்டோ மக்களைப் பற்றியும், மிலியா (Miliya) மக்களைப் பற்றியும் சமய அடிப்படையிலேயே பொதுவாக எழுதினேன்.

ஆரம்ப காலத்தில் ஷாம்ராவும் நானும் ஒரு பொதுநிதியைப் பயன்படுத்தி வந்தோம். நாங்கள் ஊதியம் ஒன்றும் பெறவில்லை. எதிர்காலத்திற்கான ஏற்பாடு ஒன்றும் செய்துகொள்ளவில்லை. எங்களுக்குத் தேவையான செலவுகளுக்கு மாத்திரம் பணம் எடுத்துக்கொண்டு எளிய முறையில் வாழ்க்கையை நடத்தி வந்தோம். எங்களுக்குக் கிடைத்த பொருள்களெல்லாம் பொதுநிதியில் சேர்க்கப்பட்டன. ஐந்து ஆண்டுகாலம் மெர்ட்டன் (Merton) கல்லூரியிலிருந்தும், பின்னர் லீவர்ஹியூம் (Liverhume) நிறுவனத்திலிருந்தும் எனக்கு நிதி உதவி கிடைத்து வந்தது. பின்னர், ஷில்லாங்கில் பணியாற்றும்போது, எனக்கு முறைப்படி ஊதியம் கொடுக்கப்பட்டது. நண்பர்கள் மிகவும் தாராளமாக நடந்துகொண்டார்கள் என்றாலும், நிதி விஷயம் எப்பொழுதும் ஒரு பிரச்சினையாகவே இருந்தது. மழைக்காலங்களில் நான் நகரங்களுக்குச் சென்று எங்கள் பணிக்கான நிதி தேட முயன்றேன். பல ஆண்டுகள் பம்பாயில் வருடாந்திரக் கூட்டங்கள் நடத்தி, பழங்குடி மக்கள் பற்றி எடுத்து

விளக்கினோம். டாடா நிதி நிறுவனம் எங்களுக்கு வெகுவாக உதவி செய்தது. ஜே.ஆர்.டி. டாடா மற்றும் அவருடைய குடும்பத்தினர் பலரும் எங்களுக்குத் தொடர்ந்து உதவி செய்துவந்தார்கள். பழங்குடி மக்களிடையே வாழ்ந்து வந்ததன் பயனாக எனக்குச் சிக்கன உணர்வு அதிகமாயிற்று; தண்ணீர் வீணாவதை என்னால் சகிக்க முடியாது. பல ஆண்டுகள் எங்களுக்குத் தேவையான தண்ணீர் முழுவதையும் ஓர் ஓடையிலிருந்து செங்குத்தான குன்று வழியாகச் சுமந்துகொண்டு வரவேண்டியிருந்ததால் இவ்வகையில் நான் சிக்கனப் பழக்கத்தைக் கடைபிடித்து வந்தேன். இன்றும் குழாய்கள் நிறைந்த சூழ்நிலையில் அதிகமாகத் தண்ணீர் சொட்டுவதை நான் விரும்பவில்லை.

மாண்ட்லா (Mandla) கிராமங்களில் நாங்கள் கழித்து வந்த நாட்களைப் பற்றி நல்ல முறையில் எடுத்துக் கூறுவது என்றால், நான் குறிப்புகளின் முறையில்தான் சொல்ல வேண்டும். கிராம வாழ்க்கையில் பல வேறுபாடுகள் கிடையாது. எங்களுடைய வாழ்நாட்கள் ஒரே முறையில் அமைந்திருந்தன. அடிக்கடி சில விநோத சம்பவங்கள் ஏற்படும். எங்கள் மருத்துவ நிலையத்திற்கு பெருவாரியாக நோயாளிகள் வந்து சிசிச்சை பெற்றார்கள். பள்ளிக்கூடம், தொழுநோயாளிகளின் நிலையம் முதலிய பல பிரச்சினைகள் நாள்தோறும் எங்களுக்கு அலுவல் அளித்துவந்தன. ஷாம்ராவ்தான் அன்றாட நடைமுறை விஷயங்களைக் கவனித்து வந்தார். நான் பெரும்பாலும் எழுதுவதிலேயே காலம் கழித்தேன். விழாக்கள், மணவினைகள், சாவுச்சடங்குகள் முதலியவற்றுக்கு நான் அடிக்கடி செல்ல வேண்டியதாயிற்று. எங்களுடைய வாழ்க்கை நிலையைப் பற்றி விளக்குவதற்குச் சில சம்பவங்கள் போதும். அவற்றில் ஒன்று பைத்தியம் பிடித்த நரி ஒன்றைப் பற்றியதாகும்.

ஒருநாள் இரவு பைத்தியம் பிடித்த நரி ஒன்று கிராமத்திற்குள் வந்து, கண்டதையெல்லாம் தாக்கத் தொடங்கியது. ஆடுமாடு களையும், நாய்களையும், மனிதர்களையும் அது கடித்துவிட்டது. அதிகாலையில் அதைக் கொன்றுவிட்டோம். பின்னர் 12 மணி நேரம்வரையில் ஒருவருமே எங்களை அணுகவில்லை. அந்த நேரத்தில் நாங்கள் நரியினால் ஏற்பட்ட காயங்களுக்குச் சிகிச்சை கொடுத்தோம். கடியுண்ட மக்களை ஜபல்பூரில் உள்ள மருத்துவ மனைக்கு அழைத்துச் செல்வதற்கு மிகவும் ஆசைப்பட்டோம். அவர் களில் மூன்றுபேர்தான் மருத்துவமனைக்குச் செல்ல சம்மதித்தார்கள். நரியின் கடியினால் நச்சுக் காய்ச்சலுக்கு ஆளாவார்கள் என்பதைச் சிலர் நம்பவில்லை. மூன்றுபேர் அந்த நச்சுக் காய்ச்சலினால் உயிர்

இழந்தார்கள். அந்த நரியினால் தாக்கப்பட்ட ஒரு கோண்டு பெண், நெடுந்தூர கிராமம் ஒன்றிலிருந்து வந்து சேர்ந்தாள். தன்னுடைய குழந்தையைக் காப்பாற்றுவதற்காக, தன்னுடைய கையை நீட்டித் தடுத்துப் போராடி, நரியின் கடியை ஏற்றுக்கொண்டாள். இந்தப் பெண்ணும் மருத்துவமனையில் சிகிச்சைக்குச் செல்ல மறுத்து விட்டாள். இத்தகை விபத்துகளுக்கெல்லாம் பழங்குடி மக்களிடையே பரம்பரையான சிகிச்சை முறை ஒன்று உண்டு என்ற காரணத்தால், அவர்கள் மருத்துவமனைக்குச் செல்ல மறுத்துவிட்டார்கள்.

இவ்வகையில் நம்பக்கூடாத ஒரு கதை அவர்களிடையே வழக்கமாக நிலவுகிறது. பைத்தியம் பிடித்த நாய் ஒன்று ஒரு மனிதனைக் கடித்துவிட்டால், அந்த மனிதனுடைய வயிற்றில் நாய்க்குட்டிகள் தோன்றி, நரம்புகளின் வழியாக உடல் முழுவதும் பரவிவிடும் என்ற ஐதிகம் நிலவியது. அந்த நாய்க்குட்டிகள் நாளா வட்டத்தில் ஒன்றுடன் ஒன்று சண்டையிட்டுக் குரைப்பதுகூட கேட்கும்; அதன் பயனாக, அந்த நோயாளியே குரைக்க ஆரம்பித்து விடுவான்; பின்னர் அவனுடைய உறவினர்கள் அவனைக் கட்டிப் போட்டு சிகிச்சை அளிப்பார்கள். இதற்கிடையில், அவர்களிடையே இயங்கிவரும் மந்திரவாதி, அந்த நாய்க்குட்டிகளை எடுப்பதற்கு மாந்திரிக முறையைக் கைக்கொள்வான். இந்த நடவடிக்கையை நான் பட்டான்கரில் காண நேரிட்டது.

சவரா மக்களிடையே நான் பழகியபோது ஒரு விநோத அனுபவத்தைப் பெற்றேன். குன்றுகளிடையே மிகவும் உயரமாக அமைந்திருந்த ஒரு கிராமத்தில் அப்பொழுது தங்கியிருந்தேன். அங்கு சூனியக்காரர்கள் உண்டு என்பதால், பலர் அங்குச் செல்வதில்லை. அங்கு பல கொலைகளும் தற்கொலைகளும் நடைபெற்றிருந்தன. ஆனால், அந்தக் கிராமத்தின் இயற்கைச் சூழ்நிலை வனப்புமிக்கதாக இருந்தது. ஒருநாள், மிகவும் மெலிந்து போன நிர்கதியான சவரா இளைஞன் ஒருவன் வந்தான். அவனால் நடக்கக்கூட முடிய வில்லை. அவனுக்கு என்னுடைய குடிசையில் படுக்கை அமைத்துக் கொடுத்து, சிகிச்சை அளிக்கத் தொடங்கினேன். அவன் ரெய்ஸிண்டா (Raisinda) – 'கொக்குக்கால் படைத்தவன்' – என்று பட்டப் பெயர் கொண்டிருந்தான். அவனுக்குக் காசநோய் போன்ற நோய்கள் ஏற்பட்டிருந்தன. அவனால் நிற்கக்கூட முடியவில்லை. என்றாலும், தானே தன்னுடைய படுக்கையைச் சுருட்டி வைப்பது, பாத்திரங் களைக் கழுவுவது போன்ற பணிகளை மேற்கொண்டான். படுத்துக் கொள்வதுகூட அவனுக்குக் கஷ்டமாக இருந்தது. படுத்துக் கொள்ளும்போதெல்லாம், காதுகளுக்குள் எறும்புகள் சென்று

விடுவது போன்ற உணர்ச்சி அவனுக்கு ஏற்பட்டது. அவன் என்னிடம் வந்தபோது, மூச்சு விடும்போதெல்லாம் ஏதோ கரகரத்த குரல் உரக்க ஒலிக்கும். அவனுக்கு நவீன மருந்துகள் சிலவற்றைக் கொடுத்தேன். அவனது நோய் குணமாகிக் கொண்டே வந்தது. சவரா வழக்கப்படி ஒவ்வொரு நாள் காலையிலும் பதநீர் அருந்தி வந்தான். கடைசியில், அவன் அமைதியுடன் உயிர் நீத்தான். உயிருடன் வாழ வேண்டுமென்று அவன் பாடுபட்டு முயன்றபோது, அவனைப் பார்ப்பது மிகவும் கடினமாகவே இருந்தது. இந்தப் பையனின் நிலையைக் கண்டு, நானும் என்னுடன் இருந்த நண்பர்களும் மிக வருத்தமடைந்தோம். எல்லோருடைய அன்பையும் அவன் பெற்றிருந்தது மிகவும் நம்பிக்கை தரும் செய்தியாக இருந்தது.

நான் கராஞ்சியாவில் இருந்த போது, தொழுநோயால் பீடிக்கப் பட்ட பர்தான் ஒருவர் வந்து சேர்ந்தார். அவர் கை கால்கள் எல்லாம் சூம்பிப் போய், கண் பார்வையும் பாதிக்கப்பட்டிருந்தது. அவருடைய இளம் மனைவி ஸ்துலா என்பவள் பெண்ணின் சிறப்புக்கே ஒரு அணிகலனாய் விளங்கினாள். விரும்பத்தக்க வனப்புமிக்கவள்; அழகு வாய்ந்தவள். அவள் தன் தொழுநோயாளிக் கணவனை விட்டுப் பிரிந்து, விவாகரத்து செய்துகொண்டு, மறுமணம் செய்ய வேண்டும் என்று பல இளைஞர்கள் விரும்பினார்கள். தான் விரும்பிய யாரையும் அவள் மணந்திருக்கலாம். நோயும் துன்பமும் நிறைந்த வாழ்விலிருந்து அவள் அவ்வகையில் விடுபட்டும் இருக்கலாம். ஆனால், வயது முதிர்ந்த, நோய்வாய்ப்பட்ட தன்னுடைய கணவனுடனேயே இருந்து, மிகப் பரிவுடன் அவனுக்கு அனுசரணை யாக இருந்தாள். அவளுடைய கணவன் காலமாவதற்குள் அவளுக்கும் அந்த நோய் ஏற்பட்டு, பின்னர் அவளும் உயிர் துறந்தாள்.

பட்டான்கரில் இருந்தபோது, நான் பல கவிதைகள் எழுதத் தொடங்கினேன். அவற்றை, 28 கவிதைகள் அடங்கிய ஒரு சிறு புத்தகமாகப் பின்னர் வெளியிட்டேன். அதன் பிறகு, நான் கவிதை எழுதவே இல்லை. ஆனால், அந்தக் காலத்தில் நான் புனைந்த கவிதைகளில் என்னைச் சுற்றியிருந்த மக்களைப் பற்றி என்னுடைய உணர்ச்சிகளை வெளியிட்டிருந்தேன்.

என்னுடைய சகோதரி எல்டித் (Eldyth) பட்டான்கரில் வந்து தங்கினாள். அது இரண்டாவது உலகப் போர் ஆரம்பிப்பதற்குச் சில மாதங்களுக்கு முன்பு. கிராம மக்கள் அவளை அன்புடன் நேசித்து அளவளாவி வந்தார்கள். அந்தச் சமயத்தில் அவள் எங்களுடைய வாழ்வைப் பற்றி எழுதிய கடிதங்களிலிருந்து சில குறிப்புகள்

எங்களுடைய நிலையை நன்றாக எடுத்துக்கூறும்: ‘தொழு நோயாளிகள் சிகிச்சை நிலையம் ஒரு அழகான இடத்தில் அமைந்திருக்கிறது. வெண்மையான வீடுகளுக்கு இடையே வாழை மரங்களும், மலர்ச் செடிகளும் வனப்பு மிகுந்து விளங்குகின்றன. பள்ளிக்கூடம், மருத்துவ நிலையம் முதலிய குடிசைகளுக்கு இடையே, ஷாம்ராவ் தம்முடைய அனுபவத்தையும், அன்பையும், நம்பிக்கையையும் பரப்பி மக்களை உற்சாகப்படுத்துகிறார். அவருடைய பேச்சைக் கேட்டு, அவர்கள் மகிழ்ச்சி அடைகிறார்கள். தொழுநோயினால் பீடிக்கப்பட்ட சில குழந்தைகள், மகிழ்ச்சியுடன் ஓடிவந்து, அவரைச் சூழ்ந்து கொள்கிறார்கள். அவர்கள் அனுபவிக்கும் துயரத்திற்கிடையே, அவர்களுக்கு அன்பும் ஆதரவும், உணவும், உடையும் கிடைக்கின்றன. எங்களைச் சுற்றி எங்கும் துன்பம் நிறைந்திருக்கிறது. மக்களிடையே நோய் வேரூன்றியிருக்கிறது. பசிப்பிணி, மக்களின் உருவங்களையே மாற்றியிருக்கிறது. இளமை நிறைந்தவர்கள்கூட வயது முதிர்ந்தவர்கள் போல் காணப்படு கிறார்கள்.’

ஒருநாள் கிராமத்திலிருந்து சில சிறுவர்களின் குரல் கேட்டு வெளியே வந்து பார்த்தோம். சற்று தூரத்தில், மிகப் பெரிய இருபது யானைகள் கம்பீரமாக நடந்து வந்துகொண்டிருந்தன. அவை ஸர்குஜா (Sarguja) சமஸ்தானத்திலிருந்து திரிபுரிக்குச் சென்று கொண்டிருந்தன. அங்கே காங்கிரஸ் மகாசபை ஊர்வலத்திற்காக அவை கொண்டு செல்லப்பட்டன. அந்த யானைகள் வரும் காட்சி ஆச்சரியமாகவே இருந்தது. நான், அந்த யானைகளை நடத்திச் சென்றவர்களிடம் அவர்கள் தம் யானைகளுடன் கிராமத்தில் தங்கிச் செல்ல வேண்டும் என்று கேட்டுக்கொண்டேன். மலை அரிசி, சப்பாத்திகள் முதலியவற்றை யானைகள் பெருமளவில் உட்கொள்வதைக் காண மக்கள் வியப்புடன் கூடினார்கள். பள்ளிச் சிறுவர்கள் பலர் அந்த யானைகளின்மீது சவாரி செய்வதற்கு ஏற்பாடு செய்யப்பட்டது. மறுநாள் காலையில் அந்த யானைகள் எங்களை விட்டுச் சென்ற பின்னரும், எங்கள் மனதில் அந்த மகிழ்சசி தரும் சம்பவம் நிலைத்து நின்றது.

மானிடவியல் ஆராய்ச்சிக்காக நிறுவப்பட்ட குழுக்கள் மிகவும் சிக்கலானவை. வேடிக்கையானவைகூட. ஒரு நாள் இரவு, இரண்டு பர்தான்களும், பன்கா (Panka) மக்களைச் சேர்ந்த ஒருவரும் எங்களுடைய ஆசிரமத்திற்கு வந்திருந்தார்கள். அவர்கள் வெளியிட்ட சில விவரங்கள் அவசியமற்றவையாக இருந்த போதிலும், சுவையாக இருந்தன. கிராம மக்களின் வாழ்க்கை பற்றிய சில நிகழ்வுகள்

நினைவில் அப்படியே பதிந்திருக்கின்றன. ஒருமுறை, பல பெண்கள், தண்ணீர் நிறைந்த பானைகளைத் தலைமேல் சுமந்துகொண்டு கிணற்றுப் பாதையில் ஏறி வருவதைப் பார்த்தேன். அந்தக் காட்சி மிகவும் அழகாக இருந்தது. ஒரு வீட்டிற்குள் சென்று, முற்றத்தில் உட்கார்ந்து, அந்த வீட்டுப் பெண்கள் தானியத்தை அறைப்பதைப் பார்த்துக் கொண்டிருந்தேன். தானியத்தில் உள்ள உமியை நீக்குவதற்குச் சிலர் ஒரு விசிறியால் விசிறிக்கொண்டிருந்தார்கள். சிலர் அரிசியைப் பரப்பி நேம்பி, அதிலிருந்து சிறுசிறு கற்களை அகற்றிக்கொண்டு இருந்தார்கள். கோழிக்குஞ்சுகள் சுற்றிலும் நடமாடி தானியங்களைக் கொத்திக்கொண்டிருந்தன. ஒரு கன்றுகுட்டிகூட, பயத்துடன் குறுக்கும் நெடுக்குமாகப் பாய்ந்து கொண்டிருந்தது. குழந்தைகள் வெய்யிலில் படுத்து உறங்கிக் கொண்டிருந்தன. கிழவி ஒருத்தி, மண்ணைப் பிசைந்து தொட்டிகள் செய்துகொண்டிருந்தாள். எளிய முறையில் தங்களுடைய கடமை களைச் செய்துவந்த, இந்த மக்களுக்கும் எனக்கும் இடையே, நாங்கள் பேசிக்கொள்ள முடியாவிட்டாலும், ஒரு தோழமை உணர்வு நிலவியது. இம்மாதிரியான பல்வேறு சம்பவங்களைப் பற்றி எனது சகோதரி இங்கிலாந்திற்கு எழுதிய கடிதங்களில் குறிப்பிட்டிருந்தாள்.

கோண்டு கிராமங்களில் வாழ்ந்த போது எனக்குப் பல செய்தி களைப் பற்றித் தெரிந்துகொள்ள வாய்ப்புகள் ஏற்பட்டன. வழக்கமான சமய வாழ்வைவிட, சுதந்திர முறையில் போராட்டம் மிகக் கடுமையாகவே இருந்தது. கராஞ்சியாவில் இருந்தபோது, நான் என்னுடைய கடிதங்களைப் பிரித்துப் பார்ப்பதற்கே தயங்கினேன். மற்றவர்களுடைய கருத்துகளைப் பற்றி நான் வெகுவாக ரோசம் கொண்டிருந்தேன். பிறரிடம் நான் கண்ட வெறுப்பு, பொறாமை முதலிய தீயகுணங்கள் என்னுடைய மனத்துக்கும் களங்கத்தை அளித்தன. ஒரு நல்ல காரியத்திற்காகப் பாடுபடவேண்டும் என்றால், துன்பத்தை அனுபவிக்காமல் அதைச் சாதிக்க முடியாது. பலமுறை நான் மிகவும் கவலைப்பட்டு, இரவுகளில் தூக்கமின்றி, பழங்குடி மக்களின் எதிர்காலத்தைப் பற்றி என் மனதைக் குழப்பிக் கொண்டிருந்தேன். யாராவது ஒரு கிராமவாசி சிறைப்பட்டாலோ, வேட்டை ஆடுவது, மீன் பிடிப்பது போன்ற உரிமைகளை இழந்து விட்டாலோ, எனக்கு அதிகம் துயரம் ஏற்பட்டுவிடும். பழங்குடி மக்களின் விரோதிகள் எனக்கும் விரோதிகள் ஆகிவிட்டார்கள். பல முறைகளில் நான் கிராம மக்களுக்கு உதவி செய்ய முடியாமல் போனதால் என்னுடைய கவலை அதிகரித்தது. என்னைப் பற்றி சிலர்

பழங்குடி மக்களிடையே ❈ 81

பழித்துக் கூறுவதையும் அதே சமயத்தில் பலர் பாராட்டுவதையும் அறிந்தேன். என்னைப் பாராட்டியவர்களும் மிகைப்படுத்தினார்கள். குறைகூறியவர்களும் மிகைப்படுத்தினார்கள். முதலில், இந்தச் சம்பவங்களைப் பற்றி நான் அதிகமாக மனம் நொந்துகொண்டு இருந்தேன். பின்னர், அவை எனக்குப் பழக்கமாகிவிட்டன.

பட்டான்கரில் தங்கிய சிறிது காலத்திற்கெல்லாம் நான் ஒரு அழகுமிக்க கோண்டு பெண்ணை மணந்துகொண்டேன். அவள் பெயர் கோஸி (Kosi). அவள் என்னுடன் பல கிராமங்களில் சுற்றுப்பயணம் செய்திருக்கிறாள். அவள் ஈன்ற என்னுடைய புதல்வனுக்கு ஜவஹர்லால் என்று பெயரிட்டோம். கோண்டு மன்னர்களில் ஒருவரான ஜவஹர்சிங், இந்தியப் பிரதம மந்திரி ஜவஹர்லால் நேரு ஆகிய இருவரின் நினைவுக்காகவும் அந்தப் பெயர் அமைந்தது. குமார் என்பது அவனுடைய செல்லப்பெயர். ஆனால், இந்த விவாகம் வெற்றிகரமாக இல்லை. சில ஆண்டு களுக்குப் பின்னர் நானும் அவளும் விவாகரத்து செய்து கொண்டோம். என்னுடைய வாழ்க்கையில், இந்தக் கட்டத்தை நினைக்கும்போதெல்லாம் எனக்குத் துன்பமே அதிகரிக்கிறது. இதைப் பற்றி எழுதக்கூட எனக்கு மிகக் கஷ்டமாக இருக்கிறது.

பின்னர், பர்தான் மக்களைச் சேர்ந்த பெண் லீலா (Lila) என்பவளை நான் மணந்தேன். இந்த விவாகம் நிலைத்து நின்றது. இந்திய கிராம மக்கள், பொதுவாக, துன்பம் நிறைந்து மகிழ்ச்சியற்றவர்களாக இருக்கிறார்கள் என்றே எல்லோரும் நினைத்துக்கொண்டிருக் கிறார்கள். முக்கியமாக, பழங்குடி மக்கள் சுதந்திரமாக இயங்கி வருவதற்கு, தங்களுடைய வாழ்வைப் பற்றித் தாங்கள் காணும் கனவுகளையெல்லாம் பாடல்கள் மூலம் வெளியிட முடியும் என்பதை நாம் மறந்துவிடுகிறோம்.

5

மானிடவியல் ஆய்வுப் பணி

பழங்குடி மக்களைப்பற்றிய ஆராய்ச்சி அலுவல்களில் ஈடுபட்டிருப்பவர்களை, ஏதோ ஒரு வியாதியைக் குணப்படுத்தும் வைத்தியர்கள் என்றுகூட சிலர் நினைக்கிறார்கள். இந்த ஆய்வாளர்களை அதிசயப் பிறவிகள் என்றும் கருதுகிறார்கள். என்னைப் பொறுத்தவரை, நான் அறிவுக்கும் ஆராய்ச்சிக்கும் கட்டுப்பட்டவன். உண்மையான, பிழையற்ற தவல்களை எடுத்துச் சொல்வதில் ஏற்படும் மகிழ்ச்சிக்கு இணையற்றது வேறில்லை. நான் பணியாற்றிவந்த இடங்களுக்கு அருகே நூலகங்கள் இல்லை. என்றாலும், என்னுடைய நண்பர்கள் சிலர் பெரிய தேசிய நூலகங்களை நடத்தும் பொறுப்பு ஏற்றவர்கள். அவர்கள் எனக்கு அடிக்கடி புத்தகங்களை அனுப்பி, தகவல்களையும் கொடுத்து உதவினார்கள். நான் காடுகளுக்குச் சென்று மானிடவியல் ஆய்வில் ஈடுபட்டிருந்தால், ஒரு வெறும் பண்டிதனாகவே மாறியிருப்பேன். இப்பொழுதும் நான் எழுதுவதையெல்லாம் திருத்திப் பிழையற்றதாக மாற்றுவதில் வெகுவாகப் பாடுபடுகிறேன். நாகாலாந்து பற்றி நான் எழுதிய புத்தகத்தை 13 முறை திருத்தி இருக்கிறேன். சென்ற முப்பது ஆண்டுகளில், மானிடவியல் ஆய்வைப் பற்றி நான் அதிகம் படித்துத் தெரிந்துகொண்டிருக்கிறேன். இன்று தொழில்முறையில் இந்த ஆய்வில் ஈடுபட்டிருக்கும் நிபுணர்களைப் போல, நான் ஆரம்பத்திலிருந்தே இதை ஒரு பாடமாகப் படிக்கவில்லை. இலக்கியத்தின் மூலம்தான் நான் மானிட வர்க்கத்தின் இயல்புகள் பற்றித் தெரிந்துகொண்டேன். பின்னர், சமய விஷயங்கள் பற்றிப் படித்தபோது, மனித இயல்பு பற்றி அறிய அதிக ஆர்வம் உண்டாயிற்று. மேலும் வரலாறு, தத்துவம், உளவியல் முதலிய விஷயங்கள் பற்றியும் படித்து அறிந்துகொண்டேன். இவை எல்லாம் எனக்கு மிகவும் உதவியாக இருந்தன.

பூனாவில் முன்பு இந்துமதத்தைப் பற்றி நான் தெரிந்து கொண்டவை எல்லாம் எனக்கு மிகவும் பயன் அளித்தன. அஸ்ஸாம் அரசுக்கு

அப்பாலுள்ள பழங்குடி மக்கள் எல்லோருமே இந்துமதத்தினால் பாதிக்கப்பட்டவர்கள். அவர்களுடைய பழக்கவழக்கங்களைப் பற்றித் தெரிந்துகொள்ள வேண்டுமென்றால், இந்துமதத்தைப் பற்றித் தெரிந்து கொள்வதும் அவசியமாகிவிடும். மனித இன ஆராய்ச்சி மிகப் பெரியது. மானிட வர்க்க அறிவைப் பற்றிய ஒரு அறிவியல் முறையும், இந்த விஷயத்தை நன்கு ஆராய்வதற்குப் பல்வேறு வகையில் தேர்ச்சி பெற்ற நிபுணர்களும் தேவையாகும். வரலாற்றுக்கும் முற்பட்ட மானிட வர்க்கத்தைப் பற்றி ஆராய்ச்சி செய்த அறிஞர்கள், தொல்பொருள் ஆராய்ச்சி நிபுணர்கள், மனிதனின் உடல் அமைப்பு முறைகளைப் பற்றிய அறிவுகொண்டவர்கள், உயிரியல் புலமை, புள்ளிவிவர அறிவு முதலிய பல்வேறு துறைகளில் பயிற்சி பெற்றவர்கள், மனிதன்மீது அனுதாபம் கொண்டவர்கள் இவர்கள் உதவியும் தேவையாகிறது. இப்பொழுதெல்லாம் தொழில் முறையில் மானிடவியல் பற்றி ஆராயும் நிபுணர்கள் மனிதன்மீது அனுதாபத்துடன் இந்த ஆராய்ச்சியில் ஈடுபடுபவர்களைப் பற்றிக் கேவலமாகவே நினைக்கிறார்கள். இது வருந்தத்தக்க விஷயம். இந்த உணர்வு, இந்த இரு தரப்பாரிடையே பரஸ்பரமாக நிலவுகிறது என்பதையும் ஒப்புக்கொள்ள வேண்டும். மானிடவியல் ஆய்வுப் பணியின் அடிப்படை அன்பு. இந்த அன்பு இன்றி எதுவும் வளர்ச்சி அடைய முடியாது; உண்மையாக இயங்கவும் முடியாது.

இந்த ஆய்வுப் பணி எனக்கு அலுவலாக இருந்துவிடவில்லை. இது என் வாழ்க்கை முழுவதையும் பாதித்தது. பழங்குடி மக்களோடு சென்று, அவர்களுடன் தங்கி வாழ்ந்து, அவர்களுடைய வாழ்வில் பங்கு கொண்டு, அவர்களைப் பற்றிப் பல புத்தகங்களை எழுதுவது தான் என்னுடைய முறையாயிற்று. பைகா (Baigas) மக்களைப் பற்றிய புத்தகத்தை எழுதுவதற்கு ஏழு ஆண்டுகள் ஆயின. அகேரியா (Agaria) மக்களைப் பற்றிய புத்தகத்தை எழுத பத்து ஆண்டுகள் பிடித்தன. கிராமியக் கதைகளைப் பற்றிப் பத்து ஆண்டுகள் ஆராய்ந்து சேகரித்தேன். சட்டிஸ்கர் பிரதேச நாட்டுப் பாடல்களைப் பற்றி ஆராய்ந்து சேகரிப்பதற்கு பதினான்கு ஆண்டுகள் ஆயின. இந்த அலுவல்கள் எல்லாம் சேர்ந்தாற்போல், ஒரே சமயத்தில் மேற் கொள்ளப்பட்டன. ஆகவே, நான் வெறும் கேள்விகளைக் கேட்டுத் தகவல் சேகரிக்கும் முறையை மேற்கொள்ளவில்லை. மக்களைப் பற்றிய அறிவு, சிறிது சிறிதாக என் உள்ளத்தில் ஊறிப்போய், கடைசியில், அது என்னுடைய வாழ்வின் அம்சமாகவே மாறிவிட்டது.

பழங்குடி மக்களைப் பற்றிய அறிவு விரிவடைய, அவர்களுக்கு உதவி செய்வதற்கு எனக்கு ஆர்வம் ஏற்பட்டது. பைகா மக்கள்

பொருளாதாரத் துறையிலும், மனோ தத்துவத்திலும் பாதிக்கப்பட்டு விட்டார்கள் என்பதை அறிந்துதான் நான் வனவளத் துறைபற்றிய அரசாங்கக் கொள்கையை எதிர்க்க வேண்டியதாயிற்று. அந்தக் கொள்கைகளின் பயனாக பழங்குடி மக்களின் பழக்கங்கள் வெகுவாய் மாறிவிட்டன. இதுபற்றி இந்தியாவின் பல்வேறு பகுதிகளில் பழங்குடி மக்கள் வாழும் பிரதேசங்களுக்குச் சென்று நிலைமையை அறிந்திருக்கிறேன். அகேரியா மக்களின் பழக்க வழக்கங்களைப் பற்றி ஆராய்ச்சி செய்த போதுதான், படிப்படியாக நசித்துப்போகும் அவர்களுடைய குடிசைத் தொழில்களை மீட்டுப் பராமரிக்க வேண்டும் என்று எனக்குத் தோன்றிற்று. சந்தால் மக்கள் (Sandal) ஒரான் மக்கள் (Oraon) முதலியவர்களைப் பற்றிய ஆராய்ச்சியின் பயனாகவும், அந்தந்த மக்களின் கைத்திறனைப் பொதுவாகப் பாதுகாக்க வேண்டும் என்ற அவசியத்தையும் உணர்ந்தேன். போண்டோ மக்களும் சவரா மக்களும் அரசாங்க நிர்வாக விஷயமாகக் கொண்டிருந்த மனப்பான்மை பற்றி அதிகாரி களுக்குக் கவலை ஏற்பட்டது. 'அவர்கள் வேண்டும் என்றே வன்முறையையும் வெறுப்புணர்ச்சியையும் மேற்கொள்ளவில்லை; அவர்களுடைய சமயப் பழக்கவழக்கங்களினால் ஏற்பட்ட பண்பாட்டின் பயனாகத்தான் சந்தேகம் கொண்டார்கள்' என்பது, அவர்களைப் பற்றி நன்றாக ஆராய்ந்த பிறகு எனக்குப் புலப்பட்டது. அவர்களுடைய கிராமியக் கதைகள், பரம்பரை ஐதீகங்கள் முதலிய வற்றை நான் நன்றாகப் புரிந்துகொண்ட பின்னர், அவர்களுடைய அச்சம் அதிகமாவதற்கு நாம் ஒன்றும் செய்யக்கூடாது என்பதையும் அறிந்தேன்.

இத்தகைய ஆராய்ச்சிக்காக வெறும் அறிவுத்துறைக்காக மட்டும் சில விஷயங்களை எடுத்துக்கொள்வது இயல்புதான். ஆனால் இந்தியாவில் தற்காலத்தில் பல ஐந்தாண்டுத் திட்டங்களின் பலனாக பழங்குடி மக்களின் வாழ்வு வெகுவாக மாறுதல் அடைந்து வருவதாலும், அவர்கள் பொது சமுதாயத்துடன் இணைந்து வருவதாலும், மானிடவியல் ஆராய்ச்சி நிபுணர்களும், சமூகவியல் ஆராய்ச்சியாளர்களும் இத்தகைய வேலையில் நல்ல பயிற்சியுடன் ஈடுபடவேண்டும் என்பதே என்னுடைய விருப்பம். இதனால் ஆராய்ச்சிக்கான முறைகள் தளர்த்தப்படவேண்டும் என்பது பொருளல்ல. மேலும், ஒரு குறிப்பிட்ட போக்கையே ஆதரிக்க வேண்டும் என்பதும் இல்லை. மனித வாழ்க்கையில் இருண்ட மூலைகளில் சத்தியத்தின் ஒளியைச் செலுத்தி, அந்தப் பகுதிகளுக்கு வளம் கொடுப்பதுதான் அறிவியலுக்குப் பெருமை தரும் பணியாகும்.

நான் கவிதையின் மூலம் மானிடவியல் ஆய்வை மேற்கொண்டேன் என்பது, சில அறிஞர்களின் குற்றச்சாட்டு. இது தவறு என்று எனக்குத் தோன்றவில்லை. மனிதனைப் பற்றி ஆராய்பவன், மனிதனின் உள்ளத்தை நன்றாகப் புரிந்துகொள்வதுதான் முக்கியம். இவ்வகையில், கவிதை மனிதனின் உள்ளத்தை நன்றாக எடுத்துக் காட்டுகிறது. மனித உணர்ச்சிகளின் வேகத்தையும், கற்பனையின் ஆழத்தையும், அனுதாபத்தையும் புரிந்துகொள்ளும் சக்தி போன்ற பண்புகளை, கவிதை எடுத்துக்காட்டுகிறது. மைகால் (Maikal) மக்களில் பெரும்பாலோர் கவிஞர்களாக இருந்துவிட்டார்கள். ஆராய்ச்சியாளருக்கும் அந்த மக்களுக்கும் இடையே ஒரு தொடர்பு ஏற்பட்டுவிட்டது. இரு சாராரும் ஒரே மொழியில் பேசுபவர்கள்; ஒரே விஷயத்தைப் பரிவுடன் காண்பவர்கள். நான் கண்ட மக்களின் பேச்சிலேயே கவிதை நிறைந்திருந்தது. நெருப்பை, 'காய்ந்து போன மரத்தில் மலரும் மலர்' என்று உருவகப்படுத்தி ஒரு கிழவி கூறினாள். குடை ஒன்றை 'கால் உள்ள மயில்' என்றே அவள் கற்பனை செய்தாள். இரவுக்காலங்களில் கணப்பைச் சுற்றி விளையாடும் குழந்தைகள் ஒருவருக்கொருவர் விடுகதைகள் போட்டுக் காலம் கழிப்பார்கள். அந்த விடுகதைகளில் பல கவிதைகளாக இருக்கும். மிளகாய்களும் மிளகாய்ப் பழங்களும் 'புதர்களில் அமர்ந்திருக்கும் பச்சை, சிவப்பு பறவைகள்' என்றும், ஒரு விளக்கு 'தன்னுடைய சிறகுகளை அடித்துக்கொள்ளும் குருவி' என்றும் அவர்கள் கற்பனை செய்வார்கள்.

பழங்குடி மக்களைப்பற்றி என்னுடைய முதல் புத்தகம், ஷாம்ராவுடன் சேர்ந்து எழுதியது. 'காட்டில் கேட்ட பாடல்கள்' என்பது அந்தப் புத்தகத்தின் தலைப்பு. பின்னர் நாட்டுப்பாடல்கள் அடங்கிய இரண்டு புத்தகங்களை எழுதி வெளியிட்டோம். இரண்டு புத்தகங்களும் ஒவ்வொன்றும் நானூறு பக்கங்களுக்கு மேலானவை. இந்தப் பாடல்களை மொழிபெயர்க்கும்போது, நான் மூலத்தில் காணும் உருவகங்களை மாற்றாமல், மிகவும் கவனத்துடன் எளிய முறையில் மொழிபெயர்த்தேன். ஒரான் நாட்டுப் பாடல்களைப் பற்றி வில்லியம் ஆர்ச்சர் எழுதியுள்ள 'புறாவும் சிறுத்தையும்' என்ற புத்தகத்தில், நான் பைகா, கோண்டு, பர்தான் ஆகிய மக்களின் கவிதைகளை மொழிபெயர்த்த பகுதிகளுடன் பலமுறை ஒப்பிட்டு எழுதியிருக்கிறார். பல்வேறு இனங்களைச் சேர்ந்த இந்த மக்களின் கவிதைத்திறன் பொதுவானதுதான். ஆனால் யாப்பு முறைகளில் மட்டுமே வேறுபாடுண்டு. பைகா மக்களிடையே நிலவும் இருவரிக் குறட்பாக்கள் ஒரான் மக்களின் செய்யுளில் கிடையாது; இறுதி

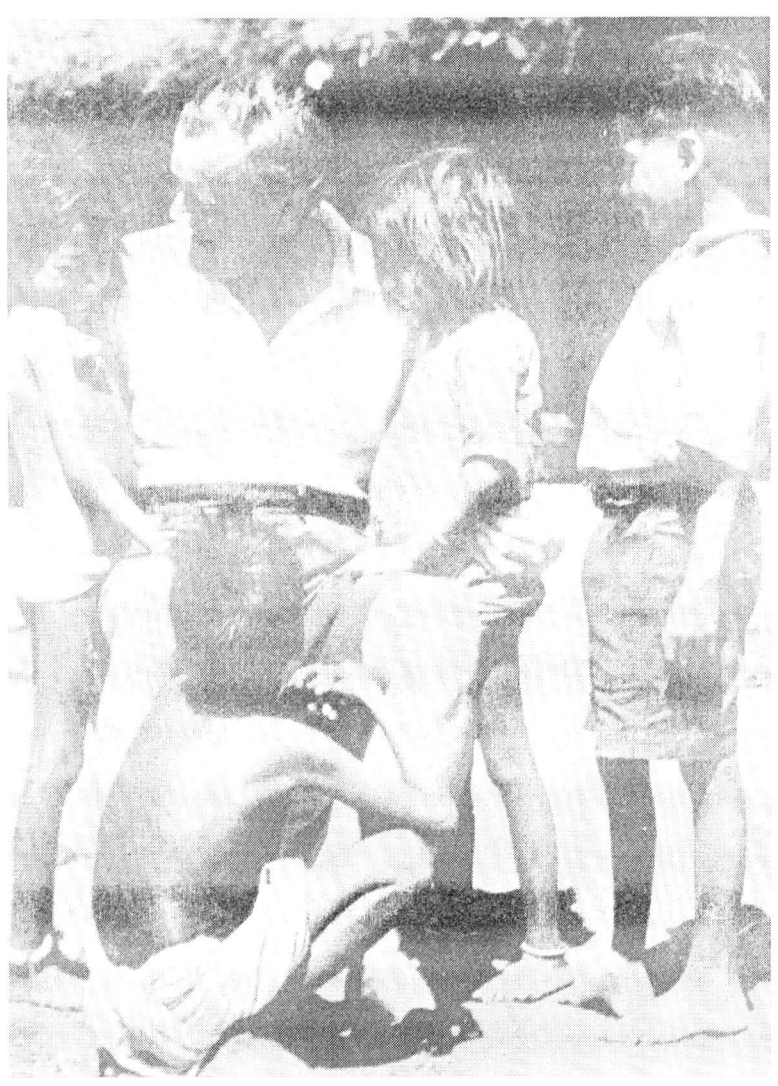

கோண்டு, பர்தான் பழங்குடிக் குழந்தைகள், 1942

எதுகை கொண்ட வரிகளும் கிடையாது. காதல் நிறைந்த கவிதைகளை பேரானந்தத்தின் வெளியீடு என்று கொண்டால், பைகா மக்களின் கவிதைகள் அத்தகையவை.

    இந்தப் பாடல்களின் மூல உருவங்களை வெளியிட இயலாமல் போனது ஒரு துரதிருஷ்டம்தான். இந்த வகையில் என்னைப் பற்றிக்

மானிடவியல் ஆய்வுப் பணி ❖ 87

குறிப்பிடும் குற்றச்சாட்டுக்களை நான் ஒப்புக்கொள்ள வேண்டியதாகிறது. இந்த மூல உருவங்களையும் நான் சேர்த்து வெளியிட்டிருந்தால், புத்தகங்கள் மிகவும் பெரிய அளவில் அமைந்துவிடும். இந்த மூலங்கள் தேவநாகரி எழுத்தில் எழுதப்பட்ட பிரதிக்கட்டுக்கள் பல எங்களிடம் இருந்தன. இதை ஷாம்ராவ்தான் தயாரித்தார். ஒருசமயம் நாங்கள் வெளியூர் சென்றிருந்தபோது, புயலின் விளைவாக, இந்த எழுத்துப் பிரதிகள் எல்லாம் நாசமாகிவிட்டன. இந்தப் பாடல்கள் மிகவும் அபூர்வமான பழங்குடி மக்களின் கவிதைகளிலிருந்து மொழி பெயர்க்கப்பட்டவை. ஆதலால், மொழி ஆராய்ச்சி அடிப்படையில் அவை அதிக முக்கியத்துவம் வாய்ந்தவை என்று சொல்வதற்கில்லை. ஆயினும், அவை கலை ஆழமும் கற்பனை ஆழமும் நிறைந்தவை.

பழங்குடி மக்களைப் பற்றிய ஆராய்ச்சியின் விளைவாக நான் முதன்முதலில் வெளியிட்ட புத்தகம் பைகா மக்களைப் பற்றியது. தொராப்ஜி டாடா நிறுவனத்திலிருந்து கிடைத்த நிதி உதவியைக் கொண்டு இந்தப் புத்தகம் வெளியிடப்பட்டது. பைகா மக்களின் கனவுகளைப் பற்றி, பிரிட்டிஷ் மனோதத்துவ இதழில் ஒரு கட்டுரை எழுதியிருந்தேன். பைகா மக்களைப் பற்றி எழுதுவது மிகவும் சுவையாகவே இருந்தது. அந்தக் கட்டுரைகளைப் பொதுமக்கள் மிகவும் விரும்பிப் படித்தார்கள். இந்தப் பணியில் என்னுடைய உற்சாகத்தில் பிறரும் பங்குகொண்டார்கள். பைகா மக்களிடையே தங்கி வாழ்வது தெய்வீகப் பிறவிகளிடையே வாழ்வது போலிருந்தது. அந்த மக்களிடையே மற்றப் பகுதிகளில் நிலவியதைக் காட்டிலும், பரம்பரைக் கதைகள் அதிகமாக இருந்தன. அவை மேலெழுந்தவாரியாக புனையப்பட்டு வரும் கதைகள் அல்ல; அந்த மக்களின் வாழ்வில் ஊறிப் போயிருந்தவை. ஐதீகங்களில் கண்ட அம்சங்கள் எல்லாம் நடைமுறையில் பிரதிபலித்தன. மனிதர்களைக் கொன்று தின்னும் புலி ஒன்றை அடக்கும் பொறுப்பு ஒரு பைகா ஆண்மகனுக்கு ஏற்பட்டுவிட்டால், அந்த வீரச்செயலை அவன் மிகவும் துணிச்சலுடன் மேற்கொள்வான். அதற்குக் காரணம், ஆரம்பத்திலிருந்தே அத்தகைய செயல் அவனுடைய கடமையாக அமைந்திருந்தது என்பதை அவன் அறிந்திருந்ததுதான். கோண்டு விவசாயிகளுக்கு, அவன் மாந்திரீக அலுவல்களை மேற்கொள்ளும் போது உலகம் சிருஷ்டிக்கப்பட்ட ஐதீகத்தைப் பற்றி எடுத்துரைத்தான். அந்தப் புனித அலுவலில் தன்னுடைய மக்கள் கொண்டிருந்த தொடர்பையும் நினைவுபடுத்தினான். இந்த ஐதீகம், பழக்கவழக்கங்களுக்கு ஓர் உயிர் கொடுத்தது. அதிகம் புரியாமல் இருந்த விஷயங்களுக்கு உயிர் கொடுத்தது. ஆதிகாலத்தில் இயங்கிய வீரர்கள் இன்றைய காலத்திலும் காண்பவர்கள்தான் என்ற உணர்வும் உண்டாயிற்று.

போண்டோ மலையில், ஷாம்ராவ், குஸும், சுரேஷ் ஹிவாலே ஆகியோருடன்

இந்த மக்களின் நிறுவனரும், மகாமூதாதையருமான தலைவருக்கு நங்க பைகா (Nanga Baiga) என்று பெயர். யானைக் குன்று என்ற இடத்தில் பூமியிலிருந்தே அவர் தோன்றியதாக ஐதீகம். ஒரு மூங்கில் புதருக்கு அடியில் பிறந்து, அங்கேயே மூங்கில் தேவதைகளினால் பாலூட்டி வளர்க்கப்பட்ட அச்சிறுவனுக்கு விளையாட்டுக் கருவியாக ஒரு பொன் கட்டில் கிடைத்தது. நங்க பைகா உரிய காலத்தில்தான் தோன்றினார். கடவுள் உலகை உருவாக்கி, யுகாந்த காலமாகத் தோன்றியிருந்த கடல் பரப்பின் மேல் பூமியை ஒரு சப்பாத்தியைப் போல தட்டையாக அமைத்திருந்தார். காற்றைக் கொண்டு, பூமியின் மேல் பரப்பை கடினமாக்குவதற்கு கட்டளை இட்டார். காற்றுக்கு கண் இல்லாததால், அது அடிக்கடி பொருள்கள் மீதும், மனிதர்கள்மீதும் மோதிக்கொண்டே வீசியது. காற்று தன்னுடைய கடமையைச் செய்து முடிக்கவில்லை. பின்னர் கடவுள், பீமசேனனைக் கொண்டு மலைகளை அந்தந்த இடத்தில் எடுத்து வைக்கச் சொன்னார். பீமசேனன், எப்பொழுதும் மந்தமாகவே இருந்ததால், அந்தப் பணியைச் சரியாகச் செய்யவில்லை. ஆகவே, பூமியின் மேல் பரப்பு உறுதியாக அமையவில்லை; அது அசைந்து ஆடிக்கொண்டே இருந்தது. பிறகு, கடவுள் நங்க பைகாவுக்குச் சொல்லியனுப்பினார். நங்க பைகா வந்து, பூமியின் ஓரத்தில் கால் வைத்ததும், அது ஒரு புறமாகச் சாய்ந்துவிட்டது. உடனே, அவர்

நான்கு ஆணிகளைக் கொண்டு, பூமியின் நான்கு மூலைகளிலும் அடித்து உறுதியாக அமைத்துவிட்டார். பின்னர், நங்க பைகா மனித வர்க்கத்தைப் படைப்பதில் கடவுளுக்கு உதவி செய்தார். நங்க பைகாதான் உண்மையான ஆதிமனிதன்.

இத்தகைய ஐதீகத்திலிருந்து தங்களுடைய பரம்பரையை அறிந்து கொள்ளும் பைகா மக்கள் ஒருவித பெருமிதத்துடன்தான் இயங்கு கிறார்கள். இந்தப் பரம்பரைப் பெருமை பைகா மக்களுக்கும் அரசாங்கத்திற்கும் இடையே சச்சரவுகள் ஏற்படுவதற்குக் காரணமாய் இருந்தது. தாங்கள் பூமியிலிருந்து தோன்றியதால், பூமியின் நெஞ்சை ஏர் கொண்டு உழுது புண்படுத்துவது சரியல்ல என்று அவர்கள் நினைக்கிறார்கள். மற்றும், தாங்கள் விலங்குகளின் அதிபதிகள் என்ற நம்பிக்கையும் கொண்டு இருப்பதால், காடுகளில் வேட்டையாடும் உரிமையையும் கொண்டாடினார்கள். பரம்பரை மக்களின் ஐதீகங் களை அறியாமலும், அவர்களுடைய பழக்கவழக்கங்களில் சிரத்தை எடுத்துக் கொள்ளாமலும் பைகா மக்களிடம் அந்தக் காலத்தில் அரசாங்கம் நடந்துகொண்டது நிர்வாகத் தவறுகளை நன்றாக எடுத்துக் காட்டிற்று. 1867லிருந்து அந்த நூற்றாண்டின் இறுதிவரை பைகா மக்கள் வனத்துறை அதிகாரிகளின் கொடுமை களுக்கு உள்ளானார்கள். கோடாலியையும் மண்வெட்டியையும் கொண்டு பயிரிடும் அவர்களின் பழக்கத்தை மாற்றி, ஏர்கொண்டு உழ வேண்டுமென்ற சீர்திருத்தத்தை அவர்களிடையே அமலாக்கும் முயற்சியை அந்த அதிகாரிகள் மேற்கொண்டார்கள். அவர்களுடைய வேட்டையாடும் பழக்கத்தையும் அதிகாரிகள் நிறுத்திவிட்டார்கள். அதன் விளைவாக, பைகா மக்கள் தங்களுடைய வில், அம்பு முதலிய ஆயுதங்களை எரித்துவிட வேண்டியதாயிற்று.

பயிரிடும் தொழில் பழக்கத்தை அடிக்கடி மாற்றுவது கெடுதலையே விளைவிக்கும். ஆனால், வேறு வழியில்லை. பைகா மக்கள் காட்டில் ஒரு பகுதியில் மரங்களை வெட்டி எரித்துவிட்டுப் பின்னர் அந்தச் சாம்பல் கலந்த மண்ணில் விதைத்துவந்தார்கள். மூன்று ஆண்டுகள் அவ்வாறு அங்கு பயிர் செய்துவிட்டு, பின்னர் வேறு பகுதிக்குச் செல்வார்கள். இத்தகைய பணியில் அவர்கள் வழிபாட்டு முறையில் தீவிரமாக ஈடுபட்டிருந்த காலத்திலும், பெருமளவில் இந்த அலுவலை அனுமதிக்க முடியாமல் போய்விட்டது. ஆயினும், பைகா மக்களைப் போன்று மிகச்சிறிய ஜனத்தொகை கொண்ட பழங்குடி மக்கள் இந்தப் பழக்கத்தை மேற்கொண்டபோது, 20 ஆண்டுகளுக்கு ஒருமுறை இவ்வாறு இடம்பெயர்ந்து பயிரிடும் பழக்கம் உண்டாயிற்று. இத்தகைய காட்டுப் பிரதேசத்தில் ஏற்பட்ட மாறுதல்கள் மிகைப்

விக்டர் ஸாஸுன்

படுத்தப்பட்டன. பைகா மக்கள் இத்தகைய பயிரிடும் முறையை மாண்ட்லா (Mandla), பாலகாட் (Balaghat) ஆகிய பகுதிகளில் பல நூற்றாண்டுகளாக மேற்கொண்டு வந்தார்கள். அப்படியிருந்தும் காடுகள் அதிகமாகப் பாதிக்கப்படவில்லை. இறுதியில் பைகா மக்கள் ஏர்கொண்டு உழும் பணியை மேற்கொள்ள வேண்டியது கட்டாயமாயிற்று. அதனால் பலர் வறுமை நிலையை அடைந்தார்கள். அவர்களுடைய ஐதீகப்படி தடை செய்யப்பட்ட கருவியான ஏர் முனையை அவர்கள் வெறுத்தார்கள். அதன் விளைவாக, அவர்கள் மனம் கலங்கிவிட்டது. இன்று அவர்கள் மிகவும் திறமையற்ற விவசாயிகளாக வாழ்ந்துவருகிறார்கள். அவர்களுடைய ஆயுதங்களான வில், அம்பு முதலியவற்றையும் அவர்கள் இழந்துவிட்டார்கள். முந்திய நாட்கள் போல், அவர்கள் வனப் பிரதேசத்தில் அதிபதிகளாக விளங்கவில்லை. வாழ்வில் அவர்கள் அனுபவித்து வந்த வளமை எல்லாம் மறைந்துவிட்டது.

என்னுடன் நட்புறவு கொண்டிருந்த பைகா மக்கள், தங்களிடையே நடக்கும் விஷயங்களைப் பற்றி அவ்வப்போது என்னிடம் வந்து கூறிக்கொண்டிருந்தார்கள். சாவு, திருமணம், தேன் எடுக்கும் விழா முதலிய சம்பவங்கள் நிகழும் போதெல்லாம் என்னிடம் வந்து சொல்லி, என்னையும் அழைத்துச் செல்வார்கள். எங்களுடைய கிராமத்தைப் பாதுகாப்பதற்காக, பைகா மக்கள் எல்லை முழுவதும் ஆணிகளை அடித்து மாந்தரீக முறையில் அரண் எழுப்பினார்கள்.

பைகா மக்களுக்கு மிகவும் அருமையான உடைமை பன்றிதான். ஒருமுறை அவர்களில் ஒருவன் என்னிடம் வந்து, 'தன்னுடைய மனைவி வேறு ஒருவனுடன் ஓடிப் போய்விட்டதாகப் புகார் செய்தான். அப்பொழுது அவன் சொன்னான்: அதைப் பற்றிக்கூட நான் கவலைப் படவில்லை; ஆனால், அவர்கள் என்னுடைய செல்லப் பன்றியையும் எடுத்துச் சென்றுவிட்டார்கள்' என்றான்.

கபிலதாராவுக்கு அப்பால் காட்டிற்குள்ளே, நான் ஒருமுறை சென்றிருந்தபோது, எங்கள் காருக்கு முன்னால் பாதையில் ஒரு பெரிய புலி வந்துநின்றது. எனக்குப் பயமாக இருந்தது. ஆனால், என்னுடன் இருந்த வயது முதிர்ந்த ஒரு பைகா சிறிதும் மனம் தளராமல் ஏதோ சில மந்திரங்களை உச்சரித்தான். உடனே அந்தப் புலி காட்டிற்குள்ளே சென்றுவிட்டது! இதைக்கண்டு வியந்த என்னிடம் அவன் ஒரு விஷயத்தைச் சொன்னான்: 'இது ஒன்றும் பெரிதல்ல. எனக்கு தெரிந்த ஒருவனிடம் அடிக்கடி இரண்டு மூன்று புலிகள் வந்து, அவனுடைய கால் கைகளையெல்லாம் நக்கி, அவனுக்குப் பணியாற்றும். அவனுக்குப் பிடிக்காவிட்டால் அவற்றைப் போகச் சொல்லிவிடுவான். உடனே அந்தப் புலிகள் அவனுடைய உத்தரவிற்குப் பணிந்து போய்விடும்' என்றான். மற்றொரு கதை. தங்களுடைய உரிமைகளைப் பாதிக்கும் முறையில், அரசாங்கம் சில நடவடிக்கைகளை எடுத்த போது, பைகா மக்கள் ஒரு புதிய முறையில் பழி தீர்த்துக்கொண்டார்கள். ஆளுநர் வேட்டையாட வரப்போகிறார் என்பதை அவர்கள் அறிந்ததும், அந்தப் பிரதேசத்திலுள்ள புலிகளுக்கெல்லாம் முதலிலேயே எச்சரிக்கை விடுப்பார்கள். அதன் விளைவாக, அந்த ஆளுநர் வேட்டையாடும் போது, அவருக்கு ஒரு புலிகூட கிடைக்காது!

நான் அடுத்தாற்போல் எழுதிய புத்தகம் அகேரியா மக்களைப் பற்றியது. இவர்கள் ஒரு சிறு எண்ணிக்கையான குடிமக்கள். இவர்களில் பெரும்பாலோர் இரும்புக் கொல்லர்கள். இவர்கள் மாண்ட்லா, பிலாசபூர் மாவட்டங்களில் பல இடங்களில் பரவியிருந்தார்கள். இவர்கள் தம் பரம்பரைப் பழக்கங்களின் விளைவாக, தங்களுடைய தொழிலில் எத்தகைய நுணுக்கமுறைகளைக் கையாண்டார்கள் என்பதை நான் அறிவதற்கு முனைந்தேன். ஆனால், அகேரியாக்கள் பைகா மக்களைவிட சுறுசுறுப்பில் குறைந்தவர்கள். இவர்களைப் பற்றிய புத்தகம் எழுதுவதற்கு நான் பெருமளவில் பயணம் மேற்கொள்ள வேண்டியதாயிற்று. எதிர்பாராத இடங்களில் எல்லாம் இவர்களைச் சிறுசிறு பகுதியின ராகவே நான் சந்தித்தேன். இந்த ஆராய்ச்சியின் பயனாக, பதினைந்து

ஆண்டுகளுக்குப் பிறகு, டாடா இரும்புக் கம்பெனியில் வெள்ளி விழாக் கொண்டாட்டத்தின்போது, அவர்களுக்காக, டாடா இரும்புத் தொழிலைப் பற்றி நான் புத்தகம் எழுதவேண்டும் என்று கேட்டுக் கொண்டார்கள். அதற்கு எனக்குப் பத்தாயிரம் ரூபாய் கொடுக்கப் பட்டது. புத்தகமும் மிக அழகான முறையில் பிரசுரிக்கப்பட்டது.

இதற்கிடையில், நான் பல்வேறு புத்தகங்களுக்காக விஷயங்களைச் சேகரித்துக் கொண்டிருந்தேன். அப்போது நான் சேகரித்த பல பரம்பரைக் கதைகளை 'மகா கோசல பிரதேசத்தின் நாட்டுக் கதைகள்' என்ற தலைப்பில் பின்னர் வெளியிட்டேன். மத்திய இந்தியப் பழங்குடி மக்களிடையே நிலவிய பரம்பரை இலக்கியத்தைத் தொகுத்து வெளியிடுவதில், அது என் முதல் முயற்சியாக அமைந்தது. பிறகு அதையொட்டி, இந்திய மக்களின் பரம்பரைக் கதைகளைப் பற்றிய முழு விவரங்களையும் நான் ஆங்கிலத்தில் தொகுத்த குறிப்புகள் அடங்கிய பகுதியையும் அத்துடன் சேர்த்து வெளி யிட்டேன். இந்தத் தொகுப்பில் இரண்டாவது பகுதி 'மத்திய இந்தியாவின் பரம்பரைக் கதைகள்' என்பதாகும். இந்தக் கதைகளில், தொன்மையான இந்தியப் பண்பாடுகளிலிருந்து பழங்குடி மக்களின் ஐதீகங்கள் எவ்வாறு உருவாயின என்பதை அறிந்துகொள்ள முடிந்தது. மனித உடல் அமைப்பின் பல்வேறு பாகங்கள் எவ்வாறு முதலில் தோன்றின என்பதைப் பற்றிய கதைகள்தான் இந்தத் தொகுப்பில் மிகவும் முக்கியத்துவம் வாய்ந்தவையாக இருந்தன. மானிடவியல் ஆராய்ச்சி பற்றிய ஒரு அமெரிக்க இதழ் இந்தப் புத்தகத்தைப் பற்றி விமர்சிக்கும் போது, 'இது மனித வரலாற்றின் அறிவுத்துறை ஆராய்ச்சியில் முக்கியமான கட்டம்' என்று குறிப்பிட்டது.

பின்னர், இன்னும் இரண்டு கிராமியக் கதைகள் அடங்கிய தொகுப்புகளை வெளியிட்டேன். 'இந்தியாவில் கிடைத்த கதைகள்' என்ற புத்தகம் நான்கு தொகுப்புகளில் ஆக்ஸ்போர்டு பல்கலைக் கழகத்தால் வெளியிடப்பட்டது. மற்றொன்று, 'உலகம் குழந்தை யாக இருந்தபோது' என்பதாகும். இந்தப் புத்தகம் இந்திய தேசிய புத்தகக் குழுவால் பிரசுரிக்கப்பட்டது. 'மத்திய இந்திய பழங்குடி மக்களின் கலை' என்ற புத்தகத்தை மிகவும் அவசரப்பட்டு பிரசுரிக் காமல் இருந்திருந்தால், இன்னும் பல்வேறு சிறந்த கலைப் பொருள் களைப் பற்றி குறிப்பிட்டிருக்கலாம். ஒரு பர்தான் பெண்ணின் காதலைப் பற்றி நாவல் ஒன்றையும், கோண்டு, பைகா மக்களிடையே நிகழ்ந்த ஒரு குற்றத்தைப் பற்றிய கதையொன்றையும் நான் வெளி யிட்டேன். பழங்குடி மக்கள் அநீதியாக நடத்தப்படுவது பற்றியும் ஒரு புத்தகம் எழுதினேன். ஆனால், அது வெளியாகவில்லை.

மேலும் நான் எழுதிய வேறு இரண்டு நாவல்களும் இதே கதியை அடைந்தன.

பைகா மக்களைப் பற்றி எழுதிய புத்தகத்தின் விளைவாக, எனக்கு பல நண்பர்கள் கிடைத்தார்கள். அவர்களில் முக்கியமானவர் பழங்குடி மக்கள் ஆராய்ச்சி வல்லுநரான வில்லியம் ஆர்ச்சர். அவர் இந்திய சிவில் சர்வீஸைச் சேர்ந்தவர். இந்தப் புத்தகம் வெளியானவுடன் ஆர்ச்சர் என்னை பீகாருக்கு வரும்படி அழைத்தார். அப்பொழுது அவர் அந்த மாகாணத்தில் மக்கள்தொகை கணக்கெடுப்பு அதிகாரியாக இருந்தார். நானும் ஷாம்ராவும் அவருடன் தங்கியிருந்தபோது, பல பழங்குடி மக்களைக் கிராமங்களுக்குச் சென்று பார்த்தோம். பின்னர், ஆர்ச்சர், சந்தால் பர்கானா பகுதியின் இணை ஆணையராக இருந்த போதும், பல பகுதிகளில் சுற்றுப் பயணம் செய்தோம். இந்த அனுபவங்களின் பயனாக, முரியா மக்களைப் பற்றி நான் எழுதிய புத்தகத்திற்கும் பழங்குடி மக்களின் கலை பற்றி எழுதிய புத்தகத்திற்கும் பல தகவல்களைச் சேகரிக்க முடிந்தது. அந்தச் சமயத்தில்தான், இத்தகைய ஆராய்ச்சிப்பணியில் ஈடுபட்டு அனுபவம் முதிர்ந்த அறிஞரான சரத் சந்திர ராய் என்பவரைச் சந்தித்தோம். அவர் பீகார் பழங்குடி மக்களைப் பற்றி பல புத்தகங்களை எழுதியதோடு, அந்த மக்களுக்காகப் பல வழிகளில் பாடுபட்டிருந்தார். அவர் காலமான பிறகு, நானும் வில்லியம் ஆர்ச்சரும் அவர் வெளியிட்டுக் கொண்டிருந்த 'இந்தியாவில் மனிதன்' (Man in India) என்ற ஆங்கில மானிடவியல் ஆய்வு இதழை அவருடைய மகனின் உதவியுடன் தொடர்ந்து சிலகாலம் நடத்தினோம்.

அப்பொழுது மத்திய மாகாணங்கள் என்று வழங்கிவந்த பகுதிக்குத் தெற்கே பஸ்தார் (Bastar) சமஸ்தானம் இருந்தது. பஸ்தாரை நோக்கிச் செல்லும் பயணி, வழியில் பல அருமையான காட்சிகளைப் பார்க்கலாம். காட்டில், மரம் வெட்டும் மக்கள் பாடல்கள் இசைத்தவாறே தங்கள் பணியில் ஈடுபடுகிறார்கள். சுற்றிலும், எங்கு பார்த்தாலும் மலைச் சரிவுகளில் பெரும் கரடு முரடான பாறைகள் காட்சி தரும். மலைச்சரிவு களில் பசுமை நிறைந்த காடுகள். இன்னும் சிறிது தூரம் சென்றால், முரியா மக்களின் பிரதேசத்திற்குப் முன்பு துவாரபாலகர்கள் போல செங்குத்தாக எழுந்து நிற்கும் குன்றுப் பாறைகளைக் காணலாம். அதைத் தாண்டி கெஸ்கால் காடு (Keskal Ghat) என்ற செங்குத்தான மலைப் பாதைகளில் ஏறிச்செல்ல வேண்டும். அதன் உச்சியிலிருந்து பார்த்தால், கீழே மலையும் வானமும் ஒரு சமுத்திரம் போல பரவியிருப்பதைக் காணலாம்.

1927 முதல் 31ஆம் ஆண்டுவரை பஸ்தார் நிர்வாக அதிகாரியாக இருந்த டபுள்யு. வி. கிரிக்ஸன் (W.V.Grigson) என்பவரின் உதவியால் தான் நான் அந்தப் பகுதிக்கு முதலில் சென்றேன். அவர் பழங்குடி மக்களின் வாழ்க்கைப் பிரச்சினைகளில் ஈடுபாடு கொண்டிருந்தார். பஸ்தார் பிரதேசத்தில் வாழ்ந்த மரியா கோண்டு மக்களைப் பற்றி அவர் புத்தகம் எழுதியிருந்தார். 1940ஆம் ஆண்டில் நான் கடைசியாக பஸ்தாருக்குச் சென்றபோது, எனக்கு ஒரு அரசாங்கப் பொறுப்பு கொடுக்கப்பட்டது. மொத்தம் நூறு ரூபாய் சம்பளத்தில் நான் மக்கள் கணக்கெடுப்பு அதிகாரியாக நியமிக்கப்பட்டேன். பின்னர் விஷயம் தெரிந்த மற்றொரு மேல் அதிகாரி என்னுடைய ஊதியத்தை அதிகரித்து என்னுடைய அலுவல்களுக்காக மொத்தமாய் 1,500 ரூபாய் கொடுத்தார். அன்றைய காலத்து இந்திய சமஸ்தானத்து மக்களிடையே சென்று, அவர்களைப் பற்றி அறிந்து கொள்வதற்கு ஓர் அரசாங்கப் பதவி உதவியாக இருக்கும் என்ற முறையில்தான் நான் அந்தப் பதவியை ஏற்றுக்கொண்டேன். பின்னர், எனக்குப் பஸ்தார் சமஸ்தானத்தின் கௌரவ மானிடவியல்துறை ஆய்வு அதிகாரிப் பதவி கொடுக்கப்பட்டது. அப்பொழுதும் வழக்கம் போல மக்களிடையே தங்கி வாழும் முறையை நான் மேற்கொள்ள நினைத்தேன்.

சித்ரகோட் அருவிக்கு எதிரே ஒரு சிறிய வீட்டை அமர்த்திக் கொண்டோம். என்னுடைய தலைமை அலுவலகம் அந்தச் சமயத்திலும் பட்டான்கரில்தான் இருந்தது. ஷாம்ராவும் அங்கேயே தங்கி பணியாற்றிக்கொண்டிருந்தார். அப்பொழுது பஸ்தாரில் எங்கு பார்த்தாலும் மகிழ்ச்சி நிறைந்த சூழ்நிலை நிலவிற்று. பழங்குடி மக்கள் ஏழைகளாக இருந்தாலும், சுதந்திரத்துடனும் மனநிறைவுடனும் இயங்கிவந்தார்கள். அவர்களுடைய நாட்டிய முறைகள் இந்தியா விலேயே மிகச் சிறந்தவையாக இருந்தன. அங்க அமைப்பு வெட்கப் படத் தக்க விஷயம் என்பதை சீர்திருத்தவாதிகள் அவர்களிடையே எடுத்துக் கூறி, அவர்கள் மனதைக் கலைக்க முன்வரவில்லை. பஸ்தார் சமஸ்தானம் முழுவதும் சுற்றுப்பயணம் செய்து, மலைகளில் வாழ்ந்து வந்த மரியா (Maria) மக்களைப் பற்றியும், கோயா (Koya), பாட்ரா (Bhattra), டோர்லா (Dorla) மக்களைப் பற்றியும் பல்வேறு விவரங் களையும் புகைப்படங்களையும் நான் சேகரித்தேன்.

காட்டு எருமைக் கொம்பை தலையணியாகக் கொண்டிருந்த மரியா மக்கள் பற்றியும், வட பகுதியில் வாழ்ந்து வந்த முரியா மக்கள் பற்றியும் நான் அதிக சிரத்தை கொண்டிருந்தேன். இவர்களிடையே கொலைக் குற்றங்கள் அதிகமாக நிலவியதால், அதற்குக் காரணம்

கண்டுபிடிக்கவேண்டும் என்பது என்னுடைய விருப்பம். நான் ஆராய்ந்து அறிந்திருந்த பழங்குடி மக்களில் மரியா மக்கள்தான் வனப்பு மிக்கவர்களாக இருந்தார்கள். அவர்களுடன் தங்கி வேலை செய்வது மனதிற்கு உகந்ததாக இருந்தது. அவர்கள் வாழ்ந்து வந்த பகுதிகளுக்கு, அந்தக் காலத்தில்கூட, மழை இல்லாத காலங்களில் கார் மூலம் செல்லலாம். ஒவ்வொரு கிராமத்திலும் பயணிகளுக்கான விடுதிகள் இருந்தன. அந்த மக்கள் எல்லோரிடமும் நட்புறவு கொண்டிருந்தார்கள். தட்பவெப்ப நிலையும் ஆரோக்கியத்திற்கு உகந்ததாகவே இருந்தது. பஸ்தாரில் நான் முதல்முதலாக கிராமபோன் தட்டுகளைக் கொண்டு பாடல்களை வைத்து, அந்த மக்களுக்கும் எனக்கும் இடையே நட்புறவு தோன்றும்படிச் செய்துகொண்டேன்.

ஜகதல்பூரிலிருந்து போலீசாரால் அனுப்பப்பட்ட விசைப் பொம்மைகள் பல இவர்களுக்கு அதிக மகிழ்ச்சியைக் கொடுத்தன. இத்தகைய பொருள்கள் எனக்கும் அந்த மக்களுக்கும் இடையே நட்புறவு நிலவுவதற்கு உதவின. ஆயினும், வழக்கத்திற்கு மாறான எந்த ஒரு விஷயமும் அபாயத்தை விளைவிக்கக்கூடியதாகவே இருந்தது. மக்கள் எண்ணிக்கையைக் கணக்கிடும் அலுவலைப் பற்றி மரியா மக்கள் சந்தேகம் கொண்டார்கள். 1931ஆம் ஆண்டு மக்கள் எண்ணிக்கை நடவடிக்கைக்குப் பிறகு, காட்டில் புலிகள் அதிகமாகி விட்டன என்பதை அவர்கள் நினைவுறுத்தினார்கள். 'மக்களை எண்ணிக் கணக்கிடுவது ஒரு பாவச் செயல்; அந்தச் செய்கையினால் மனித இன வளர்ச்சி தடைபட்டுவிடும்' என்றும் அவர்கள் நம்பினார்கள். ஆகவே, 1941ஆம் ஆண்டு மக்கள் எண்ணிக்கை நடவடிக்கைக்குப் பிறகு, அந்தப் பழங்குடி மக்கள் தங்களுடைய வீடுகளில் பொறிக்கப்பட்டிருந்த எண்ணிக்கைப் பலகைகளை யெல்லாம் அகற்றிவிட்டு, பன்றிகளைப் பலியிட்டுப் பரிகாரம் செய்துகொண்டார்கள்.

மரியா மக்கள் உறுதி நிறைந்த முரட்டுத்தனம் வாய்ந்தவர்கள்; அவர்களிடையே கொலைக் குற்றம் அதிகம். ஜகதல்பூர் சிறையில் கொலைக் குற்றத்திற்காகத் தண்டனை விதிக்கப்பட்டவர்களில் மரியா கைதிகளே அதிகம் இருந்தார்கள். இந்த விஷயத்தில் அரசாங்க நிர்வாகம் அதிக கவலை கொண்டிருந்தது. இத்தகைய குற்றங்களுக்குக் காரணம் என்ன என்பதை நான் ஆராய்ந்து அறிந்து எடுத்துச் சொல்ல முனைந்தேன். பழைய ஆவணங்களைப் படித்துப் பார்ப்பதற்கு எனக்கு அனுமதி கொடுக்கப்பட்டது. அவற்றையெல்லாம் படித்து ஆராய்ந்த பிறகு, நான் கிராமங்களுக்குச் சென்றேன். குற்றவாளிகளின் உறவினர்கள், குற்றத்திற்கு உள்ளானவர்கள் முதலியவர்களுடனும்

பேசி இந்த விஷயமாகத் தகவல் தெரிந்துகொண்டேன். இது மிகவும் பிடித்த அலுவலாக இருந்தது. இந்த ஆராய்ச்சியின் பயனாக பல விஷயங்கள் தெளிவாயின. சொத்து வகையில் ஏற்பட்ட சச்சரவுகள் 15 சதவிகிதமாகவும், குடும்பத் தகராறுகள் 16 சதவிகிதமாகவும், பொறாமை, துரோகம், பெண் சம்பந்தமான குற்றங்கள் முதலியவை 17 சதவிகிதமாகவும் இருந்தன. குடி வெறியால் இழைக்கப்பட்ட குற்றங்கள் 19 சதவிகிதம். சூனியம் வைத்தல், மாந்தரீகம் போன்ற நடவடிக்கைகள் சம்பந்தமாக ஏற்பட்ட குற்றங்கள் 5 சதவிகிதம்.

வன்முறையை மேற்கொள்வதற்கு உடலில் ஏற்பட்ட களைப்பு ஒரு காரணமாக இருந்தது. களைப்பினால் மனஸ்தாபமும் கவலையும் நம்பிக்கையின்மையும் ஏற்பட்டதால், அந்த நிலை யிலிருந்து எப்படியாவது தப்பிவிட வேண்டும் என்ற உணர்ச்சி தோன்றுகிறது. மரியா மக்கள் மாலை நேரங்களில் தங்களுடைய அலுவல்களிலிருந்து வீடு திரும்பும் போது இரவுச் சாப்பாடு தயாராக இருக்காது. குழந்தை அழுதுகொண்டிருக்கும் இந்த நிலையில் சம்பந்தப்பட்டவன், தன்னுடைய மனைவியை அடித்துவிடுகிறான். அடி பலமாக விழுந்தால் மனைவி இறந்துவிடுகிறாள். ஒரு குடும்பமே பாழாகிவிடுகிறது. ஜகதல்பூர் சிறையில் இருந்த பல கைதிகளுடன் நான் பேசியபோது, அவர்களின் கபடமற்ற தன்மையைக் கண்டு வியந்தேன். ஏதோ ஒரு விவரிக்க முடியாத விதிக்குத் தாங்கள் உள்ளானதாகவே அவர்கள் கருதினார்கள். தாங்கள் குற்றவாளிகள் என்பது அவர்களுக்குத் தோன்றவில்லை. குற்றங்களில் பல, தற்செயலாக நேர்ந்த விபத்துக்களாகவே இருந்தன.

பழங்குடி மக்கள் கிராமத்திற்கு, காவல்துறையினர் சென்று நடவடிக்கை மேற்கொள்வது ஒரு பெரிய பயங்கர சம்பவமாகவே இருந்தது. பல நாட்கள் அந்த மக்கள் எவ்வித அலுவலும் மேற்கொள்ள முடியாமல் போய்விடும். தங்களுக்குத் தேவையான உணவைத் தேடிக்கொள்வதில்கூட அவர்களுக்குத் தடை ஏற்படும். இதற் கிடையில் காவல் அதிகாரிக்கும் காவல்காரர்களுக்கும் கிராம மக்கள் இலவசமாக உணவு அளிக்க வேண்டும். உண்மையைக் கண்டு பிடிப்பதில் காவலர்கள் மிகவும் கடுமையான நடவடிக்கைகளை மேற்கொண்டார்கள். இந்த முறை, நாடு சுதந்திரமடைந்த பின்னும் தொடர்ந்து கையாளப்பட்டது. இதனால், அந்த மக்களிடையே ஒருவித பயம் நிலவிற்று. பல நாட்கள் அவர்கள் கவலைக்குள்ளாகி பீதி அடைந்து வாழ்ந்துவந்தார்கள். சந்வச்சாபூருக்கு அருகே ஒரு கிராமத்தில், ஒரு பெண் தன்னுடைய கணவனுக்கு விஷம் கொடுத்த

தாகக் குற்றம் சாட்டப்பட்டாள். வழக்கப்படி புலன்விசாரணை நடைபெற்றது. அந்தப் பெண் குற்றமற்றவள் என்றுதான் எனக்குத் தோன்றிற்று; கிராம மக்களும் அப்படியே நினைத்தார்கள். ஆயினும், அவள் கைது செய்யப்பட்டு, சிறையிலிடப்பட்டு பின்னர் மரண தண்டனை விதிக்கப்பட்டாள். அவள் ஒரு குறிப்பிட்ட நாளன்று தூக்கிலிடப்படுவாள் என்று நான் கேள்விப்பட்டு, அதைத் தடுக்க மிகவும் பாடுபட்டேன். 300 மைல் தூரத்தில் இருந்த பச்மார்ஹி நகரத்திற்கு கடும் வேகத்துடன் என் காரில் பறந்து சென்றேன். மிகவும் உத்வேகத்துடன், கடைசியில் அவள் தூக்கிலிடப்படுவதை நிறுத்தி, அவளுடைய தண்டனையை ஆயுள் சிறைவாசமாக மாற்றுவதற்கு உதவினேன். இந்த மக்கள் சிறையில் அனுபவிக்கும் துன்பங்கள், அவர்கள்மீது சுமத்தப்பட்ட குற்றங்களுக்குச் சிறிதும் பொருந்தாத வகையில் மிகவும் கடுமையானதாக இருக்கின்றன.

மரியா மக்களிடையே நிலவும் விசேட நடவடிக்கை அவர்களுடைய திருமண நாட்டியம். ஆண் மக்கள் எருமை மாட்டுக் கொம்புகளா லான பெரிய தலையணிகளை அணிந்துகொண்டு, நீளமான தம்பட்டங்களை இசைத்துக்கொண்டு, ஒரு பெரிய வட்ட வடிவில் நடனம் ஆடுகிறார்கள். பெண்களின் வரிசை இந்த ஆண்களின் வரிசைக்கு இடையே நுழைந்து, ஆடி வந்து கொண்டிருக்கும். இந்தியப் பழங்குடி மக்களிடையே நிலவும் நாட்டிய வகைகளி லெல்லாம் மிகவும் சிறந்தது இதுதான்.

ஆண் மக்கள் தலையில் அணிந்துகொள்ளும் எருமை மாட்டுக் கொம்பு அலங்காரக் கிரீடம், அவர்களுக்கிடையே மிகவும் மதிப்பு வாய்ந்தது ஆகும். ஆண்மக்களின் பெருமைக்கே அது ஒரு சின்னமாக விளங்கியது. ஒருமுறை மரியா இளைஞன் ஒருவன் தன்னுடைய பரம்பரைத் தலையணி காணாமல் போய்விட்டதை உணர்ந்தான். கொம்புகளும் சிறகுகளும் சேர்த்து இணைக்கப்பட்ட வேலைப்பாடு அமைந்த அந்த அழகான தலையணியை இழந்துவிட்டதால், அவன் தான் காதலித்து வந்த பெண்ணைப் போய்ப் பார்ப்பதற்குத் தயங்கினான். திருமண நாட்டியத்தில்தான் இம்மாதிரி தலையணி களை ஆண் மகன் அணிந்து, பெண்ணிடம் தன்னுடைய காதலை எடுத்துக் கூறுவான். இப்போது அந்த முக்கியமான அணி இல்லாமல், அவ்விளைஞன் தன்னுடைய காதலியை அணுகச் சக்தியற்று கவலைகொண்டான். இதற்கிடையில் அவனுடைய தந்தை அவனைக் கண்டு, அவன் வீணாகக் காலம் கழிப்பதாகக் கூறி கோபித்துக் கொண்டார். ஏற்கனவே கவலைகொண்டிருந்த அந்த இளைஞன், இந்த வசைமாரியைப் பொறுத்துக்கொள்ள முடியாமல்

பஸ்தாரில் காட்டெருமைக் கொம்பை வைத்துள்ள பெண்

துன்புற்றான்; தன்னுடைய வாழ்க்கையில் அழகும் இசையும் மறைந்துவிட்டன என்றே நினைத்தான். உடனே மனமுடைந்து தூக்கிட்டுக்கொண்டு இறந்துவிட்டான். இந்தச் சம்பவம் மரியா மக்கள் தங்களுடைய நடனம், தலை அலங்காரம் முதலிய விஷயங் களில் கொண்டிருக்கும் உறுதிப்பாட்டை நன்றாக விளக்குகின்றது. இந்தத் தலையணி அவர்களால் மிகவும் பாதுகாப்பான முறையில் வைத்துக் காப்பாற்றப்படுகிறது.

மரியா மக்களின் கலை உணர்ச்சியை அவர்களுடைய திருமண நடனம்தான் நன்றாக எடுத்துக்காட்டும். மரத்தைச் செதுக்குவதோ, வர்ண ஓவியங்கள் தீட்டுவதோ, சுவர்களில் அலங்காரம் செய்வதோ போன்ற கலை நடவடிக்கைகள் அவர்களிடையே கிடையாது. இந்த நடனம் ஒன்றுதான் அவர்களுடைய பரிபூரண கலைச் செல்வமாகும். இந்தத் திருமண நாட்டியம் ஒரு கண்கொள்ளாக் காட்சியாக இருக்கும்.

நீளமான தம்பட்டங்களை ஏந்திய வண்ணம் ஆண்கள் வரிசை, வளைந்து வளைந்து பெரிய வட்டமாக ஆடிவரும். காட்டு எருமைகள் ஒன்றோடொன்று மோதி, நடனமாடும் பெண்களைத் தாக்க வருவது போன்ற உருவகம். பெண்கள் ஒவ்வொருவரும் தங்களுடைய கரங்களில் ஒரு சிறு நடனக்கோலை ஏந்தி வரிசையாக வந்து, ஆண்களின் நடுவில் ஊடுருவி, பல அசைவுகளுடனும் அடைவு களுடனும் ஆடுவார்கள். அவர்கள் வழக்கமாகப் பாடுவதில்லை. தம்பட்ட ஓசையே ஓங்கி நின்று ஒலிக்கும். பெண்களும் அந்த ஓசைக்கேற்ப தங்களுடைய கோல்களால் தரையில் தட்டிக்கொண்டே நடனமாடுவார்கள். முகமூடிகள் அணிந்த கோமாளிகள் பலவித விநோத அலங்காரங்களுடன் நடுவில் பாய்ந்து குதித்து விளையாடி, அந்த நிகழ்ச்சிக்கு ஒரு நிறைவு உணர்வைக் கொடுப்பார்கள். இந்த நடனத்தைக் காண்பது ஒரு மறக்க முடியாத அனுபவம். தங்களுடைய வறுமையின் நடுவில் இந்த மக்கள், இந்த இசைவண்ணம் நிறைந்த நடனத்தின் பேரானந்தத்தில் தங்களுடைய வாழ்வுக்குப் பொலிவு தரும் ஓர் அனுபவத்தைப் பெற்றார்கள்.

முரியா மக்கள்

பஸ்தாரில் நான் மேற்கொண்ட மிக முக்கியமான பணி, முரியா சிறுவர்களும் சிறுமிகளும் தங்கும் கோட்டுல் (Ghotul) என்ற இளையோர்கூடம் பற்றிய ஆராய்ச்சிதான். இது முரியா மக்களிடையே உள்ள ஒரு முக்கிய நிறுவனம். முரியா மக்கள் வாழும் பிரதேசம்

மரியாக்களின் பிரதேசத்திற்கு வட பகுதியில் இருக்கிறது. இங்கே காலநிலை மிகவும் இதமாகவே இருந்தது.

இந்தச் சமயத்தில் முரியா மக்கள் முழுச் சுதந்திரத்துடன் வாழ்ந்து வந்தார்கள். முக்கிய சாலையைவிட்டு உட்புறங்களில் சென்ற பிறகு, அரசாங்க அதிகாரிகள் ஒருவரும் கண்ணில் படவில்லை. மற்றவர்களின் தலையீடு இன்றி அந்த மக்கள் தங்களுடைய அன்றாட வாழ்க்கையை நடத்திவந்தார்கள். அவர்களுடைய கோட்டுல் முரியா மக்களுடைய வாழ்க்கையின் முக்கிய அம்சமாக விளங்கியது. லிங்கோ (Lingo) என்ற அவர்களுடைய மூதாதைய வீரர் ஒருவர் அந்த நிறுவனத்தை நிறுவியதாக ஐதீகம்.

முதன்முதலில் நிறுவப்பட்ட கோட்டுல் காட்டெருமைக் கொம்பு போலவும், குதிரையின் கழுத்து போலவும் அழகு மிகுந்து விளங்கியதாகச் சொல்லப்பட்டிருக்கிறது. அந்த அமைப்பின் மத்திய தூண் ஒரு மலைப்பாம்பு; பிற கம்பங்கள் நல்ல பாம்புகள். கூரையின் கட்டுக் கோப்பு கட்டுவிரியன் போன்ற பாம்புகள் மயில்களின் தோகைகளால் இணைக்கப்பட்டது போல இருக்கும். தாழ்வாரத்தின் கூரை புல்புல் பறவையின் சிறகுகள், மீன் எலும்பு முதலியவற்றைக் கொண்டு வேயப்பட்டது. கதவு சிவப்பு மலர்களாலானது. தரை முழுவதும் பருப்பு வகைகளால் பதிக்கப் பெற்றது. முதலைகளே அமரும் ஆசனங்கள் ஆயின. விடுதியின் தலைவன் ஒரு பெரிய சுரை மலராலான தலைப்பாகை அணிந்திருந்தான். வண்ணப் பட்டுத்துணி ஆடை; சூரிய வெளிச்சத்தில் பளபளக்கும் அங்கி. இடுப்பில் நீளமான ஒரு பாம்பை கச்சையாக அணிந்திருந்தான். ஜொலிக்கும் தோற்றத்துடன் நடமாடிய அந்தத் தலைவன், 18 இசைக் கருவிகளைக் கையில் ஏந்தி வந்தான். இதுதான் முதல் கோட்டுலையும், அதன் தலைவனான லிங்கோவையும் பற்றிய பரம்பரை வர்ணனை.

ஆஸ்திரேலியா, ஆசியா முதலிய கண்டங்களில் வாழ்ந்த பழங்குடி மக்களிடையே இத்தகைய நிறுவனங்கள் பரவி இருந்தன. ஆனால், முரியா மக்களிடையே இயங்கிய கோட்டுல்தான் இவ்வகையில் உலகிலேயே மிகச்சிறந்த அமைப்பாக விளங்கியது என்று சொல்லலாம். நாகா மக்களிடையே இயங்கி வந்த காவல் விடுதி, ஒரான் மக்களிடையே நிலவிய சிறுவர் சங்கம், இந்தோனேசியாவில் இயங்கிய வாலிபர் கூடம் போன்ற நிறுவனங்களைப்போல் அல்லாமல், கோட்டுல் முரியா மக்களின் சமூக, சமய வாழ்வின் கேந்திரமாக விளங்கிற்று. கோட்டுல் ஒரு சுயேச்சையான சிறுவர் குடியரசு போன்றே விளங்கியது என்றாலும் பெரியவர்களின்

மானிடவியல் ஆய்வுப் பணி ❈ 101

வாழ்க்கையையும் அது வெகுவாகப் பாதித்தது. அந்த அமைப்பின் உதவியின்றி சமூக நிகழ்ச்சி எதுவும் நடைபெறாது. முரியா மக்களில் மணமாகாத சிறுவர்களும் சிறுமிகளும் அந்தக் கோட்டுல் அமைப்பில் அங்கத்தினர்களாக இருக்க வேண்டியது அவசியம். அங்கத்தினர் பதவி பெறுவதற்கு விரிவான பல பயிற்சிகள் உண்டு. பின்னர், சிறுவர் சிறுமியர்க்கு உறுப்பினர் பதவி கொடுக்கப்பட்டு, பல்வேறு தரங்களுக்கான சிறப்புப் பட்டங்களும் கொடுக்கப்பட்டன. பட்டங்களுக்கு ஏற்ப பதவிகளில் உயர்வு தாழ்வு நிலைகள் வகுக்கப்பட்டு, பொறுப்புகளும் பாகுபாடு செய்யப்பட்டன. கட்டுப்பாட்டைக் கவனிப்பதற்காகத் தலைவர்களும் நியமிக்கப் பட்டார்கள். சிறுவர்களின் தலைவனுக்கு 'சர்தார்' என்று பெயர்; சிறுமிகளின் தலைவிக்கு 'பெலோஸா' (Belosa) என்று பெயர் கொடுக்கப்பட்டது. உறுப்பினர்களில் பையன்களுக்கு 'செலிக்' (Chelik) என்றும் பெண்களுக்கு 'மோட்டியாரி' (Motiari) என்றும் பெயர்கள் வழங்கின. சமூக சம்பந்தமான நிகழ்ச்சிகளில் செலிக்கு களுக்கும் மோட்டியாரிகளுக்கும் முக்கிய பொறுப்புகள் அளிக்கப் பட்டன. விழாக்களின்போது பையன்கள் பணியாட்களாகவும், மணவினைகளின் போது பெண்கள் மணப்பெண்ணின் துணைவி களாகவும் சேவைபுரிந்தார்கள். பெரிய திருவிழாக்களின்போது குலதெய்வங்களின் முன்பு அவர்கள் சேர்ந்து நாட்டியம் ஆடினார்கள். முக்கியஸ்தர்களின் மணச்சடங்குகளின்போது பாடல்கள் இசைத் தார்கள். அவர்களுடைய விளையாட்டுகளும் நடனங்களும் கிராம மக்களின் வாழ்வுக்கு வளம் கொடுத்து, மந்தநிலையை மாற்றி உற்சாகமளித்தன.

கலைகளுக்கு ஊக்கம் அளித்துவந்த கோட்டுல் அமைப்பில் பலவிதக் கலைகள் வளர்ச்சி பெற்று வந்தன. வாழ்க்கைக்கு அழகு கொடுத்து வசீகரமாக்கும் முயற்சியில் சிறுவர்களும் சிறுமிகளும் சலிப்பின்றி ஈடுபட்டு, தங்களுடைய கலை உணர்ச்சியை வெளியிடும் சேவையில் ஈடுபட்டுவந்தார்கள். பெண்களுக்காக சிறுவர்கள் அழகு நிறைந்த, அலங்காரம் மிக்க, சிறிய சீப்புகளையும் தங்களுக்காக வேலைப்பாடு நிறைந்த புகையிலைப் பெட்டிகளையும் செய்தார்கள். பெண்கள் பாசிகள், மணிகள் முதலியவற்றைக்கொண்டு கழுத்துச் சங்கிலி, பதக்கம், இடுப்புக் கச்சை முதலிய ஆபரணங்களைச் செய்தார்கள். கோட்டுல் விடுதியின் கதவுகளையும் தூண்களையும் சிறுவர்கள் அலங்காரமாகச் செதுக்கி அழகு தந்தார்கள். வனப்புமிக்க பொம்மைகளையும் தயாரித்தார்கள். அவர்கள் மேற்கொண்ட கலைப்பணிகளில் மிகச் சிறந்தது அவர்களுடைய நாட்டியங்களே.

பஸ்தாரின் முரியா மக்கள்

இவையெல்லாம் பிற பழங்குடி மக்களுக்கும் பொதுவான பண்புகள்தான். சிறுவர் சிறுமியர்களிடையே ஏற்படும் உடலுறவை அங்கீகரித்து ஏற்றுக்கொண்டதுதான் முரியா கோட்டுலின் சிறப்பான அம்சம்.

இரண்டுவித கோட்டுல்கள் இயங்கி வந்தன. முதலாவது, மிகவும் தொன்மையானது; ஒரு சிறுவனும் ஒரு சிறுமியும் ஒருதார மணமுறையின் அடிப்படையில் உறவுகொள்வது. ஒவ்வொரு செலிக்கும், ஒரு மோட்டியாரியுடன் இணைக்கப்பட்டு மணம் செய்விக்கப்பட்டனர். 'விவாகரத்து' அனுமதிக்கப்பட்டது; ஆனால் காதல் துரோக நடவடிக்கைகள் தண்டிக்கப்பட்டன.

இந்தப் பழைய முறையின் மாற்றுருவமான இரண்டாவது வகை கோட்டுலில், நிரந்தர உறவுகள் தடை செய்யப்பட்டன. ஒரு குறிப்பிட்ட மோட்டியாரி தனக்குச் சொந்தமானவள் என்று எந்த செலிக்கும் சொல்லிக்கொள்ள முடியாது. ஒரு சிறுவன், ஒரு சிறுமியுடன் மூன்று நாட்களுக்கு மேல் தொடர்ந்து உறவுகொள்ளக் கூடாது. இந்த இருவித கோட்டுல்களின் பழக்கவழக்கங்களும் பொதுவாக, ஒரே மாதிரியே தோன்றினாலும், இரண்டாவதான புதிய கோட்டுலின் சம்பிரதாயங்கள் முற்றிலும் வேறுபட்டிருந்தன. தொடர்ந்து நீடிக்கும் உறவைத் தடுப்பதற்கும், உடைமை, பொறாமை உணர்வுகளை அகற்றுவதற்கும், சமுதாய ரீதியில் பொது வுடைமை கொண்டாடி இயங்குவதற்கும் உதவும் முறையிலான ஏற்பாடுகள் செய்யப்பட்டன. கோட்டுல் திருமணம், கோட்டுல் தோழமை என்ற தொடர்புகள் கிடையாது. ஒவ்வொருவரும் மற்ற எல்லோருக்கும் உரித்தானவர்கள் என்ற சூழ்நிலை நிலவிற்று. ஒரு செலிக்கும் ஒரு மோட்டியாரியும் மூன்று இரவுகள் சேர்ந்து படுத்து உறங்கலாம். அதன்பிறகு, அவர்கள் பிரிந்துவிடவேண்டும் என்று எச்சரிக்கப்பட்டார்கள். தொடர்ந்து உறவுகொண்டால் அவர் களுக்கு தண்டனை விதிக்கப்பட்டது. ஒரு குறிப்பிட்ட பெண் மீது ஒரு சிறுவன் அதிக சிரத்தை காண்பித்தாலும், அவள் மற்றொருவனுடன் காதல்புரியும் போது மனக்கசப்பை வெளி யிட்டாலும், அவள் வேறொரு சிறுவனுடன் படுத்து உறங்கு வதை வெறுத்தாலும், தன்னுடைய உடம்பைத் தேய்த்து விட்டுப் பணிசெய்ய மறுத்து, அதே பணியை அவள் வேறொரு சிறுவனுக்குச் செய்வதைக் கண்டு மனம் நொந்து காணப் பட்டாலும், 'இவள் உன்னுடைய மனைவி அல்ல; இவள்மீது உனக்குத் தனிப்பட்ட உரிமை கிடையாது; இவள் இந்தக் கோட்டுலின் பொது உடைமை' என்றெல்லாம் அவனுக்கு நினைவுறுத்தப்பட்டது. இந்த அமைப்புக்கு 'மாற்று மோதிர' கோட்டுல் என்ற பெயரும் உண்டு. மோதிரத்தை விரலுக்கு விரல் மாற்றுவது போல, ஒரு பெண்ணைவிட்டு வேறு பெண்ணைச் சேர்த்துக்கொள்வதால் இந்தப் பெயர் வழங்கலாயிற்று.

இன்றைய நாகரிகம் மிகுந்த மேற்கத்திய நாடுகளில் இயங்கும் இரவு உல்லாச இடங்களைப் போலத்தான் கோட்டுலும் இயங்கியது. பகல் வேலைகளில் அங்கு ஒரு சந்தடியும் கிடையாது.

இரவுச் சாப்பாட்டுக்குப் பிறகு, செலிக்குகள் அங்கு வந்து சேருவார்கள். ஒவ்வொருவரும் அவரவர்களுடைய பாய், தம்பட்டம் முதலியவற்றுடன் வருவார்கள். வயதில் சிறியவர்கள் கணப்புக்கு வேண்டிய கட்டணமான கட்டைக் கட்டுகளை அந்தக் கோட்டுலின் நிர்வாகியிடம் காண்பித்துவிட்டு ஆஜராவார்கள். பெரிய பையன்கள் நெருப்பைச் சுற்றி உட்காருவார்கள். ஒருவன் தன்னுடைய முண்டாசிலிருந்து இலையினால் செய்யப்பட்ட புகைச்சுருட்டை எடுத்து கணப்பு நெருப்பில் 'பற்ற' வைத்துக்கொள்வான். ஒருவன் தன்னுடைய புல்லாங்குழலை இசைப்பான். மற்றொருவன் பாயை விரித்துப் படுத்துக்கொள்வான். பெண்கள் தங்களுடைய பணி களைச் சரிவரச் செய்து முடித்திருக்கிறார்களா என்று அந்த அதிகாரி மேற்பார்வை யிடுவார். சிறிது சிறிதாக பையன்கள் எல்லோரும் வந்து கூடுவார்கள்.

பின்னர், பெண்கள் ஒரே கும்பலாக வந்து அவர்களுக்கென ஏற்பாடு செய்யப்பட்ட நெருப்பைச் சுற்றி அமருவார்கள். சிறிது நேரம் கழித்து சிலர், பையன்களுடன் சேர்ந்து உட்காருவார்கள். சிலர் பாடல் இசைப்பார்கள். சிலர் படுத்துக்கொள்வார்கள். மற்றவர்கள் நடனமாடி மகிழ்ச்சியுடன் பொழுது போக்குவார்கள். வயதில் சிறியவர்கள் பற்பல விளையாட்டுக்களில் ஈடுபடுவார்கள். கோடைப் பருவத்தில், நிலாக் காலங்களில் கோட்டுலின் சூழலில் உலாவுவார்கள். அடிக்கடி, ஒரு செலிக்கும் ஒரு மோட்டியாரியும், அல்லது பலர் கும்பலாகவும் படுத்த வண்ணம் பாடுவார்கள். கதை சொல்வது, விடுகதைகள் போடுவது, அன்றைய நிகழ்ச்சிகளைப் பற்றிக் கூறுவது போன்ற நடவடிக்கைகளும் உண்டு. சில சமயங்களில் கோட்டுல் நீதிமன்றத்தில் வழக்குகள் விசாரிக்கப்படும். வேறு கிராமங்களுக்குச் சென்று நாட்டியமாடும் திட்டங்கள் வகுக்கப் படும். ஒரு மணவினைக்கு வேண்டிய அலுவல்கள் சம்பந்தமான பொறுப்புக்கள் பகிர்ந்து கொடுக்கப்படும். அறுபது அல்லது எழுபது சிறுவர் சிறுமியர் அடங்கிய சில பெரிய கோட்டுல்களில் நான் கண்ட காட்சிகள் மறக்க முடியாதவை.

இரவு பத்து மணிக்கு மேல், இரண்டு மூன்று மணி நேர ஆடல் பாடல்களுக்குப் பிறகு அன்றைய முக்கியமான அலுவல் தொடங் கிற்று. முதலில் பையன்களும், பிறகு பெண்களும் பெரியவர்களுக்கு வணக்கம் செலுத்தினார்கள். பின்னர், பெண்கள் ஒவ்வொருவரும்

அன்று தங்களுக்கு உரித்தான பையன்களின் அருகில் சென்று அமர்ந்தார்கள். முதலில் ஒரு பெண் ஒரு பையனின் தலைமுடியை அவிழ்த்து, கூந்தலை சீப்புகொண்டு வாரிவிட்டாள். அதன் பிறகு, அவனுடைய உடலைப் பிடித்துவிட்டாள். அவனுடைய விரல்களை யெல்லாம் சொடக்கு எடுத்துவிட்டாள். நேரம் ஆகிவிட்டபடியால் சிறுவரும் சிறுமிகளும் படுக்கைக்குச் செல்லத் தொடங்கினார்கள். சிறு பையன்களும் பெண்களும் வரிசை வரிசையாகப் படுத்துக் கொண்டார்கள். நிரந்தரமாகவோ, தற்காலிகமாகவோ ஜோடி சேர்ந்தவர்கள் பாய்களில் ஒருவரை ஒருவர் தழுவிய வண்ணம் படுத்துக் கொண்டார்கள்.

ஒவ்வொரு இரவிலும் இந்த நிகழ்ச்சிகள் ஒரு உச்சக்கட்டத்தை அடைந்தவுடன் நான் கோட்டுலைவிட்டு வெளியேற வேண்டிய தாயிற்று. அங்கேயே தங்கி மேலும் என்ன நடக்கிறதென்பதை அறிய எனக்கு ஆவல்தான். ஆனால், இவ்விஷயத்தில் அவர்கள் ஏற்பாடு செய்திருந்த கட்டுப்பாடுகளும் விதிகளும் மிகவும் கடுமையாக இருந்தன. ஒருமுறை நான் அந்த விதிகளை மீறினால்கூட, பின்னர், அவர்களைப் பற்றிய விவரங்கள் சேகரிப்பதற்கு எனக்கு வாய்ப்புக் கிடைக்காமல் போய்விடும்.

அதிகாலையில் பெலோஸா என்ற பெண்களின் தலைவி எழுந்து தன்னுடைய பொறுப்புக்கு உட்பட்ட பெண்களை எழுப்புவாள். காலையில் சூரியோதயத்திற்கு முன்பே அவர்கள் கோட்டுலை விட்டு வெளியேறிவிட வேண்டும். 'செலிக்குகளின் அணைப்பிலிருந்து விடுபட்டு வருவதால் அவர்கள் மகிழ்ச்சியுடன் தோன்றுவார்கள்' என்று ஒரு பையன் எனக்கு விளக்கினான்.

நான் முரியா மக்களுடன் பழகியபோது, அவர்கள் ஆண் பெண் உடலுறவு பற்றி இயற்கையான மனப்பான்மையையே கொண்டிருந் தார்கள். கோட்டுலில் இதுபற்றி தவறான உணர்வு நிலவவில்லை. மற்றவர்களின் தலையீடு இல்லாததால், ஒருவித சுதந்திரமும் நிலவிற்று. ஆண்-பெண் உடலுறவு ஒரு நல்ல பழக்கம் என்றும், ஆரோக்கியம் தரும் அழகான ஒரு நல்ல அனுபவம் என்றும் முரியா மக்கள் கருதினார்கள். செலிக்குகள், மோட்டியாரிகள் போன்ற கோட்டுல் அங்கத்தினர்களிடை மட்டும் அதற்கு உரித்தான இடமாகிய கோட்டுலில், (மாதவிடாய் போன்ற தடைக்குட்பட்ட நாட்களைத் தவிர்த்து, அனுமதிக்கப்பட்ட நாட்களில்) அந்த உறவு கொள்வதுதான் வாழ்க்கையிலேயே மிகுந்த மகிழ்ச்சி தரும் விஷயம் என்பது அவர்களுடைய நம்பிக்கை.

உடலுறவு, இயற்கைக்குப் பொருந்திய நல்ல பழக்கம் என்னும் நம்பிக்கை முரியா மக்களின் வாழ்க்கையில் ஒரு ரஸமான அம்சமாக அமைந்தது. இந்த உறவை விளையாட்டுப் போலவே அவர்கள் பாவித்தார்கள். 'உடலுறவு வேடிக்கையான விஷயம். கோட்டுல் விளையாட்டுக்களிலேயே மிகவும் சிறந்தது. உணர்ச்சிவசப்பட்ட உடல்களின் களியாட்டம், காதலர்களின் அணைப்பில் நிகழும் ஊஞ்சலாட்டம்' என்றெல்லாம் அது வர்ணிக்கப்பட்டது.

மரபான நாகரிக வாழ்க்கையில் ஈடுபட்டவர்களுக்கு இந்த விஷயம் அதிர்ச்சி கொடுப்பதாகவே இருக்கும். ஆனால், முரியா மக்களைப் பொறுத்தவரையில் அவர்களுக்கு இது இயல்பாகவே இருந்தது. செலிக்கும் மோட்டியாரிகளும் அளவற்ற மகிழ்ச்சியுடன் விளங்கினார்கள். அவர்களுடைய வாழ்க்கை முழுமைபெற்று, மனத்திற்கு உகந்தமுறையில் பொலிவு நிறைந்து விளங்கிற்று. கோட்டுல் ஒரு சிறிய பள்ளிக்கூடமாகவே இயங்கியது. கோட்டுலில், பரிசுத்தம், கட்டுப்பாடு, கடுமையான உழைப்பு முதலிய பழக்கங்கள் போதிக்கப்பட்டன. தங்களுடைய தோற்றத்தில் பெருமை கொண்டு, வயது முதிர்ந்தவர்களுக்கு மரியாதை செலுத்தும் பண்பு போதிக்கப் பட்டது. உணர்ச்சிக்கு ஊக்கமளிக்கப் பட்டது. பொது நலனுக்காக, சிறுவர்களும் சிறுமிகளும் பாடுபட்டு வந்தார்கள். அதிகாரிகளுக்கு உதவி செய்வதற்கும் சாலைகளில் வேலைசெய்வதற்கும் அவர்கள் தயாராக இருந்தார்கள். திருமணம், சாவு போன்ற நிகழ்ச்சிகளிலும் அவர்களுடைய தொண்டு கிடைத்தது. மத்திய இந்தியாவின் பிற பகுதிகளில் வாழ்ந்த கட்டுப்பாடற்ற, சோம்பல் மிகுந்த, பொதுநல உணர்வற்ற பழங்குடி மக்களைவிட முரியாக்கள் மாறுபட்டே இருந்தார்கள்.

சிறுவர் சிறுமியர் சேர்ந்து உடலுறவுகொள்வதைப் பற்றியே சீர்திருத்தவாதிகளும் கிறிஸ்தவப் பிரச்சாரகர்களும் புகார் சொல் வார்கள். அந்தப் பழக்கத்தினால் அவர்களுக்குக் கெடுதல் ஒன்றும் விளையவில்லை என்பதைக் குறிப்பிட வேண்டும். அளவு கடந்த முறையில் அனுபவமோ, கட்டுப்பாடு மீறிய செயல்களோ கிடையாது. கண்களில் ஒளி நிறைந்து முகமலர்ச்சியுடன் தோன்றிய அந்தச் சிறுவர் களையும் சிறுமிகளையும் பார்க்கும்போது, அவர்கள் மோசமான காமத்திற்குப் பலியானவர்கள் என்ற எண்ணமே தோன்றாது. தங்களுடைய வாழ்வில் நிறைவு பெற்றுப் பயனடைந்தவர்கள் என்றே தோன்றியது. அவர்கள் சேர்ந்து படுத்துறங்குவது ஒரு கட்டுப் பாடான நிலையில்தான் நடைபெற்றது. பிற பழங்குடி மக்களின் சிறுவர் சிறுமிகளும் உடலுறவில் ஈடுபடுகிறார்கள். ஆனால்,

அவர்கள் ஒருவிதக் கட்டுப்பாட்டுக்கும் உட்படுவதில்லை. மத்திய இந்தியாவில் எனக்குப் பழக்கமான பழங்குடி மக்களைச் சேர்ந்த பையன்கள் பலர் தங்களுடைய பன்னிரண்டாவது வயதுக்கு முன்பே உடலுறவு அனுபவம் அடைந்து, பின்னர் தங்களுடைய மண வாழ்க்கையிலும் தொடர்ந்து அப்பழக்கத்தைக் கொண்டிருந்தார்கள். பழங்குடி மக்களிடையே பாலியல் நோய்கள் பரவியிருந்தன. சிறுவர்களும் சிறுமியர்களும் இந்த நோயினால் பீடிக்கப்பட்டிருந்தது துன்பம் மிகுந்த காட்சியாகவே இருந்தது. கோட்டுல் கிராமங்களைவிட மற்ற கிராமங்களில்தான் உடலுறவு விஷயத்தில் அளவு மீறிய நடவடிக்கைகள் நிலவின என்று நான் திட்டமாகச் சொல்ல முடியும்.

இல்லற ஒழுக்கத்திலும், மண வாழ்க்கை உறவில் தாம்பத்ய விசுவாசத்திலும் முரியா மக்களைவிட உறுதியான உணர்வு கொண்டவர்கள் கிடையாது என்பது ஒரு சுவையான விஷயம். மணமான பெண்கள் சோரம் போவது மிக அபூர்வம். இந்தக் குற்றத்திற்குச் சடங்குமுறையில்தான் தண்டனை விதிக்கப்பட்டது. முரியா மக்களின் குடும்பங்களைவிட ஒற்றுமையும் மகிழ்ச்சியும் நிறைந்த குடும்பங்களைப் பார்க்க முடியாது. பழங்குடி மக்களிடையே பரவிவந்த சிறுவர் மணப்பழக்கம், கோட்டுல் முறையின் விளைவாக முரியா மக்களிடையே பரவ இயலாமல் போயிற்று என்பது ஒரு காரணம். காதலில் நாட்டமுள்ளவர்கள், இளமைத் திருமணங்களின் விளைவாக சோரம் போவதற்கான வாய்ப்புகள் ஏற்படுவது தவிர்க்க முடியாதது. தங்களிடையே பரஸ்பர நட்பு உணர்வு இல்லாத மற்றவர்களுடன் இல்வாழ்க்கை நடத்தும் நிர்ப்பந்தம் ஏற்படும் பொழுது சிரத்தை இழந்து, அவர்கள் புதிய தோழமை தேடுகிறார்கள். கோட்டுலில் சிறுவர்களும் சிறுமிகளும் ஒருவித மண உறவு கொள்வதன் மூலம், தங்களுடைய தோழர்களிடம் விசுவாசத்துடன் நடந்துகொள்ள வேண்டுமென்ற அவசியத்தை உணர்கிறார்கள். இரண்டாவதான கோட்டுல் முறையில் தோழர்களை மாற்றிக் கொள்வது மணமாகாதவர்களிடையே நிலவும் பழக்கம் என்றாலும், மணமானவர்களிடையே நிரந்தர உறவு அவசியம் என்பது கற்றுக் கொள்ளப்படுகிறது. ஒரு சிறுமி ஒரு சிறுவனுக்குப் பொருத்தமானவள் என்பது நிர்ணயிக்கப்பட்டுவிட்டால், அவர்கள் இருவரும் உறுதியான உறவுகொள்வது கட்டாயமாகிவிடுகிறது.

இந்தியப் பழங்குடி மக்களிடையே மண வாழ்க்கையில் ஏற்படும் உறவு முரண்பாடுகள் ஒரு குறைதான். விவாகரத்து எங்கும் நிலவுகிறது. ஒரு பெண்ணும் ஆணும் காதலித்து, மணம் செய்து

கொண்டு ஓடிப்போய்விடும் பழக்கமும் நிலவுகிறது. சோரக் காதல் ஒரு அன்றாட வழக்கமாகவே இருக்கிறது. இவ்வகையில் கோட்டுல் கிராமங்களில் சிறந்த கட்டுப்பாடு நிலவுகிறது. பஸ்தாரில் விவாகரத்து மூன்று சதவிகிதம்தான்; படான்களில் 46 சதவிகிதம்.

நம்முடைய நாகரிக வாழ்வின் மாசுகளான கள்ளத்தனமான ஒழுக்கக்கேடுகள் கோட்டுல் இளைஞர்களிடம் காணப்படவில்லை என்பது குறிப்பிடத்தக்கது. தாமாகவே காம உணர்வைத் தணித்துக் கொள்ளும் பழக்கம் சிறுவர்களிடையே காண்பது அரிது. அப்படி சில சந்தர்ப்பங்களிலும் இப்பழக்கம் நிலவியதற்குக் காரணம், சீர்திருத்தவாதிகள் தப்பெண்ணத்துடன் கோட்டுலைத் திருத்த முயன்றதுதான். வேசிப் பழக்கம் நினைவிலும் நடக்கக்கூடாத விஷயமாக இருந்தது. மோட்டியாரிப் பெண் எவளும் தன்னுடைய உடலைப் பணத்திற்கு விற்க சம்மதிக்க மாட்டாள்.

கோட்டுல் என்னும் கிராமப் பொதுவிடுதி பண்பாட்டு வளர்ச்சியின் ஒரு சின்னமாகவே இருந்தது. முரியா மக்களுடன் கழித்த மகிழ்ச்சி நிறைந்த நாட்களில், நான் அன்றைக்கு பல நூற்றாண்டுகள் பிந்திய வாழ்க்கை கொண்டிருந்தேனோ என்று வியந்துண்டு. நம்முடைய பொதுப் பள்ளிக்கூடங்களைக் கோட்டுல் களாக மாற்றிவிட வேண்டு மென்றும், நம்முடைய இளைஞர்களை செலிக்குகள், மோட்டியாரிகளாக மாற்றிவிட வேணடும் என்றும் நான் கூற முன்வரவில்லை. நம்முடைய சிந்தனைக்குரிய சில அம்சங்கள் முரியா மக்களின் கோட்டுல் முறையில் இருக்கின்றன; முரியா மக்களின் உணர்ச்சிப் பக்குவம் நமக்கும் ஏற்படுவதால் பலன் உண்டு என்பது என் கருத்து.

இளைஞர்களுக்கான சேவை மிகவும் அவசியம். பொருளைவிட சுதந்திரமும் சந்தோஷமும் உயர்ந்த பண்புகள். நட்பு, பரிவு, விருந்தோம்பல், ஒருமைப்பாடு ஆகிய அம்சங்களுக்கே முக்கியத்துவம் கொடுக்கவேண்டும். மற்றும், மனிதர்களின் காதல் உடல் உறவு மூலம் வெளிப்படுவது – அழகும் பரிசுத்தமும் வாய்ந்த மதிப்பற்ற பழக்கம் என்ற முறையில் இயங்கும் கோட்டுல் பழக்கம், இந்தியப் பண்பாட்டுக்கே உரித்தான தனிப்பட்ட அம்சம். அஜந்தா ஓவியங் களிலும், கிருஷ்ணனுடைய லீலைகளிலும், ராஜபுத்ர பஹாரி சித்திரங்களிலும் வெளிப்படும் எழில் நிறைந்த வாழ்க்கையின் சில சாயல்களை கோட்டுலில் காணலாம்.

'முரியா மக்களும் அவர்களுடைய கோட்டுல் அமைப்பும்' என்ற 750 பக்கங்கள் கொண்ட பெரிய புத்தகம் ஒன்றை நான் எழுதி

வெளியிட்டேன். இந்தப் புத்தகத்தில் அந்த மக்களின் வாழ்க்கையைப் பற்றிய விரிவான ஆராய்ச்சியும் கோட்டுல் அமைப்பின் விவரங்களும் அடங்கியுள்ளன.

இந்தப் புத்தகம் இந்தியாவில் எப்படி வரவேற்கப்படும் என்பது பற்றி எனக்குத் தயக்கம்தான். ஆனால், உண்மையில் நல்ல வரவேற்பு கிடைத்தது. பைகா, முரியா போன்ற பழங்குடி மக்களின் பிரத்தியேக உறவுகளைப் பற்றி, 'இந்தியப் பழங்குடி மக்களின் உடலுறவு வாழ்க்கை' என்ற புத்தகம் ஒன்றை நான் எழுத வேண்டும் என்று பம்பாய் புத்தகப் பதிப்பாளர் ஒருவர் கேட்டுக்கொண்டார்; நான் மறுத்துவிட்டேன். ஏனெனில், புத்தகத்தைப் படிப்பவர்களுக்கு உணர்வுபூர்வமாக விறுவிறுப்புக் கொடுப்பது என்னுடைய நோக்கம் அல்ல. உடலுறவு பற்றிப் பயனுள்ள அறிவு வளர்ச்சியில் பங்குகொள்ள வேண்டுமென்பதுதான் என் கருத்து. உடலுறவு, வாழ்க்கையின் ஒரு பகுதி என்ற அடிப்படையில்தான் இந்த ஆராய்ச்சியை மேற்கொள்ள முடியும். தனிப்பட்ட விஷயமாக அதைப்பற்றி எழுத எனக்குப் பிடிக்கவில்லை.

1942ஆம் ஆண்டு டிசம்பரில், நான் முதன்முதலாக ஒரிஸ்ஸாவிற்குச் சென்றேன். கிழக்கத்திய சமஸ்தானங்களில் ஏஜன்சி பொறுப்பை ஏற்றுக் கொண்டிருந்த நோர்வால் மிட்சல் (Norval Mitchell) யோசனையின்படி, ஒரிஸ்ஸா மாகாணத்தில் இருந்த சமஸ்தானங்களில் நான் சுற்றுப்பயணம் செய்து, அங்குள்ள பழங்குடி மக்களின் பழக்க வழக்கங்களைப்பற்றி ஆராய்ந்து, இடம்பெயர்ந்து பயிரிடும் பிரச்சினை பற்றித் தீர்வு காண்பதற்கான யோசனைகளைச் சொல்ல வேண்டும் என்று எனக்குக் கூறப்பட்டது. பழங்குடி மக்கள் விஷயத்தில், பிரிட்டிஷ் அரசாங்கம், அதிக சிரத்தை கொள்ளவில்லை என்ற பழி அப்போது இருந்தது. எனக்கு அளிக்கப்பட்ட பொறுப்பு விஷயத்தில் பழங்குடி ஆராய்ச்சிக்கான பல வாய்ப்புகள் ஏற்பட்டன. இடம்பெயர்ந்து பயிரிடும் முறையைப் பழங்குடி மக்கள் கைவிட்டு, ஒரே இடத்தில் நிரந்தரமாகத் தங்கிப் பயிர்த் தொழிலை மேற்கொள்வதற்கு, அவர்களுக்கு எந்த விதத்தில் எடுத்துக் கூறி அவர்களை மாற்றலாம் என்பது பற்றியும், அவர்களுடைய சமுதாய, சமய, பொருளாதாரநிலை பற்றியும் ஆராயும் பொறுப்பு எனக்கு ஏற்பட்டது. இவ்வகையில் காட்டிலாகா அதிகாரிகள் சேர்க்கும் தகவல்களுடன், உளவியல் ஆய்வாளர்கள் சேர்க்கும் தகவல்களும் இணைக்கப்படவேண்டும். பழங்குடி மக்களின் வாழ்க்கை, பண்பாடு ஆகியவை சம்பந்தப்பட்ட விஷயத்தில், எந்தெந்த அம்சங்களைப் பாதுகாக்கவேண்டும், எந்தெந்த அம்சங்களைக்

கைவிட்டு விடவேண்டும் என்பது பற்றியும் நான் எடுத்துக்கூற வேண்டியிருந்தது.

பழங்குடி மக்களைப் பற்றிய பிரச்சினைகளில் எல்லா அம்சங்களும் கையாளப்பட்டு, எந்த அடிப்படையில் எதிர்கால அரசாங்கக் கொள்கை நிறுவப்படவேண்டும் என்ற வகையில் அவர்களைப் பற்றி நான் முழுத் தகவல்கள் சேகரிக்க வேண்டியதாயிற்று. இந்தப் பணிக்காக நான் மேற்கொண்ட சுற்றுப்பயணத்தின்போது, அடிக்கடி எனக்கு காய்ச்சல் கண்டது. இருந்த போதிலும், இந்தச் சுற்றுப்பயணம் மிகவும் மகிழ்ச்சியாகவே இருந்தது. என்னுடைய அறிக்கையும் பயன் தரும் வகையில் இருந்தது என்றே நினைக்கிறேன். இடம் பெயர்ந்து பயிரிடும் முறையில், கிராமவாசிகளிடையே உள்ள நிலத்தைப் பறிமுதல் செய்வதற்கு நான் அங்கு வந்ததாகவும் சில குடிமக்கள் நினைத்தார்கள்.

இவ்வகையில் எத்தனையோ வதந்திகள் உலவின. ஜப்பான் இந்தியா மீது படையெடுத்து வந்துவிட்டால், நான் என்னைக் காப்பாற்றிக் கொள்வதற்காக மலைகளின் நடுவில் ஒரு புகலிடம் அமைப்பதற்கு முயற்சி செய்துகொண்டிருந்தேன் என்பது ஒன்று. போர் அலுவல்களுக்காக அங்கிருந்த பெண்களைக் கடத்திச் செல்கிறோம் என்றும் கூறப்பட்டது. அந்தப் பிரதேசத்தின் சில பகுதிகளில் அதற்கு முன் ஒருவருமே ஐரோப்பியர்களைப் பார்த்தது இல்லை. ஆகவே, என்னைக் கண்டதும் நான் ஒரு துர்தேவதை என்றுகூட நினைத்து ஆச்சரியம் கொண்டார்கள். ஆனால், விரைவில் இந்தச் சந்தேகங்கள் நீங்கிவிட்டன.

பால் லகாரா (Pal Lahara) பகுதியில் இருந்த ஜுவாங் (Juang) மக்களிடையே நல்ல நட்புறவு நிலவிற்று. அவர்கள் என்னை மரியாதையுடன் நடத்திவந்தார்கள். என்னுடைய வாழ்க்கை முறையைப் பற்றி அறிந்துகொள்ள அவர்கள் மிகவும் பாடுபட்டார்கள். ஏதோ ஒரு புதிய விலங்கைப் பற்றி அறியும் விஞ்ஞானிகள் போல அவர்கள் நடந்துகொண்டார்கள். ஜுவாங் மக்கள் வெளி உலகத்துடன் சிறிதும் தொடர்பற்றிருந்ததால், பல விஷயங்கள் அவர்களுக்குப் புதிதாகவே இருந்தன. அவர்கள் வாழ்ந்த பிரதேசம், காடுகள் நிறைந்து மிகவும் அழகுடன் விளங்கிற்று. நிலப்பரப்பில் வனப்பும், சூரிய வெளிச்சத்தில் பற்பல சாயல்களை வெளியிட்ட பெரிய பாறைகளும் மறக்கமுடியாத காட்சிகளாக அமைந்தன. ஜுவாங் மக்கள் அதிக வறுமையால் பீடிக்கப்பட்டு இருந்தார்கள். அதே சமயத்தில் அவர்கள் உடல்வனப்புடனும் அழகுடனும் விளங்கினார்கள்.

கியோன்ஜார் (Keonjhar) மலைப் பிரதேசங்களில் அழகு மிகுந்த அவர்களுடைய கிராமங்கள் அமைந்திருந்தன. ஒவ்வொரு கிராமத்தைச் சுற்றிலும் பெரிய வேலி அமைக்கப்பட்டிருந்தது. கிராமங்களில் இருந்த வீடுகள், சிவப்பு மண் சுவர்கள்கொண்ட சிறிய குடிசைகள், கிராமத் தெருக்கள் எல்லாம் குறுகியவையாக இருந்தாலும், முறைப்படி அமைக்கப்பட்டிருந்தன. ஆடு-மாடுகளுக் கான கொட்டில்களைத் தனியாக அமைத்திருந்தனர். கிராமத்தின் நடுவில், நாட்டியத்திற்கான திறந்தவெளி இருந்தது. அதற்கு எதிரே இருந்த விடுதியில் மணமாகாத இளைஞர்கள் தங்கி உறங்கி னார்கள். அவ்விடத்திலேயே, முக்கியமான சந்தர்ப்பங்களில் பெரியவர்கள் கூடி ஆலோசனை நடத்தினார்கள்.

பால் லகாரா பிரதேசத்தில் இருந்த ஜுவாங், கியான்ஜார் பகுதியில் இருந்தவர்களைக் காட்டிலும் வசதி குறைந்தவர்களாகவே இருந்தார்கள். இந்த நூற்றாண்டின் இரண்டாவது பத்தாண்டுகளில் அவர்கள் வாழ்ந்திருந்த மலைப்பகுதிகளில் காடுகள் எல்லாம் அரசாங்கத்தால் 'பாதுகாப்பு' செய்யப்பட்டன. ஆகவே, அவர்கள் தமது வழக்கமான வாழ்க்கை வசதிகளை இழந்துவிட்டார்கள். மலை அடிவாரங்களில் அவர்களுக்குத் தேவையான ஆடு-மாடுகள், நிலம் முதலியவை கொடுக்கப்பட்டன. ஆனால், பழக்கமில்லாத உழவுத் தொழிலை அவர்கள் மேற்கொள்ள இயலவில்லை. காட்டு யானை ஒன்று அவர்களுடைய பயிர்களை நாசம் செய்துவிட்டது. அதன் விளைவாக ஜுவாங் மக்கள் நிலமற்ற வேலையாட்களாக மாறி, பொருளாதாரத் துறையில் மற்றவர்களை நாடிப் பிழைக்கும் பழக்கம் ஏற்பட்டது. கூடை முதலியவற்றை முடைந்து சிறு ஊதியம் பெற்று வாழ்ந்துவந்தார்கள். பொருளாதாரநிலை மிகவும் மோசமாக இருந்ததால், அவர்களுடைய ஆரோக்கியம் வெகுவாகப் பாதிக்கப் பட்டது. சமயம், பண்பாடு ஆகிய துறைகளிலும் அவர்களுடைய வாழ்க்கை குலைந்துவிட்டது. கியோன் ஜார் மலைப்பகுதிகளில் வேலைப்பாடு அமைந்த தர்பார் அமைப்புக்கள் போன்றவை அவர்களிடையே கிடையாது. கிராம தேவதைகளுக்கு எழுப்பிய கல்தூண்களும் மறைந்துவிட்டன. தங்களுடைய நிலத்தையே இழந்துவிட்டதால், ஜுவாங் மக்கள் தங்களுடைய தேவதை களுக்கான வழிபாடுகளை முறையாக அனுஷ்டிக்க இயலவில்லை. வெளியிலிருந்து பூசாரிகள், மந்திரவாதிகள் முதலியவர்களை வரவழைத்து, அவர்களுடைய உதவியின் மூலம், வழிபாடு மேற் கொள்ள வேண்டியதாயிற்று. மலைப் பிரதேசங்களில் வாழும் குடிமக்களை, வேறிடத்திற்கு மாற்றிப் புனர்வாழ்வு மேற்கொள்ளச்

செய்வதால் ஏற்படும் இத்தகைய விளைவுகளுக்கு பால் லகாரா, ஜுவாங் மக்கள் ஓர் உதாரணமாகவே விளங்கினார்கள். ஜுவாங் பெண்கள் பாசிகளும் மணிகளும் நிறைந்த பல ஆபரணங்களைத் தங்கள் கழுத்தைச் சுற்றி அணிந்துகொண்டார்கள். இடுப்பில், இலையினாலான ஆடையைத்தான் அணிந்தார்கள். அந்த மக்களின் பரம்பரை ஐதீக முறைப்படி அவர்களுடைய ஆடை அமைந்திருந்தது.

1871ஆம் ஆண்டு பழங்குடி மக்களுக்கே ஒரு மோசமான காலமாக அமைந்தது. மத்திய இந்தியாவில் பிரிட்டிஷ் அதிகாரிகள் பைகா மக்களை, ஏர்கொண்டு உழும் பணியில் கட்டாயமாக ஈடுபடுத்தினார்கள். இதனால் அவர்கள் தங்களுடைய மன அமைதியை இழந்துவிட்டார்கள். ஒரிஸ்ஸா மாகாணத்தில் அதிகாரிகள், ஜுவாங் மக்கள் தங்களுடைய ஆடை முறைகளை மாற்றவேண்டும் என்று எடுத்துக் கூறினார்கள். இதற்கு அவர்களிடையே இரண்டாயிரம் துணிகள் விநியோகிக்கப்பட்டன. அவர்கள் அணிந்திருந்த இலை ஆடைகள் எல்லாம் சேகரித்துக் கொளுத்தப்பட்டன. இந்தச் சீர்திருத்தத்தின் விளைவாக, ஆரோக்கியம் நிறைந்த இலை ஆடைகளைக் கைவிட்டு ஜுவாங் மக்கள் அழுக்கு நிறைந்த துணிகளை அணிய வேண்டியதாயிற்று. அவர்களுடைய பரம்பரையான, இலைகளாலான ஆடைகள் எரிக்கப்பட்டது பற்றி ஜுவாங் மக்கள் இன்னும் மிகவும் ஏக்கத்துடனேயே நடந்துகொள்கிறார்கள். நாகரிகத்தின் உண்மை அம்சத்தைப் பொருட்படுத்தாமல், வெறும் வெளித்தோற்றமான ஆடை வகைகளில் மாத்திரம் சீர்திருத்தம் மேற்கொள்வதால் பயன் ஒன்றும் கிடையாது என்பதை இது நன்றாக விளக்குகிறது. இந்தச் சீர்திருத்தத்தின் விளைவாக உண்மையின் சக்தியையும், அமைதி மிக்க வாழ்விற்கான வாய்ப்பையும் இழக்கும்படி நேரிட்டது என்று ஜுவாங் மக்கள் நினைக்கிறார்கள். அவர்களுடைய ஆடு மாடுகளைப் புலிகள் வந்து தாக்குவதும், பூமியிலிருந்து மிகவும் சிறிய அளவிலேயே விளைபொருட்கள் கிடைப்பதும் இத்தகைய சீர்திருத்தச் செயல்களின் விளைவுதான் என்பது அவர்கள் கருத்து.

ஜுவாங் மக்களின் நடனம் அழகு நிறைந்த ஓர் அனுபவம். பல நூற்றாண்டுகளாகப் புழங்கிவந்த அவர்களுடைய நடனங்களை 1943இல் நான் அடிக்கடி பார்த்தேன். அப்பொழுது அந்த மக்களின் பெண்களில் சிலர் வெறும் இலை ஆடையையே விசேஷ விழாக் காலங்களில் அணிந்தார்கள். அந்தப் பழக்கம் அங்கே இன்னும் நிலவுகிறதா என்பது எனக்குத் தெரியாது. ஏனெனில், நாகரிகத்தின் முன்னேற்றத்தில் பல கலைப் பண்பாடுகள் அடிபட்டுப் போய்

விடுகின்றன. நான் பார்த்தபொழுது அவர்களுடைய நடனம் வர்ணிக்க முடியாத வகையில் அழகு நிறைந்து விளங்கிற்று. அந்தப் பெண்களின் ஒய்யாரமான பொன்னிற மேனியின் வனப்பைப் பச்சை இலை ஆடைகள் பளிச்சென எடுத்துக்காட்டின. மயில் நடனம், மான் நடனம் போன்ற அவர்களுடைய நாட்டியங்கள் இன்னும் என் கண்முன் நிற்கின்றன. அந்தக் காட்டுப் பகுதிகளில் உலாவும் அழகு மிகுந்த பிராணிகளின் ஒயிலுடன் அந்த ஜுவாங் பெண்கள் ஆடி அசைந்து நடனமாடினார்கள். யானை, கழுகு முதலிய பிராணிகளின் சாயல்களைக்கூட அவர்கள் நடனம் மூலம் விளக்கினார்கள். சிறு பறவைகளைப் போல அவர்கள் தரையில் அமர்ந்து தானியங்களைக் கொத்தி உண்ணும் பாவனை தத்ரூபமாகக் காணப்பட்டது.

ஒரிஸ்ஸா மாகாணத்தில் நாங்கள் மேற்கொண்ட ஆராய்ச்சியின் பயனாக, மூன்று புத்தகங்களை எழுதி வெளியிட்டேன். ஒன்று: 'போண்டோ (Bondo) மலைவாசிகள்.' இரண்டாவது: 'பழங்குடி மக்களின் மதம்.' இது சவரா மக்களைப் பற்றியது. மூன்றாவது: 'ஒரிஸ்ஸா மாகாணத்தின் பரம்பரை ஐதீகக் கதைகள்.' இவை தவிர, 'இந்தியாவில் மனிதன்' என்ற மானிடவியல் ஆய்விதழின் சிறப்பு மலர் ஒன்றையும் தயாரித்து, அதில் ஜுவாங் மக்களைப் பற்றி எழுதியிருந்தேன். பழங்குடி மக்களின் நலனுக்கான பல அறிக்கைகளை நான் அரசாங்கத்திற்குச் சமர்பித்தேன். இந்த ஆராய்ச்சிப் பணியின்போது, நான் மூன்று வெவ்வேறு பழங்குடி மக்கள் பகுதிகளை அறிந்தேன். அவர்களைப் பற்றி நான் தெரிந்து கொண்டவற்றையெல்லாம் சுருக்கமாகக் கூறுவது என்னுடைய சொந்த வரலாற்றுக்குப் பொருந்தும் என்றே நினைக்கிறேன்.

குட்டியா கோண்டு

இவர்களின் எண்ணிக்கை அதிகம். ஒருவித திராவிட மொழி இவர்களிடையே வழங்குகின்றது. இவர்கள் ஒரிஸ்ஸா மாகாணத்தில் ஒரு வளமற்ற குன்றுப் பகுதியில் வாழ்கிறார்கள். கஞ்சம் மாவட்டத்தின் வடமேற்கு எல்லையிலும் இவர்கள் சிலர் வாழ்கிறார்கள். இந்தக் குட்டியாக்கள் ஏழைகள்; மிகவும் அடக்கமானவர்கள்; அழகு மிகுந்தவர்கள்; பழகப்பழக மிகவும் நெருங்கிய நட்புகொள்ளும் இயல்பு உடையவர்கள். லேவாதேவிக்காரர்களும் நிலச்சுவான்தார்களும் அவர்களை இம்சித்து அடக்கி வைத்திருந்ததால், அந்த மக்களிடையே ஒருவித அச்சம் நிலவியது. வனத்

துறை அதிகாரிகளும் அவர்களுக்கு துன்பம் கொடுத்தார்கள். நல்ல சுபாவம் உடையவர்களாக இருந்ததால், மோசடியில் ஈடுபட்ட வியாபாரிகளும் கள்ளசந்தைகாரர்களும் அவர்களைச் சுரண்டி வாழத் தொடங்கினார்கள். அவர்கள் வாழ்ந்த பிரதேசங்களில் வன விலங்குகள் அடிக்கடி அவர்களுடைய உடைமைகளைத் தாக்கி நாசம் செய்து கொண்டிருந்தன. இந்த மக்களைச் சேர்ந்த ஒருவன், என்னுடைய தபால்களை ஒருமுறை ரயில் நிலையத்திற்கு எடுத்துச் சென்றபோது, ஒரு புலியால் தாக்கிக் கொல்லப்பட்டான். காட்டு யானைகளும் அடிக்கடி வந்து பயிர்களை நாசமாக்கிவந்தன. பாதுகாப்புக்காக நாங்கள் பல நேரங்களில் ஒன்றுசேர்ந்து கூட்டாகப் பயணம் செய்ய வேண்டியதாயிற்று.

குட்டியா மக்கள் அடிக்கடி இடம் பெயர்ந்து வாழ்ந்துவந்தார்கள். அவர்களுடைய கிராமங்கள் முழுவதும் செங்குத்தான பாறைகளில் அமைக்கப்பட்டவை. பைகா மக்களைப் போல இவர்களும் கோடாலி, மண்வெட்டி கொண்டுதான் பயிர்த்தொழிலை நடத்தி வந்தார்கள். அவர்களுடைய வீடுகள் மிகவும் சிறியவை. மிகவும் தாழ்ந்த கதவுகள். ஒருமுறை அவர்கள் குடிசைக்குள் நான் செல்ல வேண்டி நேர்ந்த போது, மிகவும் குனிந்து தவழ்ந்து உள்ளே செல்லவேண்டியதாயிற்று. கிராமங்கள் பொதுவாக நல்ல அழகுடன் காணப்பட்டன. இரண்டு வரிசைகளாகக் குடிசைகள் அமைக்கப் பட்டிருந்தன. வீடுகள் ஒன்றுக்கொன்று இணைக்கப்பட்டிருந்தன. தெருவின் முடிவில் எருமை மாட்டுக் கொம்புகள்கொண்ட ஒரு கம்பம் நிறுவப்பட்டிருந்தது. பூமாதேவியின் சின்னம் என்று ஒரு கல், வழிபாட்டிற்காக அமைக்கப்பட்டது. பலியிட்டு வழிபடும் சடங்குகளுக்கு ஒரு வேலைப்பாடு நிறைந்த கம்பம் நிறுவப்பட்டது. எருமை மாட்டின் தலை எலும்பு, மானின் வால் முதலியவற்றைக் கொண்டு, அந்த கம்பம் அலங்கரிக்கப்பட்டது. கிராமங்கள் எல்லாம் மிகவும் சுத்தமாக வைத்துப் பராமரிக்கப்பட்டன. 1944ஆம் ஆண்டில் கூட குட்டியா மக்களிடையே நரபலி கொடுக்கும் நம்பிக்கை இருந்துவந்தது. இவ்வளவு அடக்கமான மக்கள் இத்தகைய மோசமான பழக்கத்தைக் கையாண்டிருப்பார்களா என்பது நம்பக்கூடாத விஷயமாகவே இருந்தது. ஒரு நூற்றாண்டுக்கு முன்பே அரசாங்கம் இந்தப் பழக்கத்தை நிறுத்திவிட்டது. மனிதர் களுக்குப் பதிலாக குட்டியா மக்கள் எருமைகளைப் பலியிடும் பழக்கத்தை மேற்கொண்டார்கள். இந்தப் பழக்கத்தையும் நிறுத்தி விடவேண்டும் என்று சில சீர்திருத்தவாதிகள் அப்போது முயன்று கொண்டிருந்தார்கள்.

அவர்கள் புகையிலையைச் சுருட்டாக உபயோகிக்கும் பழக்கத்தை மேற்கொண்டிருந்தார்கள். புகையிலை தோன்றிய ஐதீகம் பழங்குடி மக்களிடைய வெகுவாகப் பரவியிருந்தது. புகையிலையின்மீது பழங்குடி மக்களின் விருப்பத்தை இது விளக்குகிறது. அழகற்ற ஒரு பெண், பல ஆண்டுகள் மணமாகாமல் கஷ்டப்பட்டுக் கொண்டிருந்தாள். ஒருவரும் அவளை விரும்பாததால், அவள் கடவுளிடம் முறையிட்டு, தான் மறுபிறப்பில் புகையிலைப் பயிராகத் தோன்றவேண்டும் என்று கேட்டுக் கொண்டாள். கடவுளும் அவளுடைய கோரிக்கைக்கு அருளினார். ஆகவே, ஒருவரும் விரும்பாத அந்தப் பெண், எல்லோரும் விரும்பும் புகையிலையாக இப்போது மாறிவிட்டாள்.

போண்டோ மக்கள்

1941ஆம் ஆண்டு மக்கள் எண்ணிக்கையின்படி இவர்கள் 2565 பேர்தான் இருந்தார்கள். மாச்குண்ட் நதிக்கு வட மேற்குப் பகுதியில் அவர்கள் வாழ்கிறார்கள்; மிகவும் முரடர்கள்; வன்முறை அவர்களுக்கு இயல்பாகவே இருந்தது. ஆகவே, நாகரிக வாழ்க்கையினால் அதிகமாகப் பாதிக்கப்படாமல், தனிப்பட்டு இயங்கிவந்தார்கள். போண்டோ மக்கள் காட்டுமிராண்டிகள் என்றே மற்றவர்களாலும் அரசாங்க அதிகாரிகளாலும் கருதப்பட்டு வந்தனர். தலைமுடி முழுதும் அகற்றப்பட்டு, வழக்கத்திற்கு மாறான உடை அணிந்து விளங்கும் போண்டோப் பெண்களின் தோற்றம், ஆண்களின் கொலைகார மனப்பான்மை, ஒருவருக்கும் எளிதில் புரியாத மொழி, எளிதில் சென்றடைய முடியாத அவர்களுடைய இருப்பிடங்கள் முதலிய அம்சங்கள் அவர்கள் வெகுகாலம் தனித்து இயங்குவதற்கு உதவியாய் இருந்தன. 1947ஆம் ஆண்டில் நான் கடைசியாகப் பார்த்த போது, அவர்கள் என்னிடம் முன்பு கொண்டிருந்த பகைமையை அகற்றி, நட்புடன் நடந்துகொண்டார்கள். அந்த ஒரு மாறுதலைத்தான் கண்டேன். பின்னர், அவர்கள் நிலையில் என்னென்ன மாறுதல்கள் ஏற்பட்டன என்பது பற்றி எனக்குத் தெரியாது.

1943ஆம் ஆண்டில் நான் அந்தப் பிரதேசத்தில் சுற்றுப்பயணம் மேற்கொண்டபோது வசதிகள் குறைவாகவே இருந்தன. பழங்குடி மக்களின் அவ்விடங்களைப் பற்றிய வரைபடங்கள் இராணுவ அதிகாரிகளின் கைக்குட்பட்டதாக இருந்தன. உணவும், பங்கீடு செய்யப்பட்டிருந்ததால் தேவையான பொருள்களுக்கு அனுமதி வாங்கிக்கொள்வதிலே அதிக காலம் செலவழிந்தது. பெட்ரோல் போன்ற முக்கியப் பொருள்கள் கிடைப்பது அரிதாகவே இருந்தது.

போண்டோ மக்களின் பிரதேசத்திற்குப் செல்வதென்றால், கல்கத்தாவிலிருந்து விஜயநகரத்திற்கு ரயிலில் பிராயணம் மேற் கொண்டு, பின்னர் பஸ் மூலம் 90 மைல் தூரம் கோராபுட் (Koraput) மலைப் பிரதேசத்திற்குப் போகவேண்டும். செங்குத்தான குன்று களிடையே மலைப்பாதை வளைந்து செல்கிறது. அந்தச் சமயத்தில், இந்தியாவில் ஒருவன் ஒரு அதிகாரியாக இருந்தாலொழிய எவ்வித வசதியும் பெறமுடியாது. கோவிந்தபள்ளி என்ற இடத்திற்குச் சென்ற பிறகு, அங்கிருந்து பேருந்து வசதி இல்லாததால் மாட்டு வண்டியில் செல்ல வேண்டியதாயிற்று. இந்த வகைப் பயணம் எப்பொழுதுமே எனக்கு மனதிற்குப் பிடித்தமானது. ஆனால், மற்றவர்கள் கேட்கும் முறையற்ற கேள்விகள்தான் ஒரு தொல்லை யாக இருந்தன. நான் யார்? எதற்காக அங்கு வந்திருக்கிறேன்? போண்டோ மக்களைச் சென்று பார்ப்பதில் என்னுடைய நோக்கம் என்ன? என்ற கேள்விகளுக்கு விடைபெறுவதில் எல்லோரும் முன்வந்தார்கள்.

ஒருவாறாக, ஒரு போண்டோ கிராமத்தைச் சென்று அடைந்தோம். ஆனால், அங்கிருந்து காட்டுப் பிரதேசத்தின் உட்புறத்திற்குச் செல்ல என்னுடன் வேறு ஒருவரும் வரத் தயாரில்லை. போண்டோ மக்களுக்கு மற்றவர்களுடைய மூட்டைகளைத் தூக்கும் பழக்கம் கிடையாது. மிகவும் கஷ்டப்பட்டு முயன்றதில், சில மூட்டைத் தூக்கிகள் கிடைத்தார்கள். கதிரவனின் ஒளியினால் அழகு நிறைந்த ஒருநாள் காலையில், செங்குத்தான மலைச்சரிவு வழியாக, நாங்கள் வனப்பு மிகுந்த ஒரு போண்டோ கிராமத்தைச் சென்று அடைந்தோம். அந்தக் கிராமத்தின் தோற்றம் மனதிற்கு உற்சாகம் கொடுத்தது. ஆனால், அந்தக் கிராம மக்கள் எங்களை அன்புடன் வரவேற்கவும் இல்லை; பகைமையையும் காட்டவில்லை. ஆண்களும், பெண்களும், குழந்தைகளும் எங்களைச் சூழ்ந்துகொண்டு, நாங்கள் குடிசை அமைத்துக் கொள்வதற்குப் பல்வேறு இலைகளைக் கொண்டு வந்து கொடுத்தார்கள். ஆனால் ஒருவர்கூட எங்களுக்குக் குடிசை அமைப்பதில் உதவ முன்வரவில்லை. உணவு, தண்ணீர் முதலிய தேவைகளுக்கான கோரிக்கைகளுக்குப் பதில் புன்முறுவல் தான் கிடைத்தது. அந்த மக்களின் தலைமகனுக்குக்கூட அங்கு அதிக அதிகாரம் கிடையாது. பின்னர், அவர்களுக்குள்ளே பலத்த வாக்கு வாதத்திற்குப் பிறகு, சில சிறுவர்கள் எங்களுக்குத் தேவையான தண்ணீரைக் கொண்டுவந்தார்கள்.

போண்டோ மக்கள் நட்புறவு காட்டி, கூடவே அமர்ந்து, சிரித்து அளவளாவத் தயாராக இருப்பார்கள். ஆனால் ஒருவிதத்திலும்

செயல் மூலம் உதவமாட்டார்கள். தகவல்கள் கொடுப்பதற்குத் தயாராயிருப்பார்கள். வேறு எந்த வகையிலும் பணத்திற்காகக்கூட செயலில் ஈடுபடமாட்டார்கள். ஒரு கிராமத்தில் சில சிறுவர்களுக்கு நான் பணம் கொடுத்து மீன் பிடித்துக்கொண்டு வரும்படி கூறினேன். அவர்கள் மறுத்துவிட்டார்கள். அவர்களுடைய பொருள்களை விற்கவும் அவர்கள் விரும்பவில்லை. ஆகவே, அந்தப் பிரதேசத்தில் வாழ்க்கை நடத்துவது பெரிய பிரச்சினையாக இருந்தது. எங்களுக்குத் தேவையான உதவி நாங்கள் எதிர்பாராத இடத்திலிருந்து கிடைத்தது. போண்டோ மக்களிடையே கொலைக் குற்றங்கள் அதிகமாக இருந்தன. பலர் தங்களுடைய குற்றங்களுக்காக சிறைத்தண்டனை அனுபவித்துத் திரும்பியிருந்தார்கள். அவர்களுக்கு, இந்தி, உருது முதலிய மொழிகள் தெரியும். அவர்கள் மூலம் நாங்கள் போண்டோ மக்களிடையே தொடர்புகொள்ள முடிந்தது.

பண்டபாடா (Bandapad) என்ற அடுத்த கிராமத்திற்கு நாங்கள் சென்ற போது, தாய்மார்கள் குழந்தைகளை எடுத்துக்கொண்டு வீட்டிற்குள் சென்றுவிட்டார்கள். கிராமத்தில் இருந்த வீடுகளில் கதவுகள் எல்லாம் அடைக்கப்பட்டன. ஒரு சிறுவன் பயந்து மரத்தின் மேலேயே ஏறிவிட்டான். வயது முதிர்ந்தவர்கள் சிலர் தைரியத்துடன் எங்களைச் சந்திக்க வந்தார்கள். அங்கிருந்த பெண் களைப் போர்முனைக்கு அனுப்புவதற்காகவும் அவர்களுடைய குழந்தைகளை அமெரிக்காவிற்கு அனுப்பி கிறிஸ்தவர்களாக மாற்றுவதற்காகவுமே நான் வந்தேன் என்று சிலர் நினைத்ததாகப் பின்னர் அறிந்தேன். மற்றும், நான் கலால் அதிகாரி, மதுவிலக்கு அமலுக்காக வந்திருக்கிறேன் என்றும் அவர்கள் நினைத்தார்களாம். கடைசியில், இரண்டு கொலைக் குற்றங்களுக்காகச் சிறைத் தண்டனை அனுபவித்திருந்த ஒருவன் வந்து, எங்களுக்கு ஒரு வீடு அமர்த்திக் கொடுத்து, எங்களுக்குத் தேவையான பொருள்கள் கிடைப்பதற்கும் ஏற்பாடு செய்தான்.

பின்னர், பலமுறை போண்டோ மக்களிடையே நான் சென்ற போது, அவர்கள் என்னுடனும் ஷாம்ராவ் குடும்பத்தாருடனும் நட்புடன் பழக ஆரம்பித்தார்கள். அப்போது ஷாம்ராவ் எடுத்த பல போட்டோப் படங்களை என்னுடைய 'போண்டோ மலைவாசி' என்ற புத்தகத்தில் சேர்த்து வெளியிட்டிருந்தேன். போண்டோ மக்கள் நல்ல உடல் அமைப்புக் கொண்டவர்கள். அவர்களுடைய பரந்த முகத் தோற்றமும் வசீகரமான புன்னகையும் அவர்களுக்குத் தனி அழகைக் கொடுக்கின்றன. அவர்களுக்கு வயது ஆக ஆக முகத் தோற்றமும், தேகத்தில் அழகும் குன்றிவிடுகின்றன. போண்டோ

ஆமணக்கு விதைகளைப் பறிக்கும் போண்டோ பெண்

பெண்கள் முதலில் பார்க்கும் போது மிகவும் கொடூரமானவர்கள் போன்றே தோன்றும். அவர்கள் தங்களுடைய தலைமுடியை முழுவதும் அகற்றி விடுவதால் இத்தகைய எண்ணம் ஏற்படுகிறது. ஆனால் அந்தப் பெண்களின் முகம் வசீகரம் மிகுந்தே காணப் படுகிறது. பத்துப் பன்னிரண்டு வயதுடைய சிறு பெண்கள் நல்ல தோற்றமுடையவர்களாக விளங்குகிறார்கள். மொட்டையான பெண்கள் தலையைப் பல்வேறு மலர்களால் அலங்கரித்து ஒருவித தலை அலங்காரம் செய்துகொண்ட பிறகு, முதலில் தோன்றிய குரூரத் தோற்றம் மறைந்துவிடுகிறது.

போண்டோ சிறுவர்கள் பெண்களின் அழகுபற்றி திடமான கருத்துகள் கொண்டிருக்கிறார்கள். ஒரு காதல் பாட்டின் பொருளை விளக்கும்போது, அவர்களில் சிலர் கவிதைநயம் நிறைந்த சொற் களைப் பயன்படுத்தினார்கள். ஒரு பெண்ணின் உடலமைப்பு ஒரு வெண்முகில் போல அழகாயிருப்பதாகவும், அவளுடைய கை கால்கள் மூங்கிலைப் போல வடிவழகு கொண்டிருப்பதாகவும், மார்பகம் இரண்டு மின்னிடும் மீன்கள் போலத் தோன்றுவதாகவும் வர்ணித்தார்கள்.

போண்டோ மக்களின் உடலுறவுப் பழக்கங்கள் முரியா மக்களிடையே நிலவுவதைவிட மாறுபட்டவை. ஆண்-பெண் உடலுறவு கஷ்டம் நிறைந்தது; ஆபத்தானது என்றே அவர்கள் கருதினார்கள். கோண்டு (Gond), கடபா (Gadaba) மக்கள் இந்த அனுபவம் ஒரு இன்பகரமானது என்றே பாவித்தார்கள். போண்டோ மக்கள் இதை ஒரு கடுமையான விஷயமாகக் கருதியதற்குப் பல காரணங்கள் உண்டு. போண்டோ சிறுவர்கள் தங்களுடைய கிராமத்தைச் சேர்ந்த பெண்களுடன் எவ்வித உறவும் கொள்வதற்குச் சம்பிரதாய முறையில் பல தடைகள் விதிக்கப்பட்டன. அவர்களைச் சந்திக்க நேரிட்டால், போண்டோ வாலிபன் மிகவும் கட்டுப்பாடான மரியாதைக்குரிய முறையில் நடந்துகொள்ள வேண்டும். இந்த நியதி முறையினால், மற்ற பழங்குடி மக்களிடையே நிலவும் இலகுவான மனப்பான்மை இவர்களிடையே தோன்றுவதற்கு இடமில்லாமல் போய்விட்டது.

புணர்ச்சியின் விளைவாகப் பல ஆபத்துக்கள் நேரிடும்; ஆண்கள், தன்னுடைய ஆண்மையையும் இழக்க நேரிடும் என்ற வகையில் அந்த மக்களிடையே பல ஐதீகங்கள் நிலவின. ஆண், பெண் இனக் குறிகளைப் பற்றிய இந்த ஐதீகங்கள் வெறும் ஆபாசக் கதைகள் அல்ல. பல்வேறு நாடுகளில் பழங்குடி மக்களிடையே நிலவிய,

இவை போன்ற கதைகள் போண்டோ மக்களிடையே நியதியற்ற உடலுறவைத் தடுப்பதற்கு உதவின.

இவ்வகையில் மிகவும் தீவிரமாக நிலவிய தடை அந்த மக்களைச் சேர்ந்த பெண்கள் அவ்வித உறவை விரும்பவில்லை என்பதுதான். பொதுவாக, பெண்களின் தூண்டுதலால்தான் உடலுறவு அனுபவ சம்பவங்கள் ஏற்படுகின்றன என்பது பல பழங்குடி மக்களிடையே ஒப்புக்கொள்ளப்பட்ட விஷயம். போண்டோ பெண்கள் பொறுத்த வரை இது உண்மையானது. மணவினைக்கு முன்பு உடலுறவு கொள்வது, பரிசம் போடும் சடங்குக்கு ஒப்பானது என்றே அவர்கள் கருதினார்கள்.

இத்தகைய பழக்கங்கள் கிழக்குப் பகுதியில் வாழ்ந்த ஜுவாங், சவரா, கடபா, மரியா மக்களிடையே நிலவின. கோண்டு மக்கள் வேறு பண்பாட்டைக் கொண்டிருந்தார்கள். கோண்டு, பர்தான், குட்டியா கோண்டு ஆகிய மக்களிடையே உடலுறவு ஒரு சாதாரண சம்பவமாகவே பாவிக்கப்பட்டது. அந்த அனுபவத்தினால் ஏற்படக் கூடிய விளைவுகளுக்கு முக்கியத்துவம் தரப்படவில்லை. இதனால் அவர்களிடையே ஆழ்ந்த காதல் உணர்வு கிடையாது என்பது பொருளல்ல. நீடித்த காதல் உறவு வேறு, தற்செயலாக ஏற்படும் உடலுறவு வேறு என்று அவர்கள் பாகுபாடு செய்து வாழ்ந்தார்கள்.

போண்டோ மக்களை எனக்கு மிகவும் பிடித்திருந்தது. அவர்களிடையே எனக்குப் பல நண்பர்கள் ஏற்பட்டார்கள். அவர்கள் கடுமையான உணர்வுகளுக்கு உட்பட்டவர்களாக இருந்ததால் எந்த நிமிடம் என்ன நேரும் என்று சொல்ல முடியாது. தங்களுடைய உணர்வுகள் கட்டுமீறிப் போகாமல் இருப்பதற்காக, அவர்கள் ஒரு விநோதமான கட்டுப்பாட்டு முறையைக் கையாண்டார்கள். தம்பட்ட ஓசைக்கு இசைந்து, சிறுவர்கள் ஒருவரையொருவர் சவுக்குகளால் அடித்துக்கொள்வார்கள். நன்றாக அடிபட்டதும், ஒருவருக்கொருவர் வணக்கம் செலுத்திவிட்டு, நட்பு கொண்டாடுவார்கள். அதன் பிறகு, அவர்களுடைய தலைவன் அவர்களுக்கு உபதேசம் செய்வான். 'இம்மாதிரி ஒருவரையும் கோபத்தினால் அடிக்கக் கூடாது; சச்சரவு மேற்கொள்ளக் கூடாது; ஒருவரை யொருவர் சகோதரர் போல பாவிக்க வேண்டும்; மற்றவர்களுக்குக் கோபம் உண்டாகும் முறையில் நடந்துகொள்ளக் கூடாது' என்றெல்லாம் எடுத்துரைப்பான்.

ஆயினும், போண்டோ மக்களிடையே அடிக்கடி சச்சரவுகள் நடந்துகொண்டுதான் இருந்தன. ஒருமுறை தன்னை அவமானம்

செய்த கடபா மக்களின் ஒருவனை ஒரு போண்டோ தாக்கினான். அளவுகடந்த கோபத்தால், அந்த போண்டோ ஆங்கிலம் உள்பட பல மொழிகளில் தன்னுடைய எதிரிமீது வசைமாரி பொழிந்தான். அதைக் கண்டு பீதி அடைந்த கடபா அவனுக்குப் பணிந்து போனது ஆச்சரியமாயிருந்தது. மற்றொருமுறை சில போண்டோ பையன்கள் கடபா கிராமம் ஒன்றுக்குச் சென்று, அங்கிருந்த ஜவ்வரிசிச் செடியிலிருந்து சோற்றையெல்லாம் எடுத்துக்கொண்டு போய் விட்டார்கள். இதைக் கண்ட கடபா மக்களுக்குக் கோபமும் துன்பமும் அதிகரித்தன. ஆனால், போண்டோ பையன்களைத் தாக்குவதற்கு அவர்களில் ஒருவருக்குமே தைரியம் ஏற்படவில்லை.

போண்டோக்களுக்குள்ளேயே ஏற்படும் சச்சரவு பார்ப்பதற்கு விநோதமாக இருக்கும். முதலில் சொற்கள் மூலம் போர் துவங்கும்; மனைவி, சகோதரி முதலிய உறவினர்களைப் பற்றி வசை கூறுவார்கள். திடீரென்று இருதரப்பாருக்கிடையேயும் ரோஷம் அதிகரித்துவிடும். மீசையை முறுக்கிக்கொண்டு ஒருவன்மீது மற்றவன் எச்சிலைத் துப்புவான். அதைத் தொடர்ந்து கத்தி, வில், அம்பு முதலிய ஆயுதங்களைக்கொண்டு கலகம் நடக்கும். இருந்தபோதிலும், போண்டோ மக்களிடையே ஊக்கம், சுதந்திரம், சமத்துவம், சுறுசுறுப்பு முதலிய தன்மைகள் நிறைந்து விளங்கின. இந்தப் பண்புகளும் மிகைப்படுத்தியே கையாளப்பட்டன. துணிச்சல், மனித உயிரை மதிக்காத வகையில் அளவு கடந்து சென்றது. சுதந்திரம், மற்றவர்களைத் தாக்கும் உரிமையாக மாறிற்று. போண்டோ ஆண்கள் அதிகமாக மது வகைகளை உட்கொண்டு சோம்பல் மிகுந்து, தங்களுடைய பெண்களையே கடும் உழைப்புக்கு உள்ளாக்குவார்கள். சடங்குகளில் முறையாக நடந்துகொள்வதை அவர்கள் வற்புறுத்து வார்கள். போண்டோ மக்களிடையே இன்றைய நாகரிகம் பரவ வில்லை என்றாலும், இந்த நாகரிகத்தின் தீய சக்திகள் அவர்களைப் பாதிக்கவில்லை என்பதை நாம் உணரவேண்டும். அந்த வகையில் மிகவும் தீவிரமான உணர்ச்சிகளுடன் இயங்குவதே போண்டோ மக்களின் இயல்பாக இருந்தது.

சவரா மக்கள்

இந்த மக்களைப்பற்றி நான் ஏழு ஆண்டுக் காலம் ஆராய்ச்சி செய்தேன். கோராபுட் பகுதியில் வாழ்ந்துவரும் சவரா (Saoras) மக்களைப் பற்றியே நான் குறிப்பாக ஆராய்ந்தேன். அந்தப் பகுதியில் கிறிஸ்தவ திருச்சபை ஊழியர்கள் அதிகமாகத் தலையிட்டு, அவர்களுடைய வாழ்க்கை முறையை மாற்றாததால், அந்தப்

நடன உடையில் மலைப்பகுதியில் வாழும் மரியா பையன்கள்

பழங்குடி மக்களின் வாழ்வு பரம்பரையாக இருந்து வருவதைத் தெரிந்துகொள்ள முடிந்தது. பட்டான்கரிலிருந்து இந்தப் பகுதிக்கு நான் அடிக்கடி சென்று, அதிக நாட்கள் ஒரே கிராமத்தில் தங்கி, அவர் களுடன் பழகிவந்தேன். என்னுடைய புத்தகங்கள் முதலியவற்றை எடுத்துக்கொண்டு சென்று, சவரா கிராமங்களிலேயே என்னுடைய ஆராய்ச்சிக் குறிப்புக்களை எழுதிவந்தேன். அதன் பயனாக அவ்வப் போது நான் சேகரித்த விவரங்களை அலசிப் பார்த்துப் பாகுபாடு செய்ய முடிந்தது. அந்த மக்கள் எனக்கு மிகவும் உதவியாக இருந்தார்கள். மரக்கிளைகளால் கூரை வேயப்பட்ட, அழகான சிறு குடிசைகளை எனக்கு இருப்பிடமாக அமைத்துத் தந்தார்கள். அவர்களுக்கு நாட்டுப்புறங்களில் செய்யப்படும் சுருட்டு மிகவும் பிடித்தமானது. அவர்களுக்கு அவற்றைப் பரிசாகக் கொடுத்ததால், அவர்கள் மகிழ்ச்சியுடன் முன்வந்து, எனக்குத் தேவையானவற்றை எல்லாம் செய்து கொடுத்தார்கள். தேநீர் அருந்துவதிலும் மிகப் பிரியம். என்னுடன் தேநீர் பருக வரும்போது அவர்களுடன் நெருங்கிப் பழகிப் பேசும் வாய்ப்புகளும் எனக்குக் கிடைத்தன.

ஆயினும், அந்தக் காலத்தில் சவரா மக்கள் வெளிப்புறத்திலிருந்து மற்றவர்கள் வந்து, தங்களைப் பார்ப்பதை விரும்பவில்லை. உடனே அவர்கள் பலவித சடங்குகளைச் செய்து, தங்களுடைய கிராமத்தைப் சுத்தப்படுத்தி வந்தார்கள். வெளியார் நடமாட்டத்தால், மாந்திரீக முறையில் ஏதாவது கெடுதல் ஏற்படும் என்பது அவர்கள் நம்பிக்கை. ஒவ்வொரு கிராமத்திலும் இவ்வகையில் சில படிப்படியான பரிகார முறைகள் இருந்தன. வனத்துறை அதிகாரிகள் வந்துசென்றவுடன், அவர்கள் ஒரு ஆட்டைப் பலியிட்டுப் பரிகாரம் செய்தார்கள். காவல்துறை துணை ஆய்வாளர் வந்துசென்றால், ஒரு கோழி. மானிடவியலாளர் வந்து சென்றால், ஒரு பெரிய கரடி, பன்றி என்ற முறையில் பல்வேறு விதமான பலிகளின் மூலம் அவர்கள் பரிகாரம் தேடினார்கள். இந்தப் பயணிகள் வராமல் இருப்பதற்காக அவர்கள் தங்களுடைய தேவதை ஒன்றை வழிபட்டு வந்தார்கள். அந்தத் தேவதைக்குச் சஹி போஸம் (Sahi bosum) என்று பெயர். அதாவது, ஐரோப்பிய பயணிகளைப்போன்று உடைதரித்த ஒரு உருவம். அதேமாதிரி ஒரு பெண் உருவத்தையும் அவர்கள் மரத்தினால் செய்து, கிராமத்திற்கு வெளியே அமைத்துவிடுவார்கள். இதனால் அவர்களைப் பார்க்க வருபவர்கள்மீது, அவர்களுக்கு வெறுப்பு என்பதல்ல. அவர்களுடைய இருப்பிடத்திற்கு வெளியி லிருந்து அங்கு வருவதால், ஏதாவது மாந்திரீக முறையிலான பாதிப்பு ஏற்படலாம் என்ற நம்பிக்கைதான். தவிர, பிசாசுகள் போன்ற

சக்திகள், இம்மாதிரி வருபவர்களை, ஒரு கருவியாகப் பயன்படுத்தி, கிராமத்திற்குள் வருவதற்கு உபயோகப்படுத்திக்கொள்ளலாம் என்றும் அவர்கள் நினைத்தார்கள்.

இவ்வளவு இடையூறுகளுக்கு இடையே, நான் மலைப் பகுதிகளில் சவரா கிராமங்களையெல்லாம் சென்று பார்த்தேன். மலைகளில் நெடுந்தூரம் வெளியார் எவரும் சென்றதில்லை என்று தெரிந்து கொண்டேன். அங்கு இருந்தபோது பல நாட்கள், அதிகாரிகள் ஒருவரையும் சந்திக்கவில்லை. அந்தப் பிரதேசத்தின் இயற்கை எழில் பிரமிக்கத்தக்க வகையில் இருந்தது. என்னுடைய இளம் பருவத்தில் கவிஞர் வோட்ஸ்வொர்த்தைப் போல நானும் இயற்கையின் மீது காதல் கொண்டிருந்தேன். இயற்கை எழில் என்னை முற்றிலும் வசப்படுத்திவிட்டது. ஒருவித பசி போலவே அந்த ஆர்வம் என்னிடம் வளர்ந்துவந்தது. இயற்கைக் காட்சிகளின் புதியபுலத்தில் மனித வர்க்கத்தின் மௌனம் நிறைந்த, துன்பம் நிறைந்த இசையைக் கேட்பது போலவே தோன்றும். சவரா குன்றுப் பகுதிகளில் காணப்பட்ட இயற்கைக் காட்சிகள் கண்களுக்கும் விருந்தாக அமைந்தன. அந்தப் பிரதேசத்தைவிட்டு நீங்கும்போது, எனக்கு மிகவும் கஷ்டமாகவே இருந்தது. குன்றுகளில் வாழ்ந்த சவரா மக்களின் கிராமங்கள், கணிசமான அளவில் அமைந்திருந்தன. அவர்களுடைய சாவு, சடங்குகளில் எல்லாம் எருமைகளைப் பலியிட்டு வந்தார்கள். அவர்கள் மலைச் சரிவுகளில் படிப்படியாக அமைந்திருந்த மண் பகுதியிலும் இடம்பெயர்ந்தும் பயிர்த்தொழிலை மேற்கொண்டார்கள். ஆண் மக்கள் பளிச்சென்ற வர்ணம் நிறைந்தத் துணிகளை இடுப்பில் அணிந்திருந்தார்கள். பெண்கள் காதுகளை வளர்த்துக் கொள்ளுவது ஒரு வழக்கம். அவர்களுடைய நெற்றியின் மத்தியில் பச்சை குத்திக்கொண்டார்கள். தங்களுடைய சொந்த மொழியிலேயே அவர்கள் பேசிவந்தார்கள்.

சவரா கிராமங்களில் நீண்ட தெருக்கள் உண்டு. வீடுகள் நல்ல முறையில் அமைக்கப்பட்டிருந்தன. அவர்களில் சிலர் ஓரளவு செல்வம் படைத்தவர்களாக இருந்தார்கள். நிலச்சுவான்தார்களும் லேவாதேவிக்காரர்களும் அவர்களைச் சுரண்டிப் பயன்படுத்திக் கொள்ளாமல் இருந்திருந்தால், அவர்களுடைய வழக்கமான, கடுமையான உழைப்பின் பயனாக எல்லோருமே நல்லவசதி உள்ளவர்களாக இருந்திருக்க முடியும். அறுவடைக் காலங்களில் தானியங்களைச் சேகரிக்கும் களங்களில், கடன் கொடுத்தவர்களும் வியாபாரிகளும் வந்து, கடனுக்கு ஈடாக சவரா மக்கள் பாடுபட்டுப் பயிர் செய்து அறுத்துக்கொண்டு வந்த தானியங்களை எல்லாம்

மானிடவியல் ஆய்வுப் பணி ♦ 125

எடுத்துக்கொண்டு போய்விடுவது வேதனை தரும் காட்சியாகவே இருந்தது. சவரா மக்களின் ஒரு பெரும் சாதனை பயிரிடுவதற்காக அவர்கள், மலைச் சரிவுகளில் படிப்படியாக வரப்புகளை அமைப்பது தான். சிறிதும் வழுவாத முறையில் வரிசைவரிசையாக அந்த வரப்புக்கள் அமைந்திருக்கும். மிகுந்த கவனத்துடன் அமைக்கப் பட்டு இருந்ததால், அந்த வரப்புகளுக்கு உட்பட்ட பகுதியிலிருந்து ஒரு சொட்டு தண்ணீர்கூட வீணாகாமல் இருக்கும். தண்ணீர் வெளியே பாய்ந்து விடுவதால் ஏற்படும் மண் சரிவும் தடுக்கப் பட்டது. சில சமயங்களில் மூன்று அடி அகலமே உள்ள வயல் பகுதியைப் பாதுகாப்பதற்காக பதினைந்து அடி உயரமுள்ள சுவர்கூட எழுப்பியிருந்தார்கள். நல்ல பொறியியல் திறமையுடன் இத்தகைய படிக்கட்டுமுறை வயல் பகுதிகள் அமைக்கப்பட்டன.

நான் முக்கியமாக ஆராய முற்பட்டது சவரா மக்களின் மத நம்பிக்கை. நான் சந்தித்த பழங்குடி மக்களில் சவராதான் மிகவும் பக்தி மிகுந்தவர்களாக இருந்தார்கள். நான் கேட்ட கேள்விகளுக்கு அவர்கள் வெறுப்பின்றி பதில் அளித்தார்கள். எனக்குத் தகவல்கள் கொடுப்பதில் அவர்கள் பெருமை கொண்டார்கள். சில பழங்குடி மக்களின் பகுதிகளில் வெளியார் யாராவது வந்துவிட்டால், தங்களுடைய வழக்கமான சடங்குகள், விழாக்கள் முதலியவற்றை அவர்கள் ஒத்திப் போட்டுவிடுவார்கள். வெளியார் அவற்றைப் பார்க்கக் கூடாது என்பது அவர்களுடைய கொள்கை. சவரா மக்கள் இத்தகைய சம்பவங்களில் நானும் கலந்துகொண்டு, அவற்றைப் பார்த்து அறிந்துகொள்ள வேண்டும் என்று விரும்பினார்கள். தங்களுடைய வீட்டுக்குள் என்னை வரவேற்று, சடங்கு நடத்தும் பூசாரியின் பக்கத்தில் என்னை அமர்த்தி, நடவடிக்கையின் விவரங்கள் முழுவதையும் எனக்கு விளக்கி உதவினார்கள்.

'சவரா மக்கள் பிரதேசத்தில் மானிடவியல் ஆய்வில் ஈடுபட்டவர் களுக்கு ஓய்வே கிடையாது' என்பது ஒரு பழமொழி. ஒவ்வொரு நாளும் ஏதாவது ஒரு சம்பவம் நிகழ்ந்துகொண்டேயிருக்கும். சிறிது அயர்ந்து தூங்கலாம் என்று நினைக்கும்போது பக்கத்தில் உள்ள பள்ளத்தாக்கில் துப்பாக்கி வெடிச்சத்தம் கேட்கும். அது ஒரு மரணச் சடங்காக இருக்கும்; அதற்குப் போக வேண்டியது அவசியமாகும். அல்லது, ஒருநாள் காலை பக்கத்தில் உள்ள கிராமத்திலிருந்து சிலர் வந்து, அங்கே விசேஷமான விழா ஒன்று நடக்கப் போவ தாகவும், நானும் கட்டாயம் வரவேண்டும் என்றும் அழைப் பார்கள். அந்தப் பகுதியில் வாழ்ந்த போது, எனக்கு அடிக்கடி உடல்நிலை குன்றிவிடும். அந்தப் பிரதேசம் முழுவதும் மலேரியா

சவரா இளைஞர்கள், புகைப்படம்: டி.வி. சகுன்

நோயினால் பீடிக்கப்பட்டிருந்தது. அந்தச் சமயங்களிலெல்லாம் கிராம மக்கள் அவர்களுடைய பூசாரிகளை அழைத்துக்கொண்டு வந்து, என்னுடனேயே இருந்து, எனக்கு வேண்டிய சிகிச்சையை அவர்களுடைய முறைப்படி செய்து உதவினார்கள். சவரா மக்களின் வாழ்க்கை முழுவதும் அவர்களுடைய சமய நம்பிக்கையால் பாதிக்கப் பட்டிருந்தது. 'நல்ல சக்தி வாய்ந்த பல தேவதைகள், தங்களுடைய வாழ்வின் ஒவ்வொரு அம்சத்தையும் பாதித்து வருகின்றன' என்ற நம்பிக்கை, அவர்களிடையே வேரூன்றி இருந்தது.

பிசாசுகள் போன்ற சில சக்திகள், பூமிக்கடியில் வாழ்ந்து வருவ தாக ஒரு ஐதீகம். 'அவை மிகச்சிறிய வடிவங்கள் கொண்டவை; அவற்றின் இருப்பிடங்கள் மிகச்சிறிய குடிசைகள்' என்று அந்த மக்கள் நம்பி வந்தார்கள். அந்தப் பிசாசுகளுக்கு அதிபதிகளாக இருந்த சில சக்திகள், பெரிய வீடுகளில் வாழ்ந்து, நல்ல உணவு உண்டு, இயங்கிவந்தன என்றும் சொல்வார்கள். புலிகளையும் சிறுத்தைகளையும் அவை செல்லப் பிராணிகளாக வளர்த்துவந்தன என்றும் நம்பிக்கை. இந்த விநோதமான உலகில் கரடிதான் பூசாரி! முள்ளம் பன்றி மருத்துவத் தொழிலை மேற்கொண்டது! இந்தப் பிசாசுகளின் அதிபதிகள், ஆண்களும் பெண்களும் கிராம மக்கள் இடையே வந்து, தங்களுக்குரிய ஆட்களைத் தேடுவது வழக்கம். மக்களின் கனவுகளில் தோன்றி, தங்களை மணந்துகொள்ள வேண்டும் என்று கேட்பார்களாம்.

இவ்வாறு ஏற்படும் மணவினை ஒரு விரிவான சடங்கு. இத்தகைய சக்தி ஒன்றை மணந்துகொண்ட பெண், கண்ணுக்குத் தெரியாத அந்தக் கணவனின் சக்தியைக்கொண்டு மற்றவர்களுக்கு நோயைத் தீர்க்கும் பூசாரியாகப் பதவி ஏற்கிறாள். சக்தி முறையில் இயங்கிவந்த, அந்தக் கணவன் மூலம் அவளுக்குக் குழந்தைகள் பிறப்பதாகவும் நம்பிக்கை. அவர்களுடைய கதைகளை எல்லாம் கேட்கும்போது, எது உண்மை என்றே தெரியாமல் பலமுறை வியந்திருக்கிறேன். இத்தகைய கற்பனை உலகத்தில் வாழ்ந்துவந்த போதிலும், சவரா பெண்கள் நடைமுறையில் நல்ல கருத்துடன் இயங்கிவந்தார்கள். மற்றவர்களுக்குப் பணி செய்வதிலும் தீவிரமாக ஈடுபட்டார்கள். நோயாளிகளுக்கு சிகிச்சை அளிப்பது, துயரமுற்றவர்களுக்கு ஆறுதல் கூறுவது முதலிய பணிகளை மேற்கொண்டார்கள். இந்த நடவடிக்கைகளின் பயனாக, மக்களிடையே ஒரு பெரும் நம்பிக்கை ஏற்பட்டிருந்தது. நோயுற்றவர்கள் குணமடைய முடியும் என்ற உறுதிப்பாடும் தோன்றிற்று.

இத்தகைய சூழ்நிலையில், ஆராய்ச்சியில் ஈடுபடுவதைவிட மகிழ்ச்சி தரும் நம்பிக்கை மானிடவியலாளருக்கு ஏற்படாது. இந்தப் புத்தகத்தை நான் எழுதிக் கொண்டிருந்தபோது, இதைப் பார்த்த நண்பர் ஒருவர் என்னுடைய நல்ல குணங்களைப் பற்றியும் சொல்ல வேண்டும் என்றார். 'ஆனால், எனக்கு நல்ல குணங்கள் இருப்பதாக ஒன்றும் தெரியவில்லையே' என்றேன் நான். அதற்கு அவர் பதில் சொன்னார்: 'உங்களிடம் இருக்கும் மிகச் சிறந்த குணம், உங்களுடைய பொறுமைதான்' என்றார். ஒரு வகையில் இது உண்மையாக இருக்கலாம். என்னுடைய அலுவலில் நான்

பாராட்டையோ புகழையோ எதிர்பாராமல், என் முறையிலேயே இயங்கி வேலை செய்வதில் திருப்தி அடைந்தேன். உண்மையைக் கண்டுபிடிப்பதற்கு எவ்வளவு காலமானாலும் நான் மிகவும் பொறுமையுடனேயே இயங்கிவந்தேன். பழங்குடி மக்களுக்கு இடையே சென்று பணியாற்றுவதில் நான் செய்த தியாகத்தைப் பற்றி சில நண்பர்கள் குறிப்பிட்டார்கள். அதை ஒரு பிரமாதமான நல்ல குணம் என்று நான் சொல்லிக்கொள்ள முடியாது. இயற்கை எழிலும், அன்புகொண்ட மக்களும் நிறைந்த ஒரு சூழ்நிலையில் வாழ்வதில் தியாகம் ஒன்றும் இருப்பதாக எனக்குத் தோன்றவில்லை. இத்தகைய வாழ்வில் எப்பொழுதுமே எனக்குப் பெருமளவு பலன் கிடைத்திருக்கிறது.

பஸ்தார், ஒரிஸ்ஸா பிரதேசங்களில் நான் வாழ்ந்தபோது எனக்கு ஏற்பட்ட அனுபவங்கள் மறக்க முடியாதவையாக இருந்தன. முரியா மக்களிடையே இயங்கிய கோட்டுல் முறையையும், சவரா மக்களிடையே இயங்கிவந்த இயல்பான வாழ்க்கையையும் நான் எப்பொழுதுமே மறக்க முடியாது. நான் மிகவும் வியப்புடன் பாராட்டி வந்த இந்தச் சம்பவங்கள் எல்லாம் நான் அங்கு சென்று நடமாடியதால் மறைந்துவிட்டன என்றுகூட சொல்லலாம். இந்தியாவில் உள்ள பழங்குடி மக்களிடையே எங்கும் பழைய சுதந்திரமும், அத்துடன் சேர்ந்து நிலவிய மகிழ்ச்சியும் மறைந்துகொண்டிருக்கின்றன. மாறுதல் தவிர்க்க முடியாததுதான். கிராம மக்களின் நலனுக்காக மேற்கொள்ளப்பட்ட நடவடிக்கைகளின் பயனாக அவர்களுக்கு நன்மையும் ஏற்பட்டிருக்கலாம். நெடுங்காலத் திட்டத்தில் இத்தகைய நடவடிக்கைகள் அவர்களுக்கு எவ்வளவு மகிழ்ச்சியைத் தரும் என்பது ஒரு தீராத பிரச்சினையாகவே இருக்கும். ஆனால், ஒன்று மட்டும் தெளிவு: பழைய காலத்து மகிழ்ச்சி, அழகு, வாழ்வில் உற்சாகம் முதலிய அம்சங்கள் மறைந்து விட்டன என்றே சொல்லவேண்டும். அவற்றைப் பற்றி நினைத்தாலே ஒரு ஏக்கம் தோன்றுகிறது.

இத்தகைய ஆராய்ச்சிகளில் ஒரு முக்கியமான அம்சம் புகைப்படம் எடுப்பது. இந்த நடவடிக்கையில் எனக்குப் பல சுவையான அனுபவங்கள் ஏற்பட்டன. பழங்குடி மக்கள் பலரும் புகைப்படக் காமிராவைப் பார்த்ததுமே பயப்படுகிறார்கள். மாண்ட்லா ஜில்லாவில் கடைவீதியில் நல்ல முகவெட்டுள்ள ஒரு கருமானைச் சந்தித்தேன். நான் அவனைப் போட்டோ எடுப்பதற்காக என்னுடைய காமிராவை அவன் பக்கம் திருப்பியவுடன், எல்லோருமே பயந்து விட்டார்கள். அங்கிருந்த போலீஸ்காரர் ஒருவர் என்னிடம் வந்து,

'நீங்கள் அவனைப் புகைப்படம் எடுக்க வேண்டாம். வேறு ஒரு ஆளை அழைத்துக்கொண்டு வருகிறேன்' என்றார். அவர் சொன்னதன் பொருள் எனக்கு விளங்குவதற்குள், அந்தக் கடைவீதியில் ஒரு பெரிய அமளி ஏற்பட்டுவிட்டது. காய்கறிகள், மற்ற விற்பனைப் பொருள்கள் எல்லாவற்றையும் மிதித்துக்கொண்டும், தாண்டிக் கொண்டும் மக்கள் கலைந்து ஓடி, காட்டிற்குள் மறைந்துவிட்டார்கள். போருக்கு ஆள்சேர்ப்பதற்காக அவர்களுடைய உயரம் முதலிய வற்றை அளப்பதற்குப் பயன்படும் கருவிதான் அந்தக் காமிரா என்று அந்தப் போலீஸ்காரர்கூடக் கருதியதாக எனக்குப் பிறகுதான் தெரிந்தது.

மற்றொருமுறை ராய்ப்பூர் வட்டத்தில் புகைப்படம் எடுத்த போது மக்கள் பயத்தினால் நடுங்கிக்கொண்டே இருந்தார்கள். ஒருவர், 'என்னுடைய சக்தியையெல்லாம் இழுத்து அந்தச் சிறிய பெட்டிக்குள் அடைத்துவிட்டீர்கள்' என்று சொன்னார். மற்றொரு இடத்தில் என்னுடைய காமிராவை ஒரு எக்ஸ்ரே கருவியாகவே சிலர் கருதினார்கள்; அதன்மூலம் அவர்களுடைய உடலுக்குள் இயங்குவதை எல்லாம் நான் பார்க்க முடியும் என்ற நம்பிக்கை. அவ்வாறு செய்து அவர்களுடைய ஈரலை மாந்திரீகத்திற்குப் பயன்படுத்துவேன் என்றும் அஞ்சினார்கள். சூனிய வேலைகளில் மனிதனின் ஈரல் ஒரு முக்கிய கருவியாகக் கையாளப்படுவதாக நம்பிக்கை.

பஸ்தார் பகுதியில் முரியா மக்களையும் மரியா மக்களையும் பற்றி நான் ஒரு வர்ணனைத் திரைப்படம் தயாரித்துக் கொண்டிருந்த போது, அவர்கள் மிகவும் உதவியாகவே இருந்தார்கள். புகைப்படம் எடுப்பதற்குக் குழந்தைகள்கூட சம்மதித்து முன்வந்ததைக் கண்டதும் நான் வியப்படைந்தேன். சில சமயங்களில் துரதிருஷ்டவசமாக வேறுவிதமாகவும் அமைந்துவிடும். ஒருமுறை முரியா மக்களிடையே திருமணம் ஒன்றைக் காட்டும் படம் எடுக்கச் சென்றேன். மணப் பெண்ணின் தகப்பனே என்னை அழைத்து இவ்வாறு படம் எடுக்கச் சொன்னார். ஆரம்பத்தில் எல்லாம் நன்றாகவே நடைபெற்றது. நல்ல நட்பு உணர்ச்சியுடன் அவர்கள் என்னிடம் பழகிவந்தார்கள். பல சிறந்த படங்களை எடுத்தேன். ஆனால் மறுநாள் மணமகனுக்கு வலிப்புநோய் வந்துவிட்டது. உடனே, அங்கிருந்த மக்கள் எல்லோரும் என்னைச் சந்தேகத்துடன் பார்க்கத் தொடங்கினார்கள். என்னுடைய புகைப்படக் காமிராவின்மூலம், தேவதைகளின் கோபம் மணமகன்மீது செலுத்தப்பட்டது என்று நினைத்தார்கள். என்னுடைய காமிராவினால் தான் மணமகனுக்கு நோய் ஏற்பட்டது என்று அவனுடைய தாயார் வெளிப்படையாகவே புகார் செய்தாள்.

இதனால் அசம்பாவித நிலை ஏற்பட்டுவிட்டது. அந்தச் சம்பவத்திற்குப் பிறகு, நான் காமிராவைக் கொண்டு போகாமல் இருந்தால்கூட, என்னை மக்கள் சந்தேகத்துடன் பார்க்கத் தொடங்கினார்கள். இது என்னை மிகவும் சங்கடமான நிலைமைக்கு உள்ளாக்கிவிட்டது.

காட்டு எருமைத் தலையணியைக் கொண்ட மரியா மக்களின் கிராமங்களில் நான் நடமாடி வந்தபோது, ஒருமுறை மிகவும் கஷ்டப்பட்டு ஒரு ஓடையில் சிறுவர்களும் சிறுமிகளும் மீன் பிடிப்பதைப் புகைப்படம் எடுக்க முயன்றேன். அவர்களுடைய மீன் பிடிக்கும் உரிமையை அகற்றுவதற்காகவே நான் அங்கு வந்ததாக அவர்கள் நினைத்துவிட்டார்கள். ஆகவே, அந்த நதியில் மீன்களே கிடையாது என்றும், மீன் பிடிக்கும் தூண்டில்களைக்கொண்டு வரவில்லை என்றும் சொல்லிவிட்டுப் பேசமாமல் இருந்து விட்டார்கள். கடைசியில், வயது முதிர்ந்த ஒருவர், ஏதோ சொன்னதும், அங்கிருந்து எல்லோரும் மறைந்து ஓடிவிட்டார்கள். அந்த வயது முதிர்ந்தவர், அக்கிராமத்தின் பூசாரி என்றும், புகைப்படம் எடுக்கப்படுபவர்கள் இறந்துவிடுவார்கள் என்று தேவதைகள் அவருக்குச் சொல்லியிருப்பதாகவும் பின்னர் அறிந்தேன். உடனே, நான் முதலில் அந்தப் பூசாரியையே எடுக்க முயன்றேன். ஏற்கனவே எடுக்கப்பட்ட சில புகைப்படங்களை அவரிடம் காண்பித்து, மனிதர்களின் உருவங்களை அவ்வாறு பதிவுசெய்யலாம் என்பதை விளக்கினேன். இத்தகைய நடவடிக்கையின் மூலம் சில சமயங்களில் நான் அவர்களுடைய உதவியைப் பெற முடிந்தது. அதன் பயனாக ஒரு முறை கோழிச்சண்டை ஒன்றை நான் நல்ல முறையில் புகைப்படம் எடுக்க முடிந்தது. அப்படி புகைப்படம் எடுப்பதன் விளைவாக, அந்தக் கோழிகள் இறந்துவிட்டால்கூட அவற்றை உணவாக உட்கொண்டுவிடலாம் என்று, அந்தக் கிராம மக்கள் நினைத்து, எனக்கு அனுமதி கொடுத்திருக்கலாம் என்றே தோன்றுகிறது. ஆயினும், ஆரம்பத்தில் இருந்த மகிழ்ச்சியையும் சூழ்நிலையையும் அப்படியே நான் புகைப்படம் எடுக்க முடியாமலேயே போய்விட்டது.

புத்தகம் எழுதுவது ஒரு வகை அலுவல். எழுதிய விஷயங்களை அப்படியே தட்டச்சு செய்து அச்சுப்புத்தகமாக வெளிக்கொணருவது மற்றொரு விஷயம். நான் ஷில்லாங் செல்லும் வரையில், நான் சொல்வதை எழுதிக்கொள்வதற்கு எனக்கு உதவியாளர் ஒருவரும் கிடையாது. என்னுடைய பெரிய புத்தகங்களின் விஷயங்களை நானே தட்டச்சு செய்யவேண்டியதாயிற்று. முதலில் மேலெழுந்தவாரியாக ஒரு குறிப்பைத் தயாரித்துவிட்டு, பின்னர் மீண்டும் திருத்தி, நகல் எடுப்பது என்னுடைய வழக்கம். இதனால் வேலை இரட்டிப்பாயிற்று.

பின்னர். புத்தகம் அச்சாகும்போது, மெய்ப்புகளை சரிபார்ப்பது ஒரு கடுமையான வேலையாக அமைந்தது. இவ்வகையில் பல வேடிக்கையான பிழைகள் ஏற்பட்டன. சில வார்த்தைகள் தவறாக அச்சிடப்படும். அந்தப் பிழைகளைக் கண்டுபிடித்து, சரியாகத் திருத்தி அனுப்புவதற்குள் பல நாட்களாகிவிடும். இந்தப் புத்தகத்தை அச்சடிப்பதில் எட்டுத் தடவைகளுக்கு மேலாக மெய்ப்புப் பார்க்க வேண்டியிருந்தது. இவ்வளவு கவனமாகப் பார்த்ததன் பயனாக, மிகவும் அபூர்வமாகவே அச்சுப் பிழைகள் ஏற்பட்டிருந்தன என்பது மகிழ்ச்சி தரும் விஷயம்.

6

உலகைச் சுற்றி

நான் ஷில்லாங்குக்குச் செல்வதற்குமுன், 22 ஆண்டு காலம் காட்டுப் பகுதிகளில் பழங்குடி மக்களிடையே வாழ்ந்தபோது, வெளி உலகத் தொடர்பே எனக்கு இல்லாமல் போய்விட்டது. நான் மேற்கொண்ட பணிகளில் ஈடுபட்டிருந்த மற்ற அறிஞர்களுடன் நான் கடிதப் போக்குவரத்து கொண்டிருந்தேன். அடிக்கடி பம்பாய்க்கும் சென்று வந்தேன். பம்பாயில் நண்பர்கள் மிகவும் உதவியாக இருந்தார்கள். அவர்களில் மிகவும் முக்கியமானவர் ஜஹாங்கீர் பட்டேல் என்பவர். நான் அவரை முதலில் சந்தித்தபோது, பருத்தி வியாபாரத்தில் அவர் ஒரு பெரும் புள்ளியாக இருந்தார். பின்னர், அவர் காந்திஜியுடன் தொடர்பு கொண்டார். பட்டான்கரில் என்னுடைய அலுவல்களில் எனக்கு உதவுவதில் மனநிறைவு அடையாமல், அவர் பம்பாயில் ஒடுக்கப்பட்ட மக்களுக்காக ஒரு சேவா சங்க நிலையத்தை ஆரம்பித்தார். காட்டுப் பகுதிகளில் கூட்டுறவு முறையிலான நிறுவனங்களை நிறுவி, ஆஸ்பத்திரிகள், பள்ளிக்கூடங்கள் முதலிய வற்றை நிறுவினார். சென்ற பதினைந்து ஆண்டுகளில் என்னுடைய பணிக்காக நிதியைச் சேர்ப்பதில் அவர் வெகுவாக உதவி செய்து வந்தார். அவருடைய யோசனைகள் எனக்கு அப்பொழுதே பயன்தரும் முறையில் அமைந்திருந்தன. இன்னும் என்னுடைய அலுவலில் அனுதாபம்கொண்ட பல நண்பர்களை நான் அந்தக் காலத்தில் அடைய முடிந்தது.

பம்பாய்க்கு நான் சென்றபோது, பல நண்பர்களைப் பற்றிய பசுமையான நினைவுகள் எனக்கு அப்பொழுதே உண்டு. அரசியல் வாதிகளில் அறிஞர் எம்.ஆர். ஜெயகர், பூலபாய் தேசாய், கே.கே. நாரிமென், புருஷோத்தமதாஸ் டாண்டன், மற்றும் பல பத்திரிகை யாளர்கள், பி.ஜி.கெர் முதலியவர்களை நான் அடிக்கடி சந்தித்தேன். வேறு பல பத்திரிகையாளர்களும் எனக்கு நண்பர்களானார்கள். ராய்ஹாகின்ஸ் என்பவர்தான் என்னுடைய புத்தகங்களை வெளி யிட்டவர். பம்பாய்க்குச் செல்லும்போதெல்லாம் அவருடன்தான் நான் தங்கியிருப்பேன். மிகவும் விரிவான மனப்பான்மை உடைய அவர், நான் சொல்வதையெல்லாம் மிகவும் பொறுமையாகக்

கேட்டுக்கொண்டிருப்பார். என்னுடைய புத்தகத்தின் மெய்ப்பு களைச் சரிபார்க்கும் அலுவல்களின் பயனாக, அவரும் பழங்குடி மக்களின் வாழ்வில் அக்கறை கொண்டார். பின்னர், கல்கத்தாவிலும் நான் பல நண்பர்களைச் சந்தித்தேன். மானிடவியல் ஆராய்ச்சிக்காக வாரணாசியில் நிறுவப்பட்ட நிறுவனத்துக்கு நான் உதவி நிர்வாகி யாகப் பணியாற்ற வேண்டும் என்று அந்த ஆராய்ச்சி நிறுவனத்தின் சிறப்பு அதிகாரியான டாக்டர் பி.எஸ். குஹா என்னைக் கேட்டுக் கொண்டார். அதன் விளைவாக நான் ஓர் ஆண்டு காலத்திற்கு மேல் வாரணாசியில் வசித்தேன். ஆனால், அப்பணி பல்வேறு சிக்கல்களுக்கு நடுவிலே நடைபெற வேண்டியிருந்தது. கடைசியில், அந்த நிறுவனத்தைக் கல்கத்தாவிற்கு மாற்றியபோது, எனக்கு நல்ல வசதி கிடைத்தது.

கல்கத்தாவில் இதற்காகத் தனியான அலுவலகம் ஒன்று நிறுவப் பட்டது. அந்தச் சமயத்தில்தான் நான் என்னுடைய வாழ்விலேயே அலுவலகம் என்று தனியாக ஓர் இடத்திற்குச் சென்று பணியாற்றும் வாய்ப்பு ஏற்பட்டது. இந்தப் பணி சம்பந்தமாக நான் கொண்ட ஒப்பந்தம் முடிவு அடைந்த பிறகும், நான் தொடர்ந்து அங்கேயே இருக்கவேண்டும் என்று டாக்டர் குஹா விரும்பினார். ஆனால், எனக்கு அந்த நிறுவனத்தின் சூழ்நிலை அதிகமாகப் பிடிக்கவில்லை. பழங்குடி மக்களின் கிராமங்களுக்கே சென்று பணியாற்ற வேண்டும் என்று மிகவும் விரும்பினேன். இரண்டு, மூன்று ஆண்டுகளுக்குப் பிறகு, அந்த ஆராய்ச்சி நிறுவனத்துக்கு தலைமை நிர்வாகியாக நான் வரவேண்டும் என்று மீண்டும் என்னை அழைத்தார்கள். அப்பொழுதும் நான் அதை விரும்பவில்லை. நான் அந்தச் சமயத்தில் ஏற்றுக்கொண்ட முடிவு சரியானது என்றே எனக்குப் படுகிறது.

கல்கத்தாவில் எனக்குக் கிடைத்த நண்பர்களில் விக்டர் ஸாஸூன் என்பவர் மிகுந்த அன்புடன் நடந்துகொண்டார். அவருடைய நட்பின் உதவியால்தான் நான் ஐரோப்பாவிற்கும், ஆப்பிரிக்கா விற்கும் செல்ல முடிந்தது. விக்டர் புகைப்பட முகமை ஒன்றை நடத்திவந்தார். சுனில் ஜானா என்பவர் புகைப் படங்கள் எடுப்பார். அவற்றைப் பற்றி விவரங்களை ஸாஸூன் எழுதுவார். மேலும், ஜேமினி ராய் , கோபால் கோஷ், போன்ற அறிஞர்களையும் பிஷ்ணு டே, சுதின் தத்தா போன்ற கவிஞர்களையும் நான் அங்கு சந்தித்தேன்.

கல்கத்தாவில் இருந்தபோது ராயல் ஆசியக் கழகத்தின் குழுவில் உறுப்பினராகச் சேர்த்துக்கொள்ளப்பட்டேன். அந்த நாட்களில் இது மிகவும் பெருமைப்படத்தக்க பதவி. அதன் பயனாக நான் பல இந்திய

அறிஞர்களைச் சந்தித்து அளவளாவ முடிந்தது. பின்னர், இந்திய விஞ்ஞானக் கழகங்களின் தேசிய நிறுவனத்தின் உறுப்பினராகவும் நான் தேர்ந்தெடுக்கப்பட்டேன். ஷில்லாங்குக்குச் சென்ற பிறகு, நான் அடிக்கடி கல்கத்தாவிற்குச் சென்றேன்; என்றாலும், பல அலுவல்களுக்கு இடையே என்னுடைய நண்பர்களைச் சந்திக்க இயலாமல் போய்விட்டது.

1949ஆம் ஆண்டு ஏப்ரல் மாத இறுதியில் நான் மானிடவியல் ஆராய்ச்சி நிறுவனத்திலிருந்து விடைபெற்றுக்கொண்டு, விக்டருடன் ஐரோப்பாவிற்கும் ஆப்பிரிக்காவிற்கும் பயணம் மேற்கொண்டேன். முதலில் இங்கிலாந்திற்குச் சென்று, அங்கு என்னுடைய தாயார், சகோதரி முதலியவர்களுடன் இரண்டு மாதங்கள் தங்கியிருந்துவிட்டு, பிறகு ஆப்பிரிக்காவிற்குப் பயணமானோம். லண்டனிலிருந்து பாரிஸ் சென்றவுடன், பலவித நடவடிக்கைகளுக்கு உட்பட்டு, கடைசியாக ஆப்பிரிக்கா போய்ச் சேர்ந்தோம். நாங்கள் மேற்கு ஆப்பிரிக்காவில் ஒரு நகரத்திற்குப் போய்ச் சேர்ந்தபோது, மாலை நேரம்; சிறிது தூறலும் இருந்தது. விமான நிலையத்தில் பிரெஞ்சுப் பெண்களும் ஆப்பிரிக்கக் குடிமக்கள் தலைவர்களும் குழுமி இருந்தார்கள். ஒரு போலீஸ்காரர் வந்து எங்களுடைய அலுவல் என்னவென்று கேட்டார். மானிடவியல் ஆய்வாளர்கள் என்று சொன்னது, அவருக்கு அவ்வளவாகப் பிடிக்கவில்லை என்றே தோன்றிற்று. சிறிது நேரம் காத்திருந்தோம். கடைசியில் ஒருவர் வந்து எங்களை ஒரு சிறிய மோட்டார் வாகனத்தில் ஏற்றிக்கொண்டு சென்றார். பல இடங்களில் நின்று நின்று சென்ற அந்த மோட்டார் ஓட்டி, தன்னுடைய சொந்த அலுவல்கள் பலவற்றைக் கவனித்த பின்னர், கடைசியில் எங்களுக்கு ஏற்பாடு செய்யப்பட்ட விடுதிக்குச் சென்றோம். எங்களுடைய மூட்டை முடிச்சுகளை எல்லாம் தெருவிலேயே இறக்கிவிட்டு, அந்த மோட்டார் ஓட்டி விரைவில் மறைந்துவிட்டார்.

அந்த விடுதி, விளக்கு வெளிச்சத்தில் பளிச்சென்று விளங்கிற்று. நான் அந்த விடுதியின் சொந்தக்காரரிடம் சென்று, எங்களுக்காக முன்பதிவு செய்யப்பட்ட அறைகளைப் பற்றிக் கேட்டபோது, அவர் வியப்பு தெரிவித்தார். நாங்கள் அனுப்பிய தந்திகள் வந்து சேரவில்லை என்று சொல்லிவிட்டார். ஒரு அறைகூட கிடையாது என்றார். வேறு விடுதி அந்த ஊரில் இல்லை. ஆனால் அந்த ஊரில் அன்று ஒரு சடங்குக்கான நடனம் நடைபெறும்; இரவு முழுவதும் நாங்கள் எங்கள் ஆராய்ச்சிப் பணியின் பகுதியாக அதைப் பார்த்துக் கொண்டிருக்கலாம் என்று அவர் யோசனை கூறினார். விக்டர், அந்த

விடுதிக்காரருடன் பிரெஞ்சு மொழியில் வாக்குவாதம் நடத்திக் கொண்டிருந்தார். நான் என்னுடைய மூட்டைமீது உட்கார்ந்து மிகவும் வேதனைப்பட்டுக் கொண்டிருந்தேன். கடைசியில் ஒருவாறாக எங்களுக்கு அங்கேயே அறை கொடுக்கப்பட்டது. அந்த விடுதியில் கொடுக்கப்பட்ட உணவும் மோசம் என்று சொல்வதற்கில்லை.

அடுத்தநாள் காலை நாங்கள் அந்த நாட்டின் உட்புறங்களுக்குச் செல்வதற்கான ஏற்பாடுகளைச் செய்தோம். பல இடங்களுக்குச் சென்று, பேரம்பேசி ஒரு காரை அமர்த்திக்கொண்டோம். நாங்கள் முதன்முதலில் செல்வதற்குத் திட்டமிட்டிருந்த இடம் காவுவா எனும் சிறிய நகரம். 200 கிலோ மீட்டர் தூரத்தில் இருந்தது. புதர் நிறைந்த காட்டுப் பகுதியிலேயே செல்லச் செல்ல ஒரே களைப்பாக இருந்தது. நடுவில் நாங்கள் வனவிலங்குகள் ஒன்றையும் காண வில்லை. வழியில் காணப்பட்ட சிறு கிராமங்களில் நாங்கள் நின்று, காரை நிறுத்திவிட்டு இறங்கி, சுற்றிப் பார்த்தோம். மண் சுவர்களால் எழுப்பப்பட்ட வீடுகள், வயல்களுக்கு நடுவே கோட்டைகள் மாதிரி அமைந்திருந்தன. இவ்வாறு ஒரு வார காலம் நாங்கள் சிறு சிறு கிராமங்களைச் சுற்றிப் பார்த்தோம்.

அதற்கு அடுத்த ஆண்டு நானும் விக்டரும் மீண்டும் ஆப்பிரிக்கா சென்றோம். அப்பொழுது, பெல்ஜிய காங்கோ, பிரெஞ்சு மத்திய ஆப்பிரிக்கா முதலிய பிரதேசங்களைப் பார்ப்பதற்காகச் சென்றோம். மொம்பாஸாவுக்கு (Mombasa) கப்பல் மூலம் சென்றது மிகவும் கஷ்டமாகவே இருந்தது. எனக்கு எப்பொழுதும் விமானப் பயணம் என்றால் பயம். கப்பல் பயணமோ சிறிதும் பிடிக்கவில்லை. நைரோபி சென்று அங்கிருந்து ஆப்பிரிக்காவின் உட்புறத்திற்குச் செல்வதற்குத் தயார் செய்துகொண்டிருந்தபோது எனக்கு நோய் கண்டுவிட்டது. எனக்குச் சிகிச்சை அளித்த மருத்துவர் நான் அவ்வாறு நெடுந்தூரம் செல்வது உசிதமல்ல என்று கூறினார்.

ஆகவே, நான் நைரோபியில் சிறிது காலம் தங்க வேண்டியிருந்தது. அப்பொழுது, அங்கிருந்த பிரபல ஆதி மனித ஆராய்ச்சியாளர் டாக்டர் எல். எஸ். பி. லீகியைச் (L.S.B. Leakey) சந்தித்தேன். அவரும் என் மாதிரியே கிருஸ்தவ பாதிரிகள் குடும்பத்தில் பிறந்து, வேறு பணியை மேற்கொண்டவர். அவருடைய உதவியினால் கிகுயு (Kikuyu), மசாய் (Masai) மக்களைப் பார்த்துத் தெரிந்துகொள்ள முடிந்தது. அப்பொழுது ஆப்பிரிக்க மக்களிடையே, பின்னர் பரவிய மாவ்-மாவ் (Mau-Mau) இயக்கம் ஆரம்பமாகவில்லை. அங்கிருந்த பிரிட்டிஷ் மக்கள் தங்களுடைய செயலினால் தங்களுக்கே கேடு

தேடிக் கொண்டிருந்தார்கள். பின்னர் வரப்போகும் குழப்பத்தைப் பற்றிய அறிகுறிகளும் தென்பட்டன. அங்கிருந்து நாங்கள் டாங்கனிகா (Tanguaniyaka) சென்றோம். கிளிமாஞ்ஜாரோ (Kilimanjaro) மலைப் பகுதிகளுக்கும் சென்று பார்த்தோம். அங்கு ஒரு ஓர் இடத்தில் பெண் நீர்யானை ஒன்று எங்களைத் தாக்க வந்தது; நல்லவேளையாக நாங்கள் தப்பித்துவிட்டோம். உகாந்தா மாகாணத்தின் தலைநகரான கம்பாலாவுக்கும் (Kampala) சென்றோம். அங்கு இனவெறி அதிகம் இல்லை. அதனால் அந்த இடம் எங்களுக்கு மிகவும் பிடித்திருந்தது. அங்கிருந்து, ஒரு காரை அமர்த்திக்கொண்டு, நைல் நதிப் பகுதிக்குச் சென்று, அந்த நதியில் படகுமூலம் பயணம் செய்தோம்.

ஆப்பிரிக்க மக்களின் நாட்டியங்களைப்பற்றி கொஃப்ரே கோரர் (Geoffrey Gorer) எனும் ஆசிரியர் தம்முடைய புத்தகத்தில் விரிவாக எடுத்துக் கூறியிருக்கிறார்: 'அந்த மக்கள் மகிழ்ச்சிதரும் விழாக்களிலும், துன்பம் நிறைந்த மரணச் சடங்குகளிலும் நடனமாடுகிறார்கள். அன்பு, வெறுப்பு, தீமையைத் தவிர்க்கும் பரிகார முறை, மதச் சடங்குகள், பொழுதுபோக்கு முதலிய விஷயங்களுக்காகவும் அவர்கள் நாட்டியம் ஆடுகிறார்கள்' என்று அவர் கூறியிருக்கிறார். 1950ஆம் ஆண்டில் ஆப்பிரிக்க மக்களிடையே நாட்டியக்கலை குன்றிப்போய், பரவலாக ஆங்காங்கே தென்பட்டது. பெரும்பாலான பகுதிகளில் மதமாற்றம், பொருளாதார, பண்பாட்டு மாறுதல்கள் முதலிய சம்பவங்களால் இந்த மக்களிடையே நாட்டியத்திற்கான ஆர்வம் மறைந்துவிட்டது. உகாந்தா மாகாணத்தின் உட்புறத்தில் சுற்றுப்பயணம் செய்துவிட்டு மீண்டும் கம்பாலாவுக்கு வரும்போது ஒரு சிறிய நகரத்தில் தங்கினோம். அங்கு சில இந்திய மக்கள் வியாபாரத்தில் ஈடுபட்டிருந்தார்கள். ஒரு குஜராத்திக் குடும்பம் எங்களை வரவேற்று, எங்களுக்கு வேண்டிய வசதிகளைச் செய்து கொடுத்தது மகிழ்ச்சி தரும் விஷயமாக இருந்தது. கிழக்கு ஆப்பிரிக்காவில் இந்திய வியாபாரிகள் மிகவும் துணிச்சலுடனும் ஊக்கத்துடனும் உட்புறங்களில் எல்லாம் சென்று வர்த்தகம் நடத்தி வருவது வியக்கத்தக்க விஷயமாக இருந்தது. கிழக்கு ஆப்பிரிக்காவில் ரூபாய் நோட்டுகளை குஜராத்தியிலும் ஆங்கிலத்திலும் அச்சிடுவது, குஜராத்தி வியாபாரிகளின் செல்வாக்குக்கு ஓர் அறிகுறியாக இருக்கிறது. அங்கு இருந்தபோது, நாங்கள் அச்சோலி (Acholi) மக்களின் நடனம் ஒன்றைப் பார்க்க முடிந்தது.

அவர்களுடைய நாட்டியம், நான் பார்த்த நடனங்கள் எல்லா வற்றையும்விடச் சிறந்ததாக இருந்தது. முப்பது ஆண்டு காலமாக

நான் பழங்குடி மக்களின் நடனங்களைப் பார்த்து அனுபவித்ததுடன், அந்த நாட்டிய ஓசைகளையும், அடைவுகளையும் ஒலிப்பதிவு செய்தும் வைத்திருக்கிறேன். நாகா மக்களிடையே நிலவும் போர் நடனம், காட்டு எருமைக் கொம்புத் தலையணி கொண்ட மரியா மக்களின் திருமண நடனம் இவற்றைப்போல, அச்சோலி (Acholi) மக்களின் நடனம் மிகவும் மகிழ்ச்சி தரும் சம்பவமாக அமைந்தது. பளபளப்பான கருமை நிறைந்த உடல் அமைப்புக்கொண்ட ஒரு பெரும் கூட்டம், பல்வேறு சமிக்ஞைகளுடன் ஆடி, அசைந்து வளைந்து, சுற்றி, மிகவும் அழகான ஓர் அடைவுடன் நாட்டியம் ஆடுவதோடு, அந்தக் கூட்டத்தில் அடங்கிய மக்களும் தனித்தனியாக தங்களுடைய உணர்ச்சியை வெளியிடும் வகையில், பாய்ந்தும் குதித்தும் விளையாடி வருவது, பார்ப்போருக்கு உற்சாகமூட்டும் காட்சியாக இருந்தது. பரபரப்பும் துடிப்பும் ஆப்பிரிக்க மக்களின் நாட்டியத்தில் முக்கிய அம்சங்களாக இருந்தன. அந்த மக்களுக்கு நாட்டியம் என்பது ஏதோ பொழுதுபோக்காக ஏற்படும் ஆடம்பரக் கலை அம்சமல்ல. அந்தப் பழக்கம் அவர்களுடைய வாழ்க்கையின் ஒரு முக்கிய அம்சமாகவே ஊறிப் போய்விட்டது. மூச்சுவிடுவது, உணவு உட்கொள்வது போன்ற முக்கியமான ஓர் அலுவலாகவே அது விளங்கிற்று.

நடனம் ஆடும்போது, அச்சோலி மக்கள் தங்களுடைய நாட்டியத்தில் தீவிரக் கருத்துகொண்டு, தங்கள் அங்க அசைவு களிலேயே மிகவும் லயித்துப் போய்விடுவார்கள். சிறுசிறு பகுதி களாக நாட்டியக்காரர்கள் போர்க் குதிரைகள்போல் உயர்ந்து பாய்ந்து வந்தார்கள். நடுவில் நிறுத்தப்பட்ட ஒரு உயர்ந்த கம்பளத்தைச் சுற்றி, அவர்கள் நாட்டியம் ஆடினார்கள். அவர்கள் தங்களுடைய பரம்பரை, ஆடைகள், அலங்காரங்களை அணிந்துகொண்டு நாட்டியம் ஆடாதது எனக்கு ஒரு குறையாகவே இருந்தது. சிலர் வழக்கமாகத் தலையலங்காரம் செய்துகொண்டு வந்திருந்தார்கள். என்றாலும், பெரும்பாலோர் நவீனமுறை ஆடையணிந்திருந்தது அவர்களின் பண்பாட்டிற்கு முரண்பட்டதாகவே எனக்குத் தோன்றிற்று. இத்தகைய நாட்டியம் ஒன்றைப் பார்க்கும்போது, ஆப்பிரிக்காவின் தொன்மையான அடிப்படைச் சக்தியை அறிவது போலவே தோன்றும்.

ஆப்பிரிக்க மக்களை நன்றாக அறிந்துகொள்ள வேண்டுமென்றால், அவர்களை இரண்டு நிலைகளில் பார்க்கவேண்டும். ஒன்று, அவர்கள் நாட்டியமாடும்போது; மற்றொன்று அவர்கள் கடைவீதியில் வியாபாரத்தில் ஈடுபட்டிருக்கும்போது. ஆப்பிரிக்காவில் இயங்கும்

பெரிய சந்தைகள் கண்கொள்ளாக் காட்சிகளாகவே விளங்குகின்றன. அந்தச் சந்தைகளில் நாகரிகப் போக்கின் பல்வேறு கட்டங்களையும், பொருளாதார முன்னேற்றத்தின் பல படிகளையும் ஒரு கலவையாகப் பார்க்கலாம். ஒருநாள் காலை மூன்று பெரும் சந்தைகளைச் சென்று பார்த்தேன். அங்கு வந்த ஆப்பிரிக்க ஆண்கள் பட்டுத் தலைப்பாகை களும் பெண்கள் தலை முழுவதும் மலர்கள், பரிசுகள் முதலியவையும் அணிந்து, வண்ணமிக்க காட்சியளித்தார்கள். எனக்கு எப்பொழுதுமே கருமைநிறம் பிடிக்கும். சூரிய வெளிச்சத்தில் பளிச்சிட்டு மின்னும் போது, அத்துடன் சேர்ந்து சிவப்பு, பச்சை நிறம் நிறைந்த இயற்கைக் கலவைகளின் நிறங்களையும் சேர்த்துப் பார்க்கும் போது, மனதிற்கு மிகவும் ரம்மியமாகவே இருக்கிறது.

இவ்வாறு இயங்கும் சந்தைகள் ஒவ்வொன்றையும் சுற்றி வேலி ஒன்றுண்டு. உள்ளே செல்வதற்கு ஒரு சிறு அனுமதிக் கட்டணம் உண்டு. சந்தையின் உள்ளே அசைவதற்குக்கூட இடமிருக்காது; அவ்வளவு கூட்டம். கீழே தரையில் உட்கார்ந்து கூச்சலிட்டுக் கொண்டும், பேசிக்கொண்டுமிருக்கும் மக்கள் எத்தனை வகையோ, அத்தனை வகைப் பண்டங்களையும் அங்கு பார்க்கலாம். பாய்கள், கூடைகள், பானைகள், அரைக்கும் கருவிகள், உணவுப் பொருள்கள், பழ வகைகள், ஆபரணங்கள், சர்க்கரை, புகையிலை, மதுபானங்கள் முதலிய பொருள்கள் அங்கே விற்கப்படுகின்றன.

மதுபானங்களைத் தவிர மற்ற பொருள்களை மட்டும் மனதில் கொண்டு பார்த்தால், அந்தச் சந்தைகள் இந்தியாவில் பல சிறிய நகரங்களில் கூடும் சந்தைகள் போலவே இருந்தன. அங்கு நடைபெற்ற வியாபாரத்தில், பண்டமாற்று முறையும் கையாளப்பட்டது. பணமும் உபயோகிக்கப்பட்டது. சந்தையில் வந்துகூடும் மக்களுடைய நட்பு உணர்ச்சியைப் பார்க்க மிகவும் மகிழ்ச்சியாக இருந்தது. எங்கு பார்த்தாலும் புன்முறுவலுடன் எங்களை வரவேற்றார்கள். அவர் களைப் புகைப்படம் எடுப்பதிலும் அதிக கஷ்டம் ஏற்படவில்ல. புகைப்படம் எடுத்துக்கொள்வதற்குப் பலர் தாங்களாகவே முன்வந்தார்கள். ஆப்பிரிக்காவில் நட்பு, உற்சாகம், நல்லெண்ணத் திற்கான வாய்ப்புகள் நிறைய இருக்கின்றன. இனவெறி அடிப் படையில் வெறுப்புக்கான வாய்ப்பும் இருக்கிறது. எதிர்காலத்தில் உலகத்தில் அமைதி நிலவுவது, ஆப்பிரிக்காவில் நல்லெண்ணம் நிலைக்குமா அல்லது வெறுப்பு தலைதூக்குமா என்பதையே பொறுத்திருக்கிறது.

பின்னர், நான் இலங்கைக்குச் சென்றேன். அங்கு இரண்டு நண்பர்கள் என்னை அழைத்திருந்தார்கள். இலங்கையில் இருந்த

போது, நான் பல்வேறு பொதுக்கூட்டங்களில் பேச வேண்டி நேரிட்டது. பத்திரிகைகளும் என்னைப்பற்றி வெகுவாக எழுதி யிருந்தன. என்னுடைய சுற்றுப் பயணத்தின் போது நான் எடுத்திருந்த புகைப்படங்களின் காட்சி ஒன்றை அங்கு அமைத்தேன். ராயல் ஆசியக் கழகம் (Royal Asiatic Society) ஆதரவிலும் இளம் பௌத்தர்கள் சங்கத்தின் ஆதரவிலும், சொற்பொழிவுகள் நடந்தன. இலங்கையின் தொல்பொருள் ஆராய்ச்சித் தலைவர் பர்வதனாவுடன் (Parvathana) சிகிரியா, அனுராதபுரம் போன்ற தொன்மை நிறைந்த இடங்களுக்கு எல்லாம் சென்று பார்த்தேன். பின்னர், டாக்டர் ஆர்.எல். ஸ்பிட்டெல் என்ற வேடர் மக்கள் (வேட்டா) ஆராய்ச்சியாளருடன் வேடர் மக்கள் பகுதிகளுக்குச் சென்று பார்த்தேன். இந்தியாவிலும், ஆப்பிரிக்காவிலும் பழங்குடி மக்களிடையே சென்று பார்த்ததைவிட மாறுபட்ட அனுபவத்தை வேடர் மக்களிடையே சென்றபோது அடைந்தேன். இலஏங்கை அரசாங்கத்தைப் பற்றி குறைகூற வேண்டு மென்று எனக்கு எண்ணம் கிடையாது. ஆயினும், பத்திரிகை நிருபர்கள் என்னைப் பல கேள்விகள் கேட்டுத் தொந்தரவு செய்ததால், வேடர் மக்களின் நலனுக்காக அரசாங்கம் அதிகமாக ஒன்றும் செய்யவில்லை என்பதை நான் எடுத்துக்கூற நேரிட்டது. என்னுடைய கருத்துகளின் விளைவாக, இலங்கை அரசாங்கம் வேடர் மக்களின் நலத் திட்டமொன்றை வகுக்க முற்பட்டது என்று பின்னர் அறிந்தேன்.

நான் வெளிநாடுகளில் பயணம் மேற்கொண்ட போது, தாய்லாந்தில் சுற்றுப்பயணம் செய்ததுதான் எனக்கு மிகுந்த உற்சாகமூட்டும் விஷயமாக இருந்தது.

என்னுடன் ஆக்ஸ்போர்டில் கல்வி பயின்ற நண்பர் ஒருவர் தாய்லாந்தில் பல்கலைக்கழகத்தில் பணியாற்றிவந்தார். அவருடைய அழைப்பின் பேரில் நானும் ஷாம்ராவும் சென்று, பாங்காங்கில் தங்கியிருந்தோம். பின்னர் தாய்லாந்து அழகுமிக்க கோவில்களைப் பார்க்கப் பார்க்க எனக்கு வியப்பு மேலிட்டது; பல புகைப் படங்களும் எடுத்தேன். தாய் அறிஞர்கள் பலரைச் சந்தித்துப் பல விஷயங்களைச் சேகரித்துக்கொண்டேன். தாய் மக்களிடையே ஓர் ஒய்வு நிறைந்த அமைதி நிலவுவதைக் கண்டேன். தாய்லாந்தின் வடபகுதியில் உள்ள சிங்மே (Chiengmai) என்ற நகரத்தில் வாழும் மக்கள், லாவோஸ், பர்மா முதலிய நாடுகளின் மக்கள் இனத்தைச் சேர்ந்தவர்கள். தென் பகுதியில் வாழும் மக்களைவிட வெளுப்பான நிறம் கொண்டவர்கள். நல்ல வசீகரம் கொண்டவர்கள். அங்கு நிறுவப்பட்டிருக்கும் கோயில்கள், தென்பகுதியில் உள்ளவற்றைக் காட்டிலும் ஆடம்பரத்தில் குறைந்ததாகவே கட்டப்பட்டன.

வேடர் மக்களுடன் இலங்கையில், 1950

ஆயினும், அவற்றுக்கு ஒரு தனி அழகும் கம்பீரமும் இருந்தன. தட்பவெப்ப நிலையும் பாங்காக்கைவிட மிகவும் வசதியாகவே இருந்தது. எங்கு பார்த்தாலும் மலர்கள் செழித்து மலர்ந்திருந்தன.

மலைச்சரிவில் அமைக்கப்பட்டிருந்த ஒரு சன்யாசியின் மடத்திற்குச் சென்றோம். சியாங் தியோ (Chiang Deo) என்ற இந்த ஆசிரமம், மிகவும் அமைதி நிறைந்து விளங்கிற்று. அங்கு ஒரு பெரிய குகையில் பல விக்ரகங்கள் இருந்தன. பாறைகளிலே பல கோபுரங்கள் கட்டப்பட்டிருந்தன. அங்குள்ள ஒரு சிறிய குளத்தில் சஞ்சரிக்கும் மீன்களுக்கு ஆசிரம சன்யாசிகள் உணவு போட்டுக்கொண்டு இருந்தார்கள். வயல்களில் நெல் அறுவடையில் ஈடுபட்டிருக்கும் குடியானவர்களிடம் செல்வது மிகவும் மகிழ்ச்சி தரும் அனுபவமாக இருந்தது. தாய்லாந்து முழுவதும் நீர்நிலைகள் அதிகம். அதனால், உணவுப்பொருள்களை அநேகமாக படகுகள் மூலமே கொண்டு செல்கிறார்கள். தரையின் ஈரத்தைத் தவிர்ப்பதற்காக, பரண் அமைத்து வீடுகள் கட்டப்படுகின்றன. நீலநிற ஆடைகள் அணிந்து பெரிய தொப்பிகளை தலையில் அணிந்து மக்கள் வனப்புமிக்கவர்களாகக் காட்சி அளித்தார்கள்.

தாய்லாந்து மக்களின் மதம், இந்தியத் தொடர்பில் உருவானது. அவர்களுடைய கட்டடக்கலை, சிற்பம், மரவேலைப்பாடு, ஓவியங்கள், நாடக அரங்கு அமைத்தல் முதலிய நடவடிக்கைகள் எல்லாம் இராமாயண கதையினால் வெகுவாகத் தாக்கம் பெற்றுள்ளன. அரண்மனைப் பழக்கவழக்கங்கள், விழாக்கள் முதலியவை இந்தியப் பண்பாட்டு அடிப்படையிலேயே அமைந்திருக்கின்றன. ஆயினும், மத விஷயங்கள் தாய்லாந்து மக்களிடையே தீவிரமாக நிலவவில்லை. தாய் மக்களிடையே, கால அடிப்படையில் இயங்குவது, உழைப்பில் காலம் தவறாமல் இருப்பது போன்ற பண்புகள் அதிகமாக நிலவ வில்லை. ஜப்பான் மக்கள் கடுமையான உழைப்பை ஒரு பெருமை யாகக் கொள்கிறார்கள். சீன மக்கள் உழைப்பை ஒரு கட்டாயக் கடமையாக ஏற்றுக்கொள்கிறார்கள். ஆனால், தாய் மக்கள் உழைப்பை ஒரு முக்கிய அம்சமாகக் கொள்ளவில்லை. உணர்வு அடிப்படையில்தான் அவர்கள் வாழ்க்கையை நோக்குகிறார்கள். இது அவர்களுடைய மதப் பழக்கவழக்கங்களிலும் காணப்படுகிறது. தாய் மக்களின் பௌத்தமதத்தின் இறுதிக் குறிக்கோள், மகிழ்ச்சி தான். அந்த நாட்டு நண்பர் ஒருவர் என்னைப் பார்த்தவுடன் கேட்ட கேள்வி, 'நீங்கள் மகிழ்ச்சியாக இருக்கிறீர்களா?' என்பதுதான். இந்தியாவில் மகிழ்ச்சி என்பதைப் பற்றி அதிகமாகக் கருதாமலும் வாழ்க்கையின் வெற்றிக்கு அதை ஒரு அளவுகோலாகக் கொள்ளா மலும் இருந்துவிட்டுச் சென்ற எனக்கு, அந்தக் கேள்வி அதிர்ச்சியைக் கொடுத்தது. அந்த அதிர்ச்சி மனதிற்கு உல்லாசமாகவே இருந்தது. 'நீங்கள் வசதியாக இருக்கிறீர்களா? பண விஷயத்திலும் பணி உயர்விலும் உங்களுக்கு முன்னேற்றம் ஏற்பட்டிருக்கிறதா?' இதுபோன்ற கேள்விகளுக்கு மாறாக, 'நீங்கள் மகிழ்ச்சியாக இருக்கிறீர்களா?' என்று கேட்பது வாழ்க்கையைப் பற்றித் தாய் மக்கள் கொண்டிருக்கும் கருத்தை நன்றாக எடுத்துக் காட்டுகிறது. முகமலர்ச்சி, மனதில் மகிழ்ச்சி போன்ற பண்புகளைத்தான் தாய் மக்கள் அதிகமாக விரும்புகிறார்கள். தாய்லாந்து பற்றி என்னுடைய நண்பர் விக்டருக்கு உற்சாகம் மிகுந்த பல கடிதங்கள் எழுதினேன். அதன் விளைவாக அவர் இந்தியாவைவிட்டுப் புறப்பட்டு தாய்லாந்துக்குச் சென்று, பாங்காங் நகரத்திலேயே பல்கலைக்கழக பேராசிரியராக அமர்ந்துவிட்டார்.

7

வடகிழக்கு எல்லைப் பிரதேசம்

பஸ்தார், ஒரிஸ்ஸா பிரதேசங்களில் நான் ஆராய்ச்சிப் பணியில் ஈடுபட்டிருந்தது பயன்தரும் வகையில்தான் இருந்தது. ஆயினும், நான் பல ஆண்டுகள் அஸ்ஸாம் செல்ல வேண்டும் என்று ஆவல் கொண்டிருந்தேன். அங்குப் பழங்குடி மக்கள் விஷயமாக ஆராய்ச்சி மேற்கொள்வதற்கு வாய்ப்புகள் அதிகம் என்று எனது நண்பர் ஒருவர் முன்பே எனக்கு எழுதியிருந்தார். 1947ஆம் ஆண்டு, இந்தியா சுதந்திரம் அடைவதற்கு சற்றுமுன்பு அங்கு பணியாற்றிக் கொண்டிருந்த வில்லியம் ஆர்ச்சர் அந்தப் பகுதிக்கு என்னை வரும்படி அழைத்திருந்தார். நாகா மலைப் பகுதிகளில் நாகசாரி (Nakachari) என்ற இடத்திற்கு நான் சென்றதும், அங்கிருந்து என்னை அழைத்துச் செல்வதற்குத் துணை அனுப்புவதாகவும் எழுதியிருந்தார். நானும் ஷாம்ராவும், சாலை மூலமாகவும் ரயில் மூலமாகவும் அஸ்ஸாமுக்குப் பயணம் மேற்கொண்டோம். எங்கு பார்த்தாலும் வெப்பம் அதிகமாக இருந்தது. நாகசாரிக்குச் சென்றவுடன் அங்கு எங்களுக்காக இரண்டு நாகர்கள் காத்துக்கொண்டு இருந்தார்கள். ஆர்ச்சரின் இருப்பிடம், எங்காவது அருகில்தான் இருக்கும் என்று எண்ணிப் புறப்பட்டோம். ஆனால், அவருடைய இருப்பிடம் அங்கிருந்து 47 மைல் தூரத்தில் இருப்பதாக அறிந்தவுடன், ஏதோ கார் மூலம் செல்லப் போகிறோம் என்றே நினைத்தோம். 'அந்தப் பகுதியில் காரில் செல்ல இயலாது; நடந்துதான் செல்ல வேண்டும்; நடைப்பயணத்திற்கு நான்கு நாட்கள் ஆகும்' என்று அந்த நாகர்கள் விளக்கினார்கள். இந்தக் கடுமையான பயணத்தை நாங்கள் உடனே மேற்கொண்டோம். பாதி வழியில் ஆர்ச்சர் வந்து எங்களைச் சந்தித்து, அழைத்துக்கொண்டு சென்றார். அவருடைய இருப்பிடமான மோகோக்சங் (Mokokchung) என்ற இடத்திற்கு அருகில் இருந்த சில நாகர் கிராமங்களையும் சென்று பார்த்தோம். அதன் பிறகு கோஹிமாவுக்குச் சென்றோம்.

அப்பொழுது நான் பழங்குடி மக்கள் கலைபற்றிய புத்தகம் ஒன்றுக்கு விவரங்கள் சேகரித்துக்கொண்டிருந்தேன். நாகர் கிராமங்களில் அமைக்கப்பட்டிருந்த வேலைப்பாடு மிகுந்த பழமையான வாயில்களையெல்லாம் புகைப்படம் எடுத்துக்கொண்டேன். நாகர்களின் தலைவர் பிஸோவையும் (Phizo) சந்தித்தேன். அப்பொழுதே அவர் தம்முடைய கலக மனப்பான்மையை உருவாக்கிக் கொண்டிருந்தார். ஷாம்ராவ் பட்டான்கருக்குத் திரும்பிச் சென்ற பிறகு நானும் ஆர்ச்சரும் கோன்யாக் (Konyak) பகுதிக்குச் சென்றோம். அங்குப் பல்வேறு கலைப் பொருள்களைச் சேகரித்துக்கொண்டேன். அங்கிருந்து திரும்பும்போது, கோன்கன் (Kongan) என்ற கிராமத்திற்குச் சென்றபோது, அங்கு ஒரு விழா நடந்துகொண்டிருப்பதைப் பார்த்தோம்.

பர்மா எல்லைப்புறத்தில், ஒரு கிராமத்தில், ஒருவருடைய காது ஒன்றை அறுத்துக்கொண்டு வந்ததற்காக அவர்கள் வெற்றி விழா கொண்டாடிக் கொண்டிருந்தார்கள். நாகர்கள் மற்றவர்களின் தலையை வெட்டி வேட்டையாடும் பழக்கத்தைத் தடுப்பதற்கு அந்தக் காலத்திய ஆங்கில அரசாங்கம் முயற்சி செய்துகொண்டிருந்தது. தலைகளை வெட்டி வேட்டையாடும் பழக்கத்தைக்கொண்ட அவர்களுடைய நியதிகளின்படி, தலை கிடைக்காவிட்டால் ஒரு காதையாவது அறுத்துக்கொண்டு வரவேண்டும் என்று நம்பினார்கள். வழக்கமான 'தலை-கவர்' விழாவைப் போலவே இந்த விழாவும் கொண்டாடப்பட்டது. நான் நாகர்களிடையே பலவித நாட்டியங்களைப் பார்த்திருக்கிறேன். ஆனால் அவை எல்லாமே அவர்களைக் காண வந்த அதிகாரிகளுக்காக ஏற்பாடு செய்யப்பட்டவை. நான் வருவது அவர்களுக்குத் தெரியாதாகையால், அவர்கள் இயல்பாக மேற்கொண்டிருந்த நடனத்தைப் பார்க்க முடிந்தது. இத்தகைய வெற்றி ஆட்ட விழாக்களுக்கு ஆர்ச்சர் தம்முடைய அதிகார தகுதிநிலையில் அபராதம் விதிப்பது கடமையாயிற்று. அந்தக் கிராமவாசிகள் அந்தத் தண்டணையை அதிகமாகப் பொருட்படுத்தவில்லை. தங்களுடைய காது வேட்டையாடும் விழாவின் பயனாக நல்ல விளைச்சல் ஏற்படும் என்றே நம்பினார்கள்.

நான் மீண்டும் 1952ஆம் ஆண்டில் அஸ்ஸாம் சென்றேன். அப்பொழுது அங்கு கவர்னராக இருந்த ஜெயராம்தாஸ் தௌலத்ராம் என்னை அழைத்திருந்தார். நானும் ஷாம்ராவும் ஒருநாள் முழுவதும் படகு மூலம் கங்கையைக் கடந்து செல்வதில் கழிக்க வேண்டிய தாயிற்று. எனக்கு மணிப்பூர் குன்றுப் பகுதிகளுக்குச் செல்ல வேண்டும் என்று ஆசை. அந்தப் பகுதியைப்பற்றி நான் உற்சாகமூட்டும் பல

விஷயங்களைப் படித்திருக்கிறேன். ஷில்லாங்கிலிருந்து திமாப்பூருக்குச் சென்று, அங்கிருந்து கோன்கன் வழியாக இம்பால் அடைந்தோம். அங்கிருந்த ஒரு சிறு விருந்தினர் மாளிகையில் ஒரே கூட்டம். வேறு உணவகங்களும் அங்குக் கிடையாது. அந்தப் பகுதியின் இணை ஆணையர் புகன் எங்களுக்குத் தம்முடைய தோட்டத்தில் ஒரு விடுதியில் இடம் கொடுத்தார். அங்கிருந்து நாங்கள் ஒரு மைல் தூரம் நடந்தே மலைப்பகுதிகளில் பயணம் மேற்கொண்டோம்.

கிழக்கு மணிப்பூர் பகுதியின் கபூயி (Kabui) மக்கள் தோற்றத்தில் மிகவும் அழகு வாய்ந்தவர்கள். மற்றவர்களை வரவேற்று உபசரிப்பதிலும் கடுமையான உழைப்பிலும் புகழ்பெற்றவர்கள். வர்ணம் நிறைந்த பல ஆபரணங்களைத் தலையிலும் கழுத்திலும் அணிந்திருந்தார்கள். பெண்கள் காதுகளிலும் கழுத்தைச் சுற்றிலும் பல்வேறு அலங்காரங்களைச் செய்திருந்தார்கள், அங்கு ஒரு கிராமத்தில் நான் ஒரு குழந்தையின் காதணி விழாவைப் பார்த்தேன். அதையொட்டி நடைபெற்ற நடனத்தில் சிறுவர்கள் பல வர்ணங்கள் நிறைந்த பறவையின் சிறகுகளைத் தலையில் அலங்காரமாக அணிந்திருந்தார்கள். பொன்வண்டுகளின் முதுகுகளைச் சேர்த்துக் கோர்க்கப்பட்ட மின்னும் சங்கிலி ஒன்றை ஒரு பையன் அணிந்திருந்தான். கைகளை ஆட்டி நாட்டியம் ஆடிய பெண்களைப் பார்த்த போது, பட்டுப்பூச்சிகளைப் போலவே தோன்றிற்று. அவர்களிடையே இருந்த இளம் வீரர்கள் ஈட்டிகளை ஏந்திய வண்ணம் நடனமாடினார்கள். பயன்தரும் வேலைகளிலேயே பொழுதுபோக்கும் பழக்கம் நிறைந்த இன்றைய உலகில், இவ்வாறு மகிழ்ச்சியை வெளியிடும் நாட்டியம் போன்ற நடவடிக்கைகளில் ஈடுபடும் மக்கள் அதிர்ஷ்டசாலிகள் என்றே சொல்லவேண்டும்.

1953ஆம் ஆண்டு டிசம்பர் மாதத்தில் ஒரு நாள் பட்டான்கரில் எங்கள் இருப்பிடத்தில் இருந்தபோது, புதுடில்லியிலிருந்து ஒரு தந்தி வந்தது. அதில், நான் உடனடியாக வடகிழக்கு எல்லைப் பகுதிக்கான தேர்வுக் குழுவில் உறுப்பினர் பதவி வகிக்க வேண்டும் என்று கோரப்பட்டிருந்தது. புதுடில்லியைப் பற்றி எனக்கு ஒன்றும் தெரியாது. வடகிழக்கு எல்லைப் பகுதியைப் பொறுத்தமட்டில் அங்கு செல்வதற்கு எனக்கு அனுமதி கிடைக்கவில்லை என்பதுதான் எனக்குத் தெரியும். அந்தத் தந்தியும் ஒரு வார காலம் தாமதித்தே வந்து சேர்ந்தது. அதற்கு விளக்கமாக ஒரு கடிதமும் வரவில்லை. ஷாம்ராவுடனும், என் மனைவி லீலாவுடனும் கலந்து ஆலோசித்த பிறகு நான் புதுடில்லிக்குப் போவது என்று முடிவு செய்யப்பட்டது. நானும் லீலாவும் புதுடில்லிக்குப் புறப்பட்டுச் சென்றோம்.

புதுடில்லிக்குச் சென்ற சில நாட்களுக்குப் பிறகு, பிரதம மந்திரி நேரு எங்கள் இருவரையும் காலை உணவுக்கு அழைத்திருந்தார். பின்னர், வெளிஉறவு அமைச்சரகத்தைச் சேர்ந்த கூட்டுச் செயலர், டி.என். கௌல் தம்மைப் பார்க்கும்படி கோரியிருந்தார். கௌல் எளிதில் பழகும் பண்பை உடையவர். அவரை நான் சந்தித்த போது என்னுடைய அலுவலைப் பற்றி விளக்கினார். இந்திய எல்லைப்புற நிர்வாக அமைப்பு என்ற புதிய அமைப்பை நிறுவப் போவதாகவும், அந்த அமைப்புக்கு ஊழியர்களைத் தேர்ந்தெடுப்பதில் நான் உதவி செய்யவேண்டும் என்றும் அவர் கூறினார். மேலும், வடகிழக்கு எல்லைப் பகுதியில் உள்ள பழங்குடி மக்கள் பிரச்சினைகள் விஷயமாக ஆலோசனை கூறுவதற்கு நான் அந்தப் பகுதி நிர்வாகத்தில் சேர்ந்து பணியாற்ற வேண்டும் என்றும் என்னைக் கேட்டுக் கொண்டார்.

இது முற்றிலும் புதிதான வாய்ப்பாக இருந்தது. முதலில் என்ன சொல்லுவது என்றே எனக்குப் புரியவில்லை. இந்தப் புதிய பதவியை நான் ஏற்றுக்கொள்வதாய் இருந்தால், பட்டான்கரிலிருந்து வெறியேறி விட வேண்டும். ஆயினும், பழங்குடி மக்களுக்காகப் பணியாற்று வதிலும், புதிய ஆராய்ச்சி மேற்கொள்வதிலும் எனக்கு அதிக வாய்ப்புக் கிடைக்கும்போலிருந்தது. நான் ஷாம்ராவுக்குத் தந்தி அனுப்பி டில்லிக்கு வரச்சொல்லி, அவருடனும் என் மனைவியுடனும் தீர ஆலோசித்த பின்னர், வடகிழக்கு எல்லைப் பகுதி தொடர்பான பணியை ஒப்புக்கொள்வது என்று முடிவு செய்தோம். இதன் விளைவாக ஷாம்ராவ் தனியாக பட்டான்கரில் இயங்க வேண்டி யிருந்தது. ஆனால், எனக்கு அதிக வாய்ப்பு கிடைப்பதாக இருந்ததால், நான் ஒப்புக்கொள்ள வேண்டுமென்று ஷாம்ராவும் தெரிவித்தார்.

வடகிழக்கு எல்லைப் பகுதியில் நான் சென்று பணியாற்றுவது என்னுடைய வாழ்க்கையில் இயல்பான கட்டம் என்றாலும், நான் கொண்டிருந்த கருத்துகளைத் திருத்திக்கொள்ள வேண்டிய நிர்பந்தம் ஏற்பட்டது. நான் ஏற்கனவே மத்திய இந்தியாவில் பல நூறு மைல் தூரத்திற்கு அப்பாலிருந்த ஒரு கிராமத்தில் மேற்கொண்ட வாழ்க்கையைக் கைவிட்டு ஒரு சிறு நகரத்தில் வாழும் அவசியம் ஏற்பட்டது. இதனால் நகரத்தில் கிடைக்கும் வசதிகள் முதலியவையும் எனக்குக் கிடைத்தன. வறுமையால் வாடும் மக்களின் வாழ்வைப் பற்றி நேரடியாக அறிந்துகொள்ளும் வாய்ப்பைக் கைவிட வேண்டியதாயிற்று. ஒருவாறு சுதந்திரத்தையும் இழக்க வேண்டி நேரிட்டது. விருப்பம் போல ஒன்றும் செய்யமுடியாது என்று தோன்றியது. திட்டமிட்டபடி ஒரு நடவடிக்கை மேற்கொண்டு, விதிகளுக்குட்பட்டு இயங்க வேண்டியதாயிற்று. ஷில்லாங்குக்குச்

சென்ற பிறகு என்னுடைய வாழ்க்கை வழக்கமான முறையில் பொலிவில்லாமல் ஓடிக்கொண்டிருந்தது. இவற்றால் ஏற்பட்ட மற்றொரு முக்கியமான பிரச்சினை: ‘குறுகிய அளவில் நல்ல உயர்தர குறிக்கோளைக் கொண்டு இயங்குவதா? அல்லது விரிவான வாய்ப்பு களுக்கு இடையே பயன்தரும் பணியை மேற்கொள்வதா?’ என்பது தான். வடகிழக்குப் பகுதிக்குச் சென்றதால், நான் பழங்குடி மக்களுக்கு அதிகமாகப் பயன் தரும் முறையில் பணியாற்ற முடிந்தது என்பதில் சந்தேகமில்லை. இந்த மாறுதலால் எனக்குச் சொந்த ஆராய்ச்சிக்கான வாய்ப்புகள் குறைந்துவிட்டன என்றாலும், மற்றவர்களை ஆராய்ச்சியில் ஈடுபடச் செய்து, அவர்களுக்கு வழிகாட்டும் நிலை ஏற்பட்டது. அந்தப் பணியில் அவசியமான ஒழுக்கமும் விதிகளும் எனக்குப் பயன்தரும் வகையிலேயே அமைந்தன.

இந்திய எல்லைப்புற நிர்வாக அமைப்புக்கான ஊழியர்களைத் தேர்ந்தெடுப்பதில் பல பிரச்சினைகள் தோன்றின. ஒரு பதினைந்து நிமிடப் பேட்டியில், ஒரு நபர் வாழ்க்கையில் எவ்விதம் இயங்கக் கூடும் என்பதை நிர்ணயிப்பது நடக்கக்கூடிய செயல் அல்லவென்றே எனக்குத் தோன்றிற்று. அத்தகைய சேவைக்கு எந்தவிதமான தன்மைகள் அவசியம் என்பதை நிர்ணயிப்பது கடினமாகவே இருந்தது. பேட்டிக்கு வந்தவர்களில் ஒருவர், தாம் ஒரு குத்துச் சண்டை வீரர் என்று தெரிவித்தார். படிப்பு பற்றி அவருடைய தகுதிகள் என்னவென்று கேட்டதற்கு அவர், அத்தகைய தகுதிகள் எல்லைப்புறப் பகுதியின் சேவையில் தேவைப்படமாட்டா என்று பதில் கூறினார். எல்லைப் புறத்திற்குச் சென்று நேரடியாகப் பணியில் ஈடுபடவேண்டும் என்று நான் விரும்பியதால், ஊழியர்கள் தேர்வுக் குழுவிலிருந்து எனக்குச் சீக்கிரம் விடுதலை வேண்டுமென்று கேட்டுக்கொண்டேன்.

பின்னர், பட்டான்கருக்குச் சென்று, என்னுடைய சாமான்களை எல்லாம் எடுத்துக்கொண்டு அங்கிருந்து புறப்பட்டு எல்லைப்புறப் பகுதிக்குச் சென்றேன். பட்டான்கரில் என்னுடைய பழைய நண்பர்களைவிட்டுப் புறப்படுவது கஷ்டமாகவே இருந்தது. அங்கிருந்து கல்கத்தாவிற்குச் சென்று விக்டர் ஸாஸூனையும் என்னுடன் அழைத்துக்கொண்டு ஷில்லாங்குக்கு சென்றோம். அங்குதான் வடகிழக்கு எல்லைப் பகுதி நிர்வாகத் தலைமை அலுவலகம் இருந்தது. மறுநாள் அஸ்ஸாம் ஆளுநரைச் சந்தித்துப் புதிய வாழ்க்கையைத் தொடங்கினேன். முதலில், எனக்கு மானிடவியல் ஆலோசகர் என்ற பதவி கொடுக்கப்பட்டது. பின்னர், அந்தப் பதவியின் பெயரை ‘பழங்குடி மக்கள்நலன் ஆலோசகர்’

என்று மாற்றியது பொருத்தமாகவே இருந்தது. நான் வழக்கமான அரசாங்க ஊழியர் என்ற பதவியை வகிக்கவில்லை. மூன்று ஆண்டுகள் ஒப்பந்தத்தின் அடிப்படையில் எனக்கு ஊதியம் கொடுக்கப்பட்டது. பின்னர், அது மேலும் மூன்று ஆண்டுகளுக்கு நீடிக்கப்பட்டு, அதன் பின்னர் ஐந்து ஆண்டுகளுக்கு நீடிக்கப்பட்டது.

பழங்குடி மக்கள் ஆலோசகர் ரஸ்டம்ஜீ ஓர் அபூர்வ மனிதர். மற்றவர்களிடம் பரிவு காட்டும் மனப்பான்மை கொண்டவர். எப்பொழுதும் சுறுசுறுப்பாகவே இயங்குவார். முதல் நாளன்று அவர் என்னை மலைப்பாதையில் பல மைல்கள் தூரம் நடத்தி அழைத்துச் சென்றார். என்னால் அவருடன் வெகு வேகமாக நடக்க முடியவில்லை. அவருக்குப் பழங்குடி மக்களிடையே அதிகப் பரிவு உண்டு. அந்தப் பகுதியில் நான் வாழ்ந்தபோது எனக்குப் பல விதங்களிலும் உதவி செய்து வழிகாட்டியவர், ஆளுநர் ஜெயராம்தாஸ் தௌலத்ராம். பல விஷயங்களில் எங்களிடையே கருத்துவேறுபாடு இருந்த போதிலும் எங்கள் இருவருக்கும் பழங்குடி மக்கள் பற்றிய விவகாரங்களில் அதிக ஈடுபாடு இருந்ததால், நாங்கள் சேர்ந்து உழைக்க முடிந்தது. அந்த மக்களிடையே நிலவும் மத விஷயங்கள் பற்றி ஆளுநர் ஜெயராம்தாஸ் அதிக அக்கறை எடுத்துக்கொண்டார்.

ஷில்லாங்கில் எனக்கு முதலில் ஒன்றுமே புரியவில்லை. ரஸ்டமுடன் பல விஷயங்கள் பற்றி விவாதங்கள் நடத்துவதைத் தவிர வேறு ஒன்றும் செய்வதற்கில்லை. அந்தப் பகுதியைப் பற்றி அறிந்து கொள்வதற்குப் போதிய புத்தகங்களும் கிடைக்கவில்லை. விக்டர் என்னுடன் இல்லையெனில் என்னால் ஒன்றுமே செய்திருக்க முடியாது. வீடும் வாகனமும் கிடைப்பது மிகவும் கஷ்டமாகவே இருந்தது. கடைசியில் நகரத்திற்கு அப்பால், ஒரு குன்றின் மேல் ஒதுக்குப்புறமாக கிடைத்த வீடு, நான் விரும்பும் சூழ்நிலையைக் கொடுத்தது. அடுத்த ஆண்டு ஜனவரி மாதத்தில் எனக்கு வீடு, கார், தொலைபேசி முதலிய வசதிகள் கிடைத்தன. இத்தகைய வசதிகளுடன் அதற்குமுன் நான் வாழ்ந்ததே கிடையாது. அந்தச் சமயத்தில் நான் இந்தியக் குடிமகனாக ஏற்றுக்கொள்ளப்பட்டேன். நடைமுறையில் நான் இந்தியக் குடிமகனாகவே இயங்கி வந்தாலும், சட்டபூர்வமாக இந்தப் பதவியை அடைவதற்கு நான் வெகுநாட்களாக முயன்றுவந்தேன்.

காட்டுப் பகுதியிலேயே அதிகமாக வாழ்ந்துவந்த எனக்கு வடகிழக்கு எல்லைப்பகுதி வசீகரமாகவே தோன்றியது. பாரதத் தரைப்படை, விமானப்படை, அஸ்ஸாம் துப்பாக்கிப் படை

டவாங்குக்குச் செல்லும் வழியில் நூலாசிரியரும் லீலாவும் விருந்தோம்பலில்

ஹம்லாங் பள்ளத்தாக்கின் உச்சியில் மிஷ்மி பெண்களுடன் லீலா

வட சுபான்சியிலிருந்து ஒரு தாகின்

ஒரு கோன்யாக் தலைவரின் மகன்

முதலிய அமைப்புகளைச் சேர்ந்த பலர் என்னுடன் நெருங்கிய நண்பர்களானார்கள். நாளடைவில் நான் மேலும் பல நண்பர்களை அடைந்தேன். அவர்கள் எல்லோரும் என்னுடைய பணியில் பரிவு காட்டி தேவையான சமயங்களில் வழிகாட்டி வந்தார்கள். ஆரம்பத்தில், அதிக அலுவல் இல்லை என்றாலும், போகப் போக எனக்கு வேலை அதிகரித்ததைக் கண்டு நான் மகிழ்ச்சி அடைந்தேன். புதிய அதிகாரிகளுக்கான பயிற்சித் திட்டமொன்று தொடங்கப் பட்டது. அவர்களுக்காக ஏற்பாடு செய்யப்பட்ட சொற்பொழிவுகள், விவாதங்கள் முதலியவற்றில் நான் கலந்துகொண்டேன். பழங்குடி மக்களிடையே சென்று எவ்வாறு பழகுவது என்ற விஷயத்தைப் பற்றி நான் நான்கு சொற்பொழிவுகள் நிகழ்த்தினேன். அந்தச் சொற்பொழிவுகளின்போது ஒரு அதிகாரி மிகவும் தீவிரமாகக் குறிப்புகள் எழுதிக்கொண்டிருப்பதைக் கண்டு நான் பெருமை அடைந்தேன். கடைசியில், அதைப்பற்றி நான் அவரிடம் நன்றி தெரிவித்த போது, அவர் 'உண்மையில் நான் குறிப்புகள் எழுதிக் கொள்ளவில்லை. ஏதோ வேடிக்கையான பாடல்கள் எழுதிப் பொழுது போக்கிக்கொண்டிருந்தேன்' என்றார்.

குன்றுகள், சமவெளிகள் தொடர்பான விழா ஒன்று அப்பொழுது அங்கு நடைபெற்றது. அந்த விழாவிற்குச் சுற்றுப்புறத்தில் உள்ள பழங்குடி மக்கள் பலர் வந்திருந்தார்கள். அவர்களுக்கு ஆளுநர் ஜெயராம்தாஸ் அளித்த விருந்தின் போது, ஆளுநர் உட்பட

திகாரு மிஷ்மி பெண்   டபாங் தாகி, ஒரு மின்யாங் அபார்

அதிகாரிகள் எல்லோரும் பழங்குடி மக்களுடன் சமமாகத் தரையில் உட்கார்ந்து விருந்து உட்கொண்டது ஒரு நல்ல சூழ்நிலையைத் தோற்றுவித்தது.

என்னுடைய அலுவல்களில் மிகவும் சுவையான பகுதி பழங்குடி மக்களிடையே பயணம் செய்வதுதான். என்னுடைய ஆராய்ச்சிப் பணியின் தன்மையும் ஒருவாறு மாறுதல் அடைந்தது. அதற்குமுன் நான் ஆராய்ச்சியில் ஈடுபட்டிருந்தபோது சில கிராமங்களில் நெடு நாட்கள் தங்கி வாழவேண்டியிருந்தது. ஆனால், வடகிழக்கு எல்லைப் பகுதியில் மலைகள் நிறைந்த பெரும் பகுதிகளுக்குச் சென்று அறிய வேண்டியிருந்ததால், ஒருசமயம் மூன்று முதல் ஏழு வாரம் அந்தப் பகுதியின் உட்புறங்களில் சென்று, தேவையான விவரங்களைச் சேகரித்து, பொதுமக்களின் வாழ்க்கை பற்றிக் குறிப்புகள் தயாரித்து, நிர்வாகத்திற்குத் தேவையான ஆலோசனைகளையும் குறிப்பிட வேண்டியிருந்தது. பழங்குடி மக்களிடையே நிலவும் கிராமியக் கலைகள், கலை அம்சங்கள் முதலியவற்றில் எனக்கு அதிக ஆர்வம் இருந்தது என்றாலும், மானிடவியல் ஆராய்ச்சி விஷயத்தில் அந்த மக்களின் நலனுக்காக என்னென்ன செய்யவேண்டும் என்ற அம்சம் என்னுடைய பணியில் முக்கியத்துவம் பெற்றிருந்தது.

என்னுடைய சுற்றுப்பயணத்தின் போது நான் பல கிராமியக் கதைகளைச் சேகரித்தேன். அவற்றை எல்லாம் 'வடகிழக்கு எல்லைப் பகுதியின் பரம்பரைக் கதைகள்' என்ற தலைப்பில் புத்தகமாக

வெளியிட்டேன். அந்தப் புத்தகத்தில் இவ்வகையில் 400 கதைகள் அடங்கியிருந்தன. வடகிழக்கு எல்லைப் பகுதியைப் பற்றிய பழைய புத்தகங்களிலிருந்து பல குறிப்புகளையும் நான் தயாரித்து வைத்துக் கொண்டேன். பத்தொன்பதாம் நூற்றாண்டில், அந்தப் பகுதியில் பயணம் செய்த பலர் எழுதி வைத்திருந்த புத்தகங்களிலிருந்து குறிப்புகள் அடங்கிய புத்தகம் ஒன்றை நான் எழுதி தயாரித்து வெளியிட்டேன். 'மத்திய இந்திய பழங்குடி மக்களின் கலை' என்ற தலைப்பில் நான் வெளியிட்ட புத்தகத்திற்குத் தொடர்ச்சியாக மற்றொரு புத்தகம் வெளியிடவேண்டும் என்று நான் நெடுங்காலம் முயற்சி மேற்கொண்டிருந்தேன். வடகிழக்கு எல்லைப் பகுதியில் இதற்கான விவரங்கள், நான் எதிர்பார்த்ததைவிட அதிக அளவில் கிடைத்தன. நான் எழுதிய புத்தகங்களில் மிகவும் புகழ்பெற்றது, 'வடகிழக்கு எல்லைப் பகுதிக்கான ஒரு தத்துவம்' என்பதுதான். இது மூன்று முறை பதிப்பாகி வெளிவந்திருக்கிறது. அதற்குப் பின்னர் நாகா பிரதேசம் பற்றிய சிறிய புத்தகம் ஒன்றையும் எழுதி வெளியிட்டேன். அந்தப் புத்தகத்தில், அந்தப் பகுதியின் வரலாறு, அரசியல் அம்சங்கள், முதலியவற்றைப் பற்றி விளக்கியிருந்தேன். அதற்குத்தான் எனக்கு குடியரசுத் தலைவரின் பரிசு அளிக்கப்பட்டது.

ஆராய்ச்சிக்காக நான் பொதுவாக ஆலோசனை கூறி வழிகாட்ட வேண்டியிருந்தது. அந்தத் துறையில் பண்பாடு, மொழி, வரலாறு, ஆராய்ச்சி என்று பல பிரிவுகள் இருந்தன. அந்த ஆராய்ச்சித் துறையைச் சேர்ந்த ஊழியர்கள் எல்லைப் பகுதியில் உட்புறத்தில் கிராம மக்களிடையே தங்கி வாழ்ந்து, அவர்களைப் பற்றிய விவரங்களைச் சேகரிக்கவேண்டும் என்று விதிக்கப்பட்டது. இது மிகவும் பயன்தரும் முறையாக இருந்தது. நாளடைவில் என்னுடைய அலுவல்கள் மேலும் விரிவுபடுத்தப்பட்டன. அஸ்லாம் அரசுக்கான பழங்குடி மக்கள் ஆராய்ச்சிக் கழகம் ஒன்றை நிறுவுவதில் நான் பெரும் பங்குகொள்ள வேண்டியதாயிற்று. மணிப்பூர், திரிபுரா ஆகிய அரசுகளுக்கும் நான் பழங்குடி மக்கள் நல ஆலோசகராக நியமிக்கப் பட்டேன். இந்தப் பதவியின் பயனாகவும் நான் பல அறிஞர்களை நண்பர்களாக அடைந்தேன்.

1959ஆம் ஆண்டில் சில குறிப்பிட்ட பழங்குடி மக்கள் பகுதிகளில் முன்னேற்றத்திற்கான ஆலோசனைக் குழுவிற்கு என்னைத் தலைவராக, அப்பொழுது உள்துறை அமைச்சராக இருந்த கோவிந்த வல்லப பந்த் நியமித்தார். இரண்டாவது ஐந்தாண்டுத் திட்டத்தில் சமுதாய வளர்ச்சித் துறையில் பழங்குடி மக்களின் சிறப்புத் தொகுதிகள் சேர்க்கப்பட்டன. இவ்வகையில் ஒவ்வொரு

தொகுதிக்கும் 27 லட்ச ரூபாய் மான்யம் கொடுக்கப்பட்டது. இந்தப் பணம் சரியாகச் செலவழிக்கப்படவில்லை என்ற புகார் தோன்றியதால், அதைப் பற்றி விசாரிப்பதற்கு இந்தக் குழு நியமிக்கப்பட்டது. இந்த அலுவலை முடிப்பதற்கு ஒரு ஆண்டு காலமாயிற்று. இந்தக் குழுவின் அறிக்கையைத் தயாரிக்கும் பணியில் நான் ஏற்கனவே பழகிய பல பழைய பகுதிகளுக்குச் செல்ல முடிந்தது. மேலும், ஆந்திரப் பிரதேசத்திலும், பம்பாய் மாநிலத்திலும், ராஜஸ்தான் பகுதியிலும் பல பழங்குடி மக்கள் கிராமங்களை நான் பார்க்க முடிந்தது. இந்தக் குழு தொடர்பான அறிக்கையை நான் தயாரிப்பதற்கு டில்லியிலேயே இருக்க வேண்டியதாயிற்று.

அப்பொழுது ஒருசமயம், நான் ஷேக்ஸ்பியரின் 'கிங் லியர்' நாடகத்திலிருந்து ஒரு மேற்கோள் காண்பிக்க வேண்டி நேரிட்டது. அதற்காக, என்னுடைய உதவியாளரை அரசாங்கத் தலைமை அலுவலகத்திற்கு அனுப்பி, ஷேக்ஸ்பியரின் நாடகங்கள் அடங்கிய புத்தகமொன்றை வாங்கிவரச் சொன்னேன். அப்பொழுது அந்த நூலகத்தின் நிர்வாகி என்னுடைய உதவியாளரிடம் 'அலுவல் நேரங்களில் ஷேக்ஸ்பியர் புத்தகத்தைப் படிப்பது முறையல்ல; புத்தகம் கொடுக்கமாட்டேன்' என்று சொல்லிவிட்டார். 'அந்தப் புத்தகம் டாக்டர் எல்வினுக்கு' என்று என்னுடைய உதவியாளர் கூறிய பிறகுதான் அவர் அதைக் கொடுக்கச் சம்மதித்தார்.

சமுதாய வளர்ச்சித் துறையில் பணியாற்றும் ஊழியர்கள் நல்ல அறிவுடன் மனப்பூர்வமாக தங்களுடைய அலுவல்களில் ஈடுபடு கிறார்கள். ஆனால் அவர்கள் குறிப்புகள் எழுதி வைக்கும்முறை எனக்குப் பல தடவைகளில் புரியாமலேயே இருந்திருக்கிறது. நான் எழுதும் முறையும் அவர்களுக்குப் புரியாமல் இருந்தது. அவர்கள் எளிய சொற்களுக்குப் பதிலாக, நுணுக்கமான சிக்கலான பல வாக்கியங்களை உபயோகித்து குறிப்புகள் எழுதினார்கள். உதாரண மாக, ஒருமுறை நான், பழங்குடி மக்களைச் சேர்ந்த பெண்கள் நகர்ப்புறங்களுக்கு வரும்போது, சில சமயங்களில் வேசிகளாக மாறிவிடுகிறார்கள் என்று குறிப்பிட்டிருந்தேன். இது என்னை அதிகத் தொந்தரவுக்கு ஆளாக்கிவிட்டது. அதிகாரபூர்வமான அரசாங்க ஆவணங்களில் இத்தகைய வார்த்தையை நான் உபயோகித்தது சரியல்லவென்று என்னைக் கண்டித்தார்கள். நான் எழுதிய வாக்கியத்தை அவர்கள், அவர்களுடைய சொந்த அதிகார முறையில் திருத்தி எழுதினார்கள். 'அட்டவணைப் பழங்குடி மக்களைச் சேர்ந்த பெண்கள், நகர்ப்புற சமுதாயத்தின் சமூகப் பொருளாதார நிலைகளுக்குத் தங்களைப் பழக்கப்படுத்திக்கொண்டு வாழ முயலும்

வடகிழக்கு எல்லைப் பிரதேசம் ✦ 153

போது, சில சமயங்களில் அவர்கள் உளவியல் ரீதியில், சூழ்நிலைக்கு மாறான மனப்பான்மை கொண்டு, சமூக விரோதமான பழக்கங்களை மேற்கொள்கிறார்கள்' என்று அந்த வாக்கியம் திருத்தி எழுதப்பட்டது.

இது அரசாங்க அலுவலில் ஒரு நிர்ப்பந்தம். இது அவர்களுக்கு நன்றாகப் புரிகிறது. நான் எழுதிய அறிக்கையை இவ்வாறு பலவிதங்களில் திருத்திய பிறகு, 550 பக்கங்கள் கொண்ட அந்த அறிக்கை 1960ஆம் ஆண்டு மார்ச் மாதத்தில் உள்துறை அமைச்சரிடம் அளிக்கப்பட்டது. என்னுடைய அறிக்கையில், பழங்குடி மக்களின் முன்னேற்றத்திற்கான பல்வேறு அம்சங்கள் ஆராயப்பட்டன. அந்தப் பணியில் ஈடுபட்ட ஊழியர்கள் தொடர்பான பிரச்சினைகள், பயிற்சி, வனவளம், விவசாயத்துறையில் இடம்பெயர்ந்து பயிரிடுதல், கலை, நடனம், பராமரிப்பு, போக்குவரத்து வசதிகள், சுகாதாரப் பிரச்சினைகள், கல்வி, பெண்கள் நலம், வீட்டுவசதி, கூட்டுறவு போன்ற பல பிரச்சினைகள் ஆராயப்பட்டன. இந்தியாவின் பல்வேறு பகுதிகளில் இயங்கி வந்த 20 சிறப்புத் தொகுதிகளைப் பற்றியும் அந்தக் குழுவில் மிகவும் விரிவாகக் கூறப்பட்டது.

அந்த அறிக்கையின் முன்னுரையான 'பழங்குடி மக்கள் நலனுக்கான அடிப்படை அம்சங்கள்' என்ற அத்தியாயம்தான் மிகவும் முக்கியத்துவம் வாய்ந்தது என்பது என் கருத்து. என்னைப் பொறுத்தமட்டில், நான் அவர்களுக்காகச் செய்யும் பணி அல்லது நாம் செலவழிக்கும் பணத்தின் அளவு முதலியவற்றைக் காட்டிலும், அந்தப் பணியை எந்த முறையில் மேற்கொள்கிறோம் என்பதுதான் முக்கியம் என்றுபட்டது. இந்த சிறப்புத் தொகுதித் திட்டங்கள் பல பழங்குடி மக்களின் வாழ்க்கையைத் தொடாமல், ஒரு மாதிரியாக வகுக்கப்பட்ட நிகழ்ச்சித் திட்டங்களாகவே அமைந்திருந்தன என்பதே ஒரு பெரிய குறையாக அடிக்கடி எடுத்துக்காட்டப் பட்டது. நிகழ்ச்சித் திட்டத்தைப் பழங்குடி மக்களின் உண்மை யான தேவைகளுக்கு ஏற்ப மாற்றி அமைக்கவில்லை என்றும் கூறப்பட்டது. இதைப் பற்றி அரசாங்க ஊழியர்கள் சிறிது கேலியாகவே பேசிக்கொண்டு இருந்தார்கள். 'பழங்குடி மக்களின் இயல்புக்கு ஏற்ற நடைமுறை' என்பதை அவர்கள், 'அந்த மக்களைப் போலவே நாமும் உடை அணிந்துகொண்டு இயங்க வேண்டும் என்று சொல்வதாகும்' என்று கேலி செய்தார்கள்.

'பழங்குடி மக்களின் மனப்பான்மைக்கு ஏற்ப திட்டங்களைச் செயல்படுத்துவதுதான் அவர்களுக்கு உகந்த பயன்தரும் நடவடிக்கை யாகும்' என்று அறிக்கையில் விளக்கியிருந்தேன். இத்தகைய

நடைமுறை அதிக பயன்தரும் என்பதை அறிந்துகொள்ள வேண்டும். அவர்களுக்கு விசேடமாக, நியாயமான வழியில் நிவாரணம் கிடைக்க வேண்டும். எதிர்காலத்தில் அந்த மக்களே தங்களுடைய பகுதிகளை நிர்வகிக்கும் நிலையை அடைய வேண்டும் என்பதே எங்கள் பரிந்துரைகளின் உட்கருத்து. பழங்குடி மக்களின் பழக்க வழக்கங்கள் தொன்மையானவை, வசீகரமானவை என்பதற்காக மட்டுமின்றி, அது அவர்களுக்குச் சொந்தமான பண்பாடு என்ற முறையில் அவற்றை அங்கீகரித்து, அவற்றுக்கு மதிப்புக் கொடுக்க வேண்டும்.

இந்தியாவில் வாழும் மற்ற பகுதி மக்கள், தங்களுடைய பண்புகளை எவ்விதம் தங்களுடைய சொந்த சம்பத்தாக மதித்து இயங்குகிறார்களோ, அதே மாதிரியில் பழங்குடி மக்களுக்கும் வாய்ப்புகள் ஏற்பட வேண்டும். இதன் விளைவாக அவர்களுடைய மொழி பாதுகாக்கப்பட வேண்டும். தங்களுடைய பழைய பழக்கவழக்கங்கள் பற்றி அவர்கள் வெட்கப்படாமல் இருப்பதற்கு உதவி செய்யவேண்டும். திடீரென்று தங்களுடைய பழைய வழக்கங்களை அவர்கள் கைவிடும்நிலை ஏற்படக் கூடாது, அந்தப் பண்பாட்டின் அடிப்படையிலேயே அவர்கள் இயங்கி, இயல்பாகவே முன்னேற்றம் அடையவேண்டும். ஆகவே, பழைய பண்பாட்டைப் பாதுகாப்பது மட்டுமின்றி, அதைப் பேணி வளர்த்து, காலப்போக்கில் ஏற்படும் மாறுதலுக்கு ஏற்ப அவற்றையும் மாற்றி, அவர்களுடைய வாழ்வுக்கும் பொதுவாக இந்திய மக்களின் வாழ்வுக்கும் ஓர் இணைப்பு ஏற்படுத்தி ஒருமைப்பாடு காண வேண்டும். மூன்றாவது ஐந்தாண்டுத் திட்டத்தில், இத்தகைய நல்லமுறையில் இயங்கும் மற்ற திட்டங்களைச் செயலாற்றுவதற்கு முப்பது கோடி ரூபாய் ஒதுக்கப்படவேண்டும் என்று அறிக்கையில் கூறியிருந்தேன். பல்வேறு பழங்குடி மக்கள் பகுதிகளுக்கு இவற்றை விரிவாக்கிப் பகிர்ந்து விநியோகிக்கும்போது, உண்மையில், இந்த அறிக்கை மிகவும் சரியாகவே இருக்கும் என்பதையும் குறிப்பிட்டிருந்தேன். என்னுடைய அறிக்கைக்கு நல்ல வரவேற்பு கிடைத்தது. நிர்வாகம் பற்றி நான் குறிப்பிட்டிருந்த சில யோசனைகளை மத்திய அரசாங்கம் ஒப்புக் கொள்ளவில்லை என்றாலும், பிற யோசனைகளை எல்லாம் ஏற்றுக் கொண்டது. பழங்குடி மக்களின் வளர்ச்சிக்கு நான் கூறியிருந்த அடிப்படைக் கருத்துகள் எல்லாம் பொதுவாக அங்கீகரிக்கப்பட்டன என்றே கூறலாம்.

இந்தக் குழுவில் பணியாற்றியபோது நான் அடிக்கடி வடகிழக்கு எல்லைப் பகுதியைவிட்டு வெளியே செல்ல வேண்டியதாயிற்று.

குழுவின் அலுவல் முடிந்தவுடன் நான் மீண்டும் அந்தப் பகுதிக்கே வந்துவிடலாம் என்று நினைத்தேன். ஆனால், அந்த ஆண்டு ஏப்ரல் மாதத்தில் அட்டவணைப் பகுதிகள், அட்டவணைப் பழங்குடி மக்கள் சம்பந்தமான கமிஷன் ஒன்று, இந்திய அரசியல் சாசனத்தின் அடிப்படையில் அமைக்கப்பட்டது. யு.என்.தேபர் தலைமையில் நிறுவப்பட்ட இந்தக் கமிஷனில் நானும் ஓர் உறுப்பினராகச் சேர்த்துக் கொள்ளப்பட்டேன். பெரும்பாலும் மக்களவை உறுப்பினர்கள் உட்பட மொத்தம் 9 உறுப்பினர்கள் இந்தக் குழுவில் இருந்தார்கள். பழங்குடி மக்கள் விஷயத்தில் பொதுவாகப் பல அம்சங்களை விரிவாக ஆராயவேண்டும் என்று இந்தக் குழுவுக்குக் கூறப்பட்டது. காங்கிரஸ் தலைவராகவும், ஒரு மாநிலத்தின் முதலமைச்சராகவும் பணியாற்றிய தேபர், சமுதாய பொருளாதார வளர்ச்சிக்காகப் பாடுபடுவதில் மிகவும் கருத்துகொண்டவர். அவருடன் சேர்ந்து பணியாற்றியது எனக்கு மனதிற்கு உகந்ததாகவே இருந்தது.

இந்தக் குழுவின் அறிக்கையில் பழங்குடி மக்களுக்கு சமுதாயம், பொருளாதாரம், நிர்வாகம் ஆகிய துறைகளில் நியாயம் வழங்கப்பட வேண்டும் என்பதையே முக்கிய பரிந்துரையாகக் கூறப்பட்டது. பழங்குடி மக்கள் பகுதிகளில் லட்சக்கணக்கான மக்கள் கடன் பட்டிருந்தார்கள். பெரிய தொழில்நுட்பங்களால் பழங்குடி மக்களின் நிலப்பகுதிகளில் பல, அவர்களிடமிருந்து பறித்துக்கொள்ளப்பட்டன. அவற்றுக்கான ஈட்டுத்தொகை சில சமயங்களில் கொடுக்கப்படவே இல்லை என்பதையெல்லாம் நான் குறிப்பிட்டிருந்தேன். இந்தக் குழுவின் அறிக்கை தயாரிக்கப்படும்போது எனக்கு உடல்நலம் குன்றிவிட்டதால், நான் அடிக்கடி டில்லிக்குப் போக இயலவில்லை. தேபர் தாமாகவே நான் தங்கியிருந்த இடத்திற்கு வந்து, பல விஷயங்கள் பற்றி என்னுடன் கலந்து ஆலோசித்து அறிக்கை தயாரிப்பதற்கு உதவினார். இதற்காக எனக்குக் கூடுதலான துணை ஊழியர்களும் நியமிக்கப்பட்டார்கள். இந்த அறிக்கைக்காக முறைப்படி கையெழுத்திடும் அலுவலையும் நான் ஷில்லாங்கிலேயே மேற்கொள்ள வேண்டியதாயிற்று. இதற்காக, இந்த அறிக்கையின் 13 தொகுதிகள் அடங்கிய பெரிய காகிதக் கட்டு டில்லியிலிருந்து விமானம் மூலம் ஷில்லாங்குக்கு அனுப்பப்பட்டது.

1961ஆம் ஆண்டில் நான் சர்தார் வல்லபாய் பட்டேல் நினைவுச் சொற்பொழிவுகள் நிகழ்த்த வேண்டுமென்று ஆகாசவாணி நிர்வாகத்தார் என்னை அழைத்திருந்தார்கள். இவ்வகையில் இதற்கு முந்திய சொற்பொழிவுகள் ராஜாஜி, டாக்டர் ஹால்டேன், டாக்டர் எம்.எஸ்.கிருஷ்ணன், டாக்டர் ஜாகிர் உசேன் முதலியவர்களால்

நிகழ்த்தப்பட்டன. இந்தப் பணியை மேற்கொள்வதில் எனக்கு இரண்டு விதங்களில் மகிழ்ச்சி ஏற்பட்டது. நான் எடுத்துக்கொண்ட விஷயம் அன்பின் தத்துவம் என்பது. இதற்காக நான் பல புத்தகங்களைப் படிக்க வேண்டியிருந்தது. நான் மருத்துவர்களின் ஆலோசனையின் படி, படுக்கையிலேயே இருந்ததால், படிப்பதற்கு வாய்ப்புக் கிடைத்தது. காந்திஜியின் அஹிம்சைக் கருத்துகளின் அடிப்படைத் தத்துவத்தை நான் மீண்டும் படித்துத் தெரிந்து கொண்டேன். மேலும் சர்தார் வல்லபாய் படேலின் நட்பு என்னுடைய வாழ்க்கையில் முக்கியத்துவம் மிக்கதாக இருந்தது. அதனால், இந்தப் பணி எனக்கு மேலும் மகிழ்ச்சியை அளித்தது. சர்தார் படேல்தான் என்னை முதன்முதலில் பழங்குடி மக்கள் இடையே சென்று பணியாற்றத் தூண்டியவர்.

சாதாரணமாக, சொற்பொழிவுகள் நிகழ்த்துவது எனக்குப் பிடிக்காது. ஆரம்பத்திலேயே எனக்கு ஒருவித நடுக்கம் ஏற்பட்டு விடும். எந்த விஷயத்தையும் நான் எழுதி வைத்துக்கொள்வதில்லை. ஆனால், மேடையில் நின்று பேசும்போதுதான், நமக்கு எதிரே இருக்கும் சபையினரின் தேவைகளை அறிந்து விஷயத்தைப் பற்றி நன்றாக எடுத்துக்கூற முடியும் என்பது என்னுடைய நம்பிக்கை. ஆகவே, எழுதி வைத்துக்கொண்டு படிக்க வேண்டிய சொற்பொழிவு விஷயத்தில் எனக்குச் சிறிது தயக்கம் இருந்தது. உண்மையில் இந்தச் சொற்பொழிவு நிகழ்ச்சி சரியாகவே நடந்தேறியது. இந்தச் சொற்பொழிவுகளை நிகழ்த்தியபோது, டில்லியில் மேலும் பல நண்பர்களைச் சந்திக்க முடிந்தது. அகில இந்திய வானொலியின் தலைமை அலுவலகமான ஆகாசவாணி பவனில் பணியாற்றும் ஊழியர்களைச் சந்தித்தது எனக்கு நல்ல வாய்ப்பாகவே இருந்தது.

நான் டில்லிக்குச் செல்லும்போது, சில சமயங்களில் பிரதம மந்திரி என்னை அழைத்து, என்னுடன் பல விஷயங்களைப் பற்றிப் பேசுவார். ஒருமுறை பேசுவதற்கு விஷயம் ஒன்றும் இல்லாததால், நான் அவரைச் சந்திக்காமலேயே இருந்துவிட வேண்டும் என்று விரும்பினேன். அப்பொழுது தற்செயலாக வெளிஉறவு அமைச்சரகத்தில் நான் பிரதம மந்திரி நேருவைச் சந்திக்க நேரிட்டது. உடனே அவர், இந்த எதிர்பாராத சந்திப்பைப் பற்றி வியப்புத் தெரிவித்து, மறுநாள் தம்மை வந்து பார்க்க வேண்டும் என்று கூறிவிட்டார். அந்தச் சமயத்தில்தான் 'பத்தொன்பதாம் நூற்றாண்டில் இந்தியாவின் வடகிழக்கு எல்லைப்பகுதி' என்ற புத்தகத்தை வெளியிட்டிருந்தேன். அந்தப் புத்தகத்தின் பிரதி ஒன்றை நான் பிரதம மந்திரி நேருவிடம் கொண்டு போய்க் கொடுக்கவேண்டும் என்று நண்பர்கள்

வற்புறுத்தினர். என்னிடம் பிரதி ஒன்றும் இல்லாததால், டில்லி முழுவதும் சுற்றி பல புத்தக விற்பனை நிலையங்களுக்குச் சென்று, கடைசியில் ஒரு பிரதியை வாங்கிக் கொண்டு பிரதம மந்திரி இல்லத்திற்குச் சென்று அவரிடம் அதை அளித்தேன். அவர் அந்தப் புத்தகத்தின் சில பக்கங்களைப் புரட்டிப் பார்த்துவிட்டு திடீரென, 'லோலிடா எனும் புத்தகத்தைப் பற்றி என்ன நினைக்கிறீர்கள்?' என்று கேட்டார். அந்தச் சமயத்தில் 'லோலிடா' எனும் ஆங்கில நாவல் மிகவும் பிரபலமாக இருந்தது.

போர்னியோ பிரதேசத்தின் பழங்குடி மக்கள் பற்றிப் புத்தகம் எழுதிய மக்டோனல்டை சந்திக்கும் வாய்ப்பு அப்பொழுது எனக்குக் கிடைத்தது. அந்தப் புத்தகத்தை பற்றி நான் ஒரு பத்திரிகையில் விமர்சனம் செய்து இருந்தேன். அப்பொழுது மக்டோனல்டு பிரிட்டிஷ் அமைச்சகத்தின் தலைமை ஆணையராக டில்லியில் பணியாற்றிவந்தார். நான் டில்லிக்கு வரும்போது, தம்மைச் சந்திக்கும் படி எழுதியிருந்தார். அவருடன் நான் பகலுணவு அருந்துவதற்கு என்னை அழைத்திருந்தார். அதற்காக நான் அவருடைய இருப்பிடத்திற்குச் சென்றபோது நடந்த சம்பவம் மிகவும் வேடிக்கை யாக இருந்தது. அவரை நான் அதற்குமுன் பார்த்ததில்லை. அந்த இருப் பிடத்திற்குச் சென்றதும், நான் சந்தித்த ஒரு ஆங்கிலேயரை அவர்தான் என்று நினைத்துக்கொண்டு, உடனே நான் அவர் எழுதிய புத்தகத்தைப்பற்றி பேச ஆரம்பித்தேன். கடைசியில் மக்டோனல்டே வந்து, தாம் தாமதித்து வந்ததற்காக மன்னிப்புக் கோரி, பிறகு என்னுடன் பழங்குடி மக்களைப் பற்றி விரிவாகப் பேசத் தொடங்கினார்.

1958ஆம் ஆண்டில் புது டில்லிக்கு வந்திருந்த தலாய் லாமா, பஞ்சன் லாமா இருவரையும் குடியரசுத் தலைவர் இல்லத்தில் நடந்த அரசாங்க விருந்தில் சந்தித்தேன். ஐரோப்பிய முறையில் நல்ல உடைகள் இல்லாத எனக்கு அந்த விருந்துக்குப் போகச் சிறிது தயக்கமாகவே இருந்தது. ஆனால், அங்குச் சென்றபிறகு, அந்த விருந்து இந்தியப் பண்பாட்டிற்கு உகந்த முறையில் ஏற்பாடு செய்யப் பட்டிருந்ததை அறிந்து மகிழ்ந்தேன். எல்லோரும் தரையில் சிறுசிறு ஆசனங்களில் அமர்ந்து உணவு அருந்த ஏற்பாடு செய்யப் பட்டிருந்தது. உணவும் மிக ருசியாக இருந்ததால், என்னுடைய பழைய ஆடைகளை ஒருவரும் கவனிக்கவில்லை.

இந்தியா குடியரசாக மாறியவுடன், அதற்கு முன்பு இயங்கி வந்த பல பட்டங்கள் ரத்து செய்யப்பட்டன. ஆனால் பட்டங்களை

ஏற்கனவே அடைந்திருந்தவர்களும், எதிர்காலத்தில் அது கிடைக்கும் என்ற நம்பிக் கொண்டு இருந்தவர்களும் இந்த விஷயத்தில் வருத்தம் அடைந்தார்கள். ஆனால் ஜனநாயக குடியரசில் ஒருவித விருது அவசியம் என்பது பின்னர் உணரப்பட்டது. இதற்காக பாரத ரத்னா, பத்ம பூஷண் போன்ற பல விருதுகள், பிரபல விஞ்ஞானிகள், தத்துவ ஞானிகள், கலைஞர்கள் முதலியவர்களுக்கு ஆண்டுதோறும் அளிக்கப்படும் வழக்கம் அமலாக்கப்பட்டது. 1961ஆம் ஆண்டு ஜனவரி 26ஆம் தேதி குடியரசு தினத்தன்று நான் பழங்குடி மக்கள் கமிஷன் அலுவலில் ஈடுபட வடகிழக்கு எல்லைப் பகுதியில் ஒரு சிறு கிராமத்தில் இருந்தேன். அப்பொழுது ரேடியோ மூலம் வந்த செய்தியில், எனக்குப் 'பத்ம பூஷண்' விருது அளிக்கப்படுவதை அறிந்து மகிழ்ச்சி அடைந்தேன்.

மூன்று மாதங்களுக்குப் பின்னர், ஏப்ரல் 27ஆம் தேதி, புதுடில்லியில் நடந்த விழா ஒன்றில் இந்த விருதுகள் முறைப்படி வழங்கப்பட்டன. நான் வெள்ளைக் கதர் கால்சராயும், கருப்பு அங்கி ஒன்றும் அணிந்து, அந்த விழாவிற்குச் சென்றிருந்தேன். இந்த விழாவின்போதுதான் டாக்டர் பி.சி. ராய் பாரத ரத்னா விருதைப் பெற்றார். என் அருகில் அமர்ந்திருந்த ஒரு காங்கிரஸ்காரர் தம்மைவிட உயர்ந்த விருது ஒன்று டாக்டர் ராய்க்கு அளிக்கப்படுவதை விரும்பவில்லை என்று தோன்றியது. அதைப்பற்றி அவர் தொடர்ந்து குறை கூறிக்கொண்டே இருந்தார். அவருக்கு பத்ம பூஷண் பட்டம் அளிக்கப்பட்டது. அந்தச் சம்பவத்திற்குப் பிறகு எனக்குப் பலரிடமிருந்து பல வாழ்த்துச் செய்திகள் வரத் தொடங்கின. அதையொட்டி நான் அத்தகைய வாழ்த்துச் செய்திகளையும், பாராட்டுதல்களையும் எதிர்பார்க்கும் பழக்கம் ஏற்பட்டுவிட்டது. இதனால் சில விநோத சம்பவங்களும் ஏற்பட்டன. ஒருமுறை நான் சினிமாவிற்குச் சென்று சீட்டு வாங்கியபோது, சீட்டு விற்பனை செய்பவர் தம்முடைய கையை என்னிடம் நீட்டினார். என்னைப் பாராட்டுகிறார் என்று நினைத்துக்கொண்டு, அவருடைய கையைக் குலுக்கி நன்றி தெரிவித்தேன். உண்மையில், அவர் கையை நீட்டியது, நான் கொடுக்க வேண்டிய பாக்கி 12 பைசாவுக்குத்தான் என்று பின்னர் தெரிந்தது.

வடகிழக்கு எல்லைப் பகுதியில் உள்ள பழங்குடி மக்களின் நலனுக்காக மத்திய அரசு மேற்கொண்டிருந்த கொள்கை 1962ஆம் ஆண்டில் பெரும் சோதனைக்குள்ளாயிற்று. அக்டோபர் மாதத்தில் சீனர்கள் எல்லைப்புறத்தில் படையெடுத்து வந்துவிட்டார்கள். வடகிழக்கு எல்லைப் பகுதிகளில் பல இடங்கள் உடனடியாக

அவர்கள் கைவசமாயின. அவர்கள் கைப்பற்றிய பல இடங்களில் நான் சென்று பணியாற்றி இருந்ததால், அந்தச் சம்பவங்கள் எனக்கு மிகுந்த துன்பத்தைக் கொடுத்தன. ஷில்லாங்கில் இந்த விஷயத்தில் அதிக பீதி ஏற்பட்டுவிட்டது. பல நண்பர்கள் தங்களுடைய குடும்பங்களை எல்லாம் நாட்டின் உட்புறத்திற்கு அனுப்பி விட்டார்கள். என்னுடைய மனைவி லீலாவும், நானும், குழந்தைகளும் அம்மாதிரியே வெளியேறிவிட வேண்டும் என்று நண்பர்கள் கூறினார்கள். ஆனால், நான் 'எங்கள் குடும்பத்தினர் எல்லோருமே பழங்குடி மக்களைச் சேர்ந்தவர்கள்; அஸ்ஸாமே எங்கள் இருப்பிடம்; அங்கே மக்கள் எல்லோருமே வெளியேறிவிட முடியாது; ஆகையால், நாங்கள் அங்கேயே தங்கி இருக்க வேண்டும்' என்று வாதாடினேன். கடைசியில், சீனர்களே போரை நிறுத்தி, பின்வாங்கிவிட்டார்கள். அதன்பிறகு, அந்தப் பகுதியில் நிர்வாகத்தைச் சீர்படுத்தும் பணி மேற்கொள்ளப்பட்டது. எல்லைப்புற நிர்வாக அமைப்பில் பணியாற்றிய தலைமை ஊழியர்கள் சிலர், இந்தப் பணியைத் திரும்ப மேற்கொண்டு நடத்தினார்கள். பெரும் குழப்பத்திற்கான அந்தப் பகுதி மிகக் குறுகிய காலத்திற்குள் மீண்டும் பழைய நிலைமைக்குக் கொண்டுவரப்பட்டது.

8

எல்லைப் பகுதிப் பயணம்

அறிவுத்துறையில் உற்சாகமூட்டும் விஷயங்களை அறிந்து கொள்வதற்கு, முரியா சிறுவர்கள் விடுதி, பஸ்தார் பழங்குடி மக்களின் வாழ்க்கை, சவரா மக்களின் மத விஷயங்கள் போன்றவற்றைவிட, வேறு எந்த அமைப்பும் அவ்வளவு ரசமாக இருக்காது. என்றாலும், வடகிழக்குப் பகுதியில் நான் மேற்கொண்ட பயணங்கள், அதுவரை நான் கண்ட அனுபவங்களைவிட மிகவும் புதுமையாகவே இருந்தன. அந்தப் பகுதியில் நான் மிகவும் ஒதுக்குப்புறமாக நெடுந்தூரங்களில் உள்ள பகுதிகளையே பலமுறை சென்று அறிந்தேன். இது மிகவும் கஷ்டமான அலுவலாகவே இருந்தது என்றாலும், அந்தப் பகுதியின் இயற்கை அழகும், மக்களின் வசீகர மனப்பான்மையும் மனதிற்கு ஊக்கமளித்தன. பயணங்களில் நான், எனக்குத் தேவையான உணவையும், பிற பொருள்களையும் கையில் எடுத்துக்கொண்டு சென்றேன். அங்கங்கே கிராமங்களில் பொதுவிடுதிகளில் தங்கினேன். கையில் இரண்டு கூடார செட்டுத் துணிகளையும் எடுத்துச் சென்றேன். சில சமயங்களில் அவற்றைப் பயன்படுத்தி ஒரு கூடாரம் மாதிரி அமைத்துக்கொண்டு, அதில் தங்குவதுதான் என் வழக்கம். நான் என்னுடன் எடுத்துச் சென்றிருந்த கிராமபோன், சில பொம்மைகள், தின்பண்டங்கள் முதலியவற்றின் உதவியால் பழங்குடி மக்களிடையே பழகுவது எளிதாயிற்று.

பெரும்பாலும் நான் நடந்தே செல்ல வேண்டியிருந்தது. ஜீப் போன்ற வாகனங்களில் சென்றால், மக்களிடையே நெருங்கிய தொடர்பு ஏற்படாது. மெதுவாக, கிராமத்திற்குக் கிராமம் நடந்து செல்லும்போது, அந்த மக்களைச் சந்தித்துப் பேசும் வாய்ப்புகள் கிடைக்கின்றன. என்னுடைய பயணங்கள் எல்லாவற்றிலும் நான் துணை அல்லது வழிகாட்டி இல்லாமலேயே சென்றேன். இம்மாதிரி நடந்து செல்லும் பயணங்கள் எனக்குச் சிறிது கஷ்டமாகவே இருந்தன. நான் மூச்சுத் திணறிக்கொண்டு நடப்பதைப் பார்த்த

என்னுடன் வந்த கிராம மக்கள் வேடிக்கையாகப் பேசுவதும் உண்டு. முதலில் நான், டவாங் என்ற இடத்திற்குச் சென்றேன். பௌத்த சன்யாசிகளின் மடம் ஒன்று உள்ள இந்த இடம், ஒருசமயம் மிகவும் பிரபலமாக இருந்தது. தலாய் லாமா சீனர்களின் ஆதிக்கத்தை வெறுத்து இந்தியாவிற்குள் சரண் அடைந்தபோது, முதலில் அந்த இடத்திற்குத்தான் வந்தார். பின்னர், சீன ஆக்கிரமிப்பின் போது, இது அவர்களால் கைப்பற்றப்பட்டது. சீனர்கள் பின்வாங்கிய பிறகு, இந்த நிர்வாகமும் லாமாக்களும் மீண்டும் அந்த இடத்திற்குச் சென்று அடைந்தபோது, அங்கு ஒருவித வெற்றி விழா கொண்டாடப்பட்டது. அந்தப் பகுதியில் பனி நிறைந்த மலைச் சிகரங்களும், காடுகள் நிறைந்த மலைச்சரிவுகளும், அருவிகளும், ஓடைகள் முதலியவையும் சேர்ந்து இயற்கை எழிலை அதிகரிக்கின்றன. எங்கு பார்த்தாலும் பலவர்ண மலர்கள் நிறைந்திருக்கும் வசீகரம் மிகுந்த இந்தக் காட்சியைக் காணும்போது நெடுந்தூரம் நடந்துவந்த களைப்பு கூட மாறிவிடும். டெஸ்பூரிலிருந்து பொம்டி லா (Bomdi La) என்ற இடத்திற்குச் சென்றோம். அங்குச் செல்ல இரண்டு நாட்களாயிற்று. அங்கு எங்களுக்குத் தேவையான துணிமணிகளை வாங்கிக் கொண்டோம். அங்கிருந்து, அப்பகுதியில் அரசாங்க அதிகாரியாகப் பணியாற்றிய ஆர்.எஸ்.நாக் என்பவருடனும் சச்சின்ராய் என்ற இளம் மானிடவியல் ஆய்வாளருடனும் பதினெட்டு மைல் தூரத்தில் உள்ள டிராங் (Dirang) என்ற இடத்திற்குச் சென்றோம்.

இதுவும் வனப்புமிக்க ஒரு பகுதி. அங்குள்ள மலைவாசிகள் நல்ல கணிசமான வீடுகளை கட்டிக்கொண்டு வாழ்ந்தார்கள். அங்கு பல பௌத்த சன்யாசிகள் இருந்தனர்; பிரார்த்தனைக் கூடங்களும் இருந்தன. டிராங்கிலிருந்து ஒரு மைல் தூரத்தில் எனக்கு சம்பிரதாய மான முறையில் வரவேற்பு அளிக்கப்பட்டது. அந்த இடத்தில் தலைமை லாமாவும், பல வாத்தியங்களைக்கொண்ட கூட்டமும் எங்களுக்காகக் காத்துக்கொண்டிருந்தனர். அந்தப் பகுதியின் அதிகாரிகள், பழங்குடி மக்களின் தலைவர்கள், நல்ல கவர்ச்சியான உடை அணிந்த பள்ளிச் சிறுவர்கள் எல்லோரும் இருந்தார்கள். அந்தப் பிரதேசத்தில், எங்களை முறையாக அழைத்துச் சென்று, மலர்களால் அலங்கரிக்கப்பட்ட கூடாரத்தில் அமர்த்தி, சிற்றுண்டி அளித்தார்கள். இம்மாதிரி உபசாரமும் விருந்துகளும் எங்களுக்குச் சிறிது சந்தோஷ மாகவே இருந்தன. அங்கு வாழ்ந்த மான்பா (Monpa) மக்கள் மிகவும் மரியாதையுடனும் நட்புடனும் நடந்துகொண்டார்கள். என்னுடைய பயணம் முழுவதிலும் ஒரு குழந்தையாவது அழும் ஓசையை நான் கேட்டதில்லை; ஒருவர்கூட கோபமாகப் பேசியும் நான் கேட்க

வில்லை. டிராங்கிலிருந்து மேலே செல்லச் செல்ல மிக உயர்ந்த மலைச்சிகரங்களும் பணிமுடிகளும் தென்பட்டன. அங்கு ஒரு இடத்தில் 14 ஆயிரம் அடி உயரத்திலுள்ள ஸே-லா (Se La) பள்ளத்தாக்கை நாங்கள் கடக்க வேண்டியிருந்தது. அந்தப் பாதை மிகவும் செங்குத்தானது. மழை பெய்தாலும் பெய்யலாம் என்று எனக்கு முன்னெச்சரிக்கை கொடுக்கப்பட்டது; மழையும் பெய்தது. மிகவும் கஷ்டப்பட்டு அந்தப் பள்ளத்தாக்கைக் கடந்து சென்றோம்.

மான்பா மக்கள் எங்களுக்கு மலர்களால் அலங்கரிக்கப்பட்ட சிறிய முகாம் ஒன்றை அமைத்திருந்தார்கள். குளிர் அதிகமாக இருந்தது. மேலும் இருபது மைல் தூரம் சென்று டவாங்கை (Tawang) அடைந்தோம். வழியில் பல்வேறு கிராமங்களில் எங்களுக்கு வரவேற்பு அளிக்கப்பட்டது. 'நாங்கள் அங்கு சென்றடைந்த மறுநாள் – மே மாதம் 2ந்தேதி – புத்த பூர்ணிமா தினம். புத்தருடைய அவதாரத்தின் 2500வது ஆண்டு விழா. அந்த நல்ல நாளில் நாங்கள் அங்கிருந்த பௌத்த மடத்திற்குச் சென்று பார்த்தோம். மடத்தின் வாயிலில் தலைவரும் மற்ற சன்யாசிகளும் எங்களை வரவேற்றார்கள். சம்பிரதாயப்படி பரிவட்டங்கள் மாற்றிக்கொள்ளப்பட்டன. எக்காளங்கள் முழக்கப்பட்டன. மஹாயான பௌத்தமுறை அங்கு நிலவியது. எங்கு பார்த்தாலும் பல்வேறு பௌத்த விக்ரகங்கள், பௌத்த மகான்களின் உருவங்கள். இவை தவிர கொடிகள், மணிகள், விளக்குகள், அழகுமிக்க கம்பளங்கள் முதலிய பொருள்களும் நிறைந்து, அந்தப் பகுதி முழுவதும் ஒரு கம்பீரத்துடன் விளங்கிற்று. சன்யாசிகள் எல்லோரும் வரிசையாக உட்கார்ந்து பிரார்த்தனைச் சுலோகங்களை இசைத்துக்கொண்டிருந்தார்கள். நாங்களும் அந்த மேடையைச் சுற்றி வந்து முக்கியமான விக்ரகங்களுக்கு அஞ்சலி செலுத்தினோம். அந்தப் புண்ணிய தினத்தன்று அந்தக் கோயில் முழுவதும் ஆயிரம் தீபங்கள் ஒளி கொடுத்தன. வெண்ணையைக் கொண்டு செய்யப்பட்ட ஆயிரம் சிறிய பௌத்த விக்ரகங்களும் சுவர்களில் அமைக்கப்பட்டிருந்தன.

அங்கு இயங்கும் நூலகம் மிகவும் அபூர்வமானது. எட்டு பெரிய தொகுதிகளில் அடங்கிய பௌத்த மத நியதிகள் அங்கு இருக்கின்றன. அந்தத் தொகுதிகளில் மூன்று உண்மையில் பொன் எழுத்துக்களால் பொறிக்கப்பட்டவை. அச்சிடப்பட்டதும் கையால் எழுதப் பட்டவையுமான எழு நூற்றுக்கும் மேற்பட்ட பௌத்த நூல்கள் அந்தப் புத்தக சாலையில் இருக்கின்றன. அந்தப் புத்தகங்கள் ஒவ்வொன்றும் பெரிய அளவில் ஆனவை. சாதாரணப் புத்தகங்கள்

ஐந்து ஆறு சேர்ந்தால் எந்த அளவு இருக்குமோ, அவ்வளவு பெரியவை. பௌத்த லாமாக்கள் அறிவுக்கு அதிக மதிப்பு கொடுத்து வந்தார்கள். அவர்களுடைய ஆலயங்கள் ஒவ்வொன்றிலும் இத்தகைய புனிதமான நூல்கள் அதிகம் உண்டு. விழாக் காலங்களில் அந்தப் புத்தகங்கள் ஊர்வலமாக எடுத்துச் செல்லப்படும்; அந்தப் புத்தகங் களும் வழிபாட்டுக்கு உரியவை. அந்த மடத்தைப் பார்க்கும் போது, நான் ஆக்ஸ்போர்டு பல்கலைக்கழகத்தில் வாழ்ந்த நாட்கள் நினைவிற்கு வந்தன. அங்கிருந்தது போலவே பெருந்தன்மையும் கட்டுப்பாடும் நிறைந்த ஒரு சூழ்நிலை இங்கும் இருந்தது. அந்த மடத்திற்குச் சென்றதை நான் ஒரு புனித யாத்திரையாகவே கருதுகிறேன். பௌத்த மதத்திலும் அதனுடைய கோட்பாடுகளிலும் எப்பொழுதுமே எனக்கு ஈடுபாடு உண்டு. இந்தச் சமயத்தில் நான் உண்மையாகவே அந்த அம்சங்களைக் கண்டறிய முடிந்தது. அங்குத் தங்கிய சில வாரங்களில் என்னுடைய வாழ்க்கையில் ஒரு திட்டமான மாறுதல் ஏற்பட்டது. ஆத்மிக வளர்ச்சியில் மேலும் ஒரு கட்டத்தைக் கடந்த உணர்வு எனக்குத் தோன்றிற்று.

நான் ஷில்லாங்குக்குப் போவதற்குமுன் வடக்குப் பகுதியில் உள்ள டாகின் (Tagin) மக்கள், அஸ்ஸாம் துப்பாக்கிப் படையினரைத் தாக்கிச் சிலரைக் கொன்றுவிட்டார்கள். அந்த வன்செயலை எதிர்த்து, தீவிர இராணுவ நடவடிக்கை மேற்கொள்ள வேண்டியதாயிற்று. பின்னர், அங்கு அமைதி நிலவியது. 1955 மார்ச் மாதம் டாகின் மக்களைச் சென்று பார்க்க முடிவு செய்தேன். ஜோர்ஹாட் (Jorhat) என்ற இடத்திலிருந்து விமானம் மூலம் செல்ல வேண்டியிருந்தது. நான் சென்ற விமானத்தில் மூட்டைகள் அதிகமாய் இருந்தன. விமானத்தில் என்ஜின் கோளாறும் ஏற்பட்டது. நல்ல வேளையாக விபத்துக்கு ஆளாகாமல் தப்பினோம். ஒரு இடத்தில் கீழே இறங்கி, வேறு ஒரு விமானத்தில் ஏறிக்கொண்டு சிபி (Sipi) பள்ளத்தாக்கிற்குப் போய்ச் சேர்ந்தோம். அந்தப் பகுதிக்கு அதற்குமுன் அதிகமாக ஒருவரும் சென்றதில்லை. பாதை மிகவும் கரடுமுரடாக இருந்தது. சில சமயங்களில் தவழ்ந்து செல்ல வேண்டி நேரிட்டது. வடகிழக்கு எல்லைப் பகுதியில் சில இடங்களில் இருந்தது போல அங்கு பொது விடுதிகள் கிடையாது. வீடுகளும் மிகச் சிறியவையாக இருந்தன. அவற்றில் வசிப்பதும் மிகவும் கஷ்டமாக இருந்தது. முதலில் 12 மைல் தூரம் நடந்து சென்று, எட்டு மணி நேரத்திற்குப் பிறகு, சிபி நதிக்கு அருகில் முகாம் அமைத்தோம். மலையில் ஏறிச்செல்வதே மிகவும் கஷ்டமாக இருந்தது. அடிக்கடி நாங்கள் மலைச்சரிவுகளில் கீழே சரிந்துவிட்டோம். பல பூச்சிகளின் தொல்லைகளுக்கும் உள்ளானோம்.

எங்கள் ஆடைகளுக்குள்ளும், காலணிகளுக்குள்ளும், தலையிலும் அந்தப் பூச்சிகள் நுழைந்து தொந்தரவு செய்தன.

டாகின் மக்கள் வாழும் பகுதிக்கு நான் சென்றபோது, அங்கு நடைபெற்ற சம்பவம் பற்றி விசாரணை மேற்கொள்ள வந்திருப்பதாக ஒரு பயம் ஏற்பட்டுவிட்டது. அந்தப் பகுதியின் தலைவர்கள் என்னுடன் பேசத் தயங்கினார்கள். கடைசியில், அந்த மக்களின் தலைவர் வந்து என்னைச் சந்தித்தார். அவர் ஒன்றும் பேசாமல் மௌனமாக என்னையே பார்த்துக்கொண்டிருந்தது சங்கடமாக இருந்தது. அவருடைய தோற்றத்தில் நட்பு உணர்வு புலப்படவில்லை. வழக்கம்போல் நான் சில பொருள்களைப் பரிசாகக் கொடுத்தேன். அதை அவர் பெற்றுக்கொள்ள மறுத்துவிட்டார். நான் சிறிது புன்முறுவல் செய்து பார்த்தேன். அப்பொழுதும் அவரிடமிருந்து எவ்வித நட்புச் சமிக்ஞையும் வெளிப்படவில்லை. கடைசியில், ஏதாவது வேடிக்கை செய்துதான் அந்த நிலைமையைத் தவிர்க்க வேண்டும் என்று தீர்மானித்தேன். நான் அணிந்துகொண்டிருந்த பொய்ப் பல் வரிசைகளை என்னுடைய வாயிலிருந்து எடுத்துக் காண்பித்துவிட்டு, அதை மீண்டும் பொருத்திக் கொண்டேன். இதைப் பார்த்தவுடன் சுற்றியிருந்தவர் எல்லோரும் சிரிக்கத் தொடங்கினார்கள். இரண்டு, மூன்றுமுறை நான் அவ்வாறு செய்த பிறகுதான், அந்தத் தலைவரும் ஒருவாறாக சிரிக்க முயன்றார்.

பின்னர், நாங்கள் இருவரும் நட்புபாலத்தில் உட்கார்ந்து பேச ஆரம்பித்தோம். ஆனால், நான் எந்தக் கேள்வியைக் கேட்டாலும் அவர் தமக்குத் தெரியாது என்றே பதில் சொல்லி வந்தார். மத விஷயங்களைப் பற்றி நான் பேசத் தொடங்கியபோது அவரிடம் கொஞ்சம் நெருங்கிய தொடர்புகொள்ளலாம் என்று நம்பினோம். 'எல்லாம் வல்ல இறைவன் யார்?' என்று அவரைக் கேட்டேன். உடனே அவர் எழுந்து நின்று, 'நான் இல்லை' என்று கூறினார். 'உலகை யார் உருவாக்கினார்கள்?' என்று கேட்டேன். அதற்கு அவர், 'எனக்குத் தெரியாது; ஆனால், நான் உருவாக்கவில்லை. நான் பிறப்பதற்கு முன்னேயே உலகம் இருந்தது' என்றார். நான், 'சூரியன், சந்திரன் ஆகியவற்றை உருவாக்கியது யார்?' என்றேன். அவர், 'அதுவும் எனக்குத் தெரியாது. என்னுடைய இளம் வயதில் நான் ஒரு கிராமத்தைக் கொளுத்தியது உண்மைதான். ஆனால் அது நெடுங் காலத்திற்கு முன்னே. அதன்பிறகு நான் ஒன்றுமே செய்யவில்லை' என்று கூறி முடித்துவிட்டார். ஆயினும், அவருடன் பின்னர் தொடர்புகொண்டு பேச முடிந்தது. தம்முடைய பகுதிக்குப் பலவித வளர்ச்சிகள் தேவை என்று அவர் எடுத்துக் கூறினார்.

அந்தப் பகுதியில் நான் பல்வேறு இடங்களுக்குச் சென்ற போது, அங்குள்ள மக்கள் எல்லோருமே அன்புடன் நடந்து கொண்டார்கள். தோற்றத்திலும் அவர்கள் பொலிவுடன் விளங்கினார்கள். அந்த மக்களுடன் பேசுவதை எனக்கு மொழிபெயர்த்துச் சொல்வதற்கும், என்னுடைய பேச்சை அவர்களுக்கு விளக்குவதற்கும் சில மொழி பெயர்ப்பாளர்கள் என்னுடன் வந்தார்கள். அவர்களுடைய மனைவியரும் அவர்களுடனேயே வந்ததால் அவர்களிடையே அடிக்கடி ஏற்பட்ட குடும்பச் சச்சரவுக்ளையும் தீர்க்க வேண்டிய தாயிற்று. அவர்களில் ஒருவர் தம்முடன் மூன்று மனைவிகளை அழைத்துக்கொண்டு வந்திருந்தார். உண்மையில் அவருக்கு நான்கு மனைவிகள் உண்டாம். மூவர் இல்லக் கிழத்திகள்; ஒருவர் காமக்கிழத்தி. இன்னும் நான்கு மனைவிகளை மணந்துகொள்ள வேண்டும் என்று அவர் திட்டம் போட்டிருந்தார். இறுதியாகப் பன்னிரெண்டு பெண்களை மணக்க வேண்டும் என்று அவர் விரும்பியதாகவும், ஆனால் அரசாங்கம் ஏதோ புதிய கருத்துகளைக் கொண்டு வந்து சுமத்தியதால், மிகவும் குறைந்த எண்ணிக்கையான மனைவிகளையே அடைய வேண்டி இருந்ததாகவும் அவர் புகார் கூறினார். இந்தப் பகுதியில் அடிக்கடி கனமழை பெய்துகொண்டு இருந்ததால், எங்கு பார்த்தாலும் ஒரு மந்த உணர்ச்சி நிலவிற்று.

சியாங் (Siang) பகுதியில் நான் மேற்கொண்ட நான்கு நெடுந்தூர பயணங்கள் மற்ற பயணங்ளைக் காட்டிலும் மிகவும் சிறந்தவையாக அமைந்தன. நாகர்கள் இல்லாத பகுதியில் நான் பயணம் செய்தது அதுதான் முதல் தடவை. பயணம் மிகவும் கடினமாக இருந்தாலும் மனதிற்கு உற்சாகம் அளித்தது. கிராமங்களில் நாங்கள் சிறுவர்களின் பொதுவிடுதிகளில் தங்கினோம். என்னுடன், என்னுடைய மூத்த மகன் வந்திருந்தான். அவன் அங்கு கிராம மக்களுடன் இலகுவாகப் பழகி, அவர்களைப் போல ஈட்டி முதலிய ஆயுதங்களைக் கையாளுவதில் மிகவும் மகிழ்ச்சி அடைந்தான். கிராம மக்களிடையே முதலுதவி செய்வதிலும் மருந்துகள் விநியோகிப்பதிலும் அவன் பணியாற்றினான்.

பின்னர், நான் போரி (Bori) பகுதிக்குச் சென்றேன். போரி மக்கள் அபோர் (Abor) மக்களைப் போலவே அதே மொழிதான் பேசுகிறார்கள். ஆனால், அவர்களுடைய உடையில் மாறுதல் உண்டு. அவர்கள் துணி நெய்வதிலும் நல்ல திறமை உள்ளவர்கள். ஆண்களும் பெண்களும் தலைமயிரை முன் பக்கத்தில் நெற்றி மட்டத்தில் வெட்டிக்கொண்டு, பின்பக்கத்தில் நீளமாக வளர்த்துக்கொள்கிறார்கள். அந்த மக்களின் குழந்தைகள் மிகவும் அழகாக இருந்தன. இந்தப் பயணங்களின்போது

எனக்கு மிகவும் பயமாக இருந்தது. அங்கே காட்டாறுகளைக் கடப்பதற்குத் தொங்கு பாலங்கள் அமைக்கப்பட்டிருந்தன. அவை மூங்கில்களால் அமைக்கப்பட்டு கட்டப்பட்டிருந்தன. மிகவும் குறுகிய பிரம்புப் பாலத்தில் நடந்து செல்ல வேண்டும். பிரம்பும் மூங்கிலும் சேர்த்து இணைக்கபபட்ட ஒரு நீளமான குழாய் போன்று அந்தப் பாலங்கள் அமைந்திருந்தன. பலத்த காற்று வீசும் போது, அந்தப் பாலம் முழுவதுமே வேகமாக ஆட ஆரம்பித்துவிடும்.

போரி மக்கள் உற்சாகம் மிகுந்த போது, மிகவும் உரத்த குரலில் பேசுவார்கள். ஒரே சமயத்தில் இரண்டு மூன்றுபேர் பேச ஆரம்பித்து விடுவார்கள். 'போரி மக்களின் நாக்கு நான்கு கெஜ நீளம்' என்று அவர்களுக்குள்ளே ஒரு பழமொழி உண்டு. எங்களைப் பற்றி அவர்கள் சிறிதும் கவலைப்பட்டதாகவே தெரியவில்லை. வழக்கம் போல் அவர்களிடையே எப்போதும் உரக்கப் பேசிக்கொண்டும் சச்சரவு செய்துகொண்டும் வாழ்ந்து வந்தார்கள். அவர்களிடையே நாங்கள், எங்கள் பொருள்களை உள்ளே வைத்துப் பூட்டாமல் அப்படியே வைத்துப் போய்விடலாம். அவர்களுக்கு மிகவும் பிடித்தமான பொருள்கள் எவ்வளவோ இருந்தும், ஒன்றைக்கூட நாங்கள் பாதுகாத்து வைக்க வேண்டிய அவசியம் ஏற்படவில்லை.

போரி மக்களிடையே பலவித சமயச் சின்னங்கள் இருந்தன. மூங்கிலாலும் மரத்தாலும் செதுக்கப்பட்ட இந்தச் சின்னங்கள் பிசாசு போன்ற தீய சக்திகளைத் தடுப்பதற்கு அவர்களால் கையாளப்பட்டன. அவற்றில் சிலவற்றை நான் என்னுடைய பொருட்காட்சிச் சாலைக்காக எடுத்துச் செல்ல முயன்றபோது, அவர்களுடைய சமயத் தலைவர்கள் மறுத்துவிட்டார்கள். எங்களுடன் பேசுவதாலேயே சில கெடுதல்கள் விளையும் என்றும் சிலர் நம்பினார்கள். இத்தகைய பழைய நம்பிக்கைகள் அவர்களிடையே இப்போது அதிகம் இல்லை. அவர்களில் பெரும்பாலோர் மிகவும் தொலைவான இடங்களில் தனித்து வாழ்ந்து, நாகரிகத்தின் முகத்தைப் பார்க்காமலே இருந்ததால் இத்தகைய பழக்கவழக்கங்களைக் கொண்டிருந்தார்கள். அந்தப் பகுதியில் அடிமைப் பழக்கமும் இருந்தது. அரசாங்க நிர்வாகம் இந்த விஷயத்தில் தலையிட்டு, அடிமைகளை விடுதலை செய்யும் முயற்சியை மேற்கொண்டிருக்கிறது. ஆனால் அடிமைகள் நன்றாகவே நடத்தப்பட்டார்கள்.

சியாங் நதியை நாங்கள் மூங்கில் தெப்பங்கள் மூலம் கடந்து சென்றோம். இது ஒரு துணிச்சலான முயற்சி. அந்த நதிகளில் தீய சக்திகள் இயங்கிவந்ததாகவும், நதிகளைக் கடக்க முயலுகிறவர்களை

எல்லைப் பகுதிப் பயணம் ❖ 167

அவை இழுத்துத் தண்ணீரில் மூழ்கடித்துவிடும் என்றும் அங்கிருந்த அபோர் மக்கள் நம்பிக்கை கொண்டிருந்தார்கள். நான் ஒரு தெப்பத்தைக் கட்டி நதியைக் கடக்க முயன்றபோது, அந்த மக்கள் நதியின் கரைகளில் என்னுடைய பாதுகாப்புக்காகப் பல சடங்கு களைச் செய்து, வழிபட்டார்கள். அபோர் மக்கள் பகுதியில் எனக்கு மிகவும் பிடித்திருந்தது, அந்த சியாங் நதிதான். திபெத் பிரதேசத்தில் உற்பத்தியாகி வடக்குக் கோடியில் இந்தியாவிற்குள் நுழையும் இந்த நதி, கடைசியில் பிரம்மபுத்ராவுடன் சேர்ந்துவிடுகிறது. பலமுறை நான் இந்த நதியின் போக்கை விமானம் மூலமாகவும், நடந்து சென்றும் கவனித்து இருக்கிறேன். அந்த அனுபவம் மிகவும் உற்சாகமாகவே இருந்தது. இந்த நதியின் அழகை சரியாக வர்ணிப்பதற்கு எந்தக் கவிஞனாலும் முடியாது என்றே எனக்குத் தோன்றுகிறது. அதன் அழகு பல சாயைகளைக் கொண்டது. ஒரு இடத்தில் அது சரிவான காட்டுப் பிரதேசம் வழியாகப் பாய்கிறது. சில இடங்களில் பாறைகளிடையே துளைத்துக்கொண்டு பாய்கிறது. அந்த நதியின் வர்ணமும் அடிக்கடி மாறித் தோன்றுகிறது. சில சமயங்களில் பனி நிறைந்த மலைச் சிகரங்களின் பின்னணியில் ஒரு பனித்திரையின் பின் அந்த நதி பாய்வதைக் காணலாம். அந்தக் காட்சி மனித உலகில் எங்கும் காணாத அழகுமிக்க தோற்றமாக இருக்கும். சியாங் நதியின் அழகைக் கண்டு இலயித்துப் போன எனக்கு அதைப் பற்றி எப்பொழுதுமே நினைத்துக் கொண்டிருப்பதில் ஒரு மகிழ்ச்சி ஏற்படும்.

லோஹிட் (Lohit) பகுதியில் வாழ்ந்த மிஷ்மி (Mishmi) மக்களைப் பற்றி அதிகம் தெரிந்துகொள்ள வேண்டும் என்பது எனது விருப்பம். இரண்டுமுறை அவர்களிடையே நான் சென்றிருந்தேன். என்றாலும், இன்னும் அதிக காலம் அவர்களுடன் தங்கி வாழ்ந்திருக்கவேண்டும் என்றே எனக்குத் தோன்றியது. மிஷ்மி மக்கள் வாழும் வீடுகள் மிகப் பெரிய அளவில் அமைந்தவை. ஒவ்வொரு வீட்டிலும் பல கூட்டுக் குடும்பங்கள் வாழ்ந்துவந்தன. பரண்கள் அமைத்து, அதன் மேல் கட்டப்பட்ட நீளமான இந்தக் கட்டடங்களைச் சுற்றி அமைந்த தாழ்வாரத்தில் பல கதவுகள் இருக்கும். ஒவ்வொரு கதவும் ஒரு குடும்பத்தின் பகுதிக்கு வாயிலாக அமைந்திருந்தது. அந்தக் கட்டடத்தின் முதல் அறை விருந்தினர்களுக்காக ஒதுக்கப்பட்டிருந்தது. அறைகள் எல்லாம் எப்பொழுதும் சுத்தமாகவே வைத்துக்கொள்ளப் பட்டிருந்தன. என்னைப் போன்ற உயரமான மனிதருக்கு அந்த வாயில்கள் குட்டையாக இருந்ததால், அடிக்கடி குனிந்த வண்ணமே உள்ளே செல்ல வேண்டி ஏற்பட்டது. என்னுடைய அறைக்கு

எப்பொழுதுமே மிஷ்மி மக்கள் பலர் வந்து போவார்கள். நான் தனியாக உட்கார்ந்து ஏதாவது வேலை செய்ய வேண்டும் என்றால், அது முடியாத செயலாகவே இருந்தது. என்னைச் சுற்றி எப்பொழுதும் ஆண்களும் பெண்களும் இருப்பார்கள். மிஷ்மி மக்களில் சிலர் பெரும் சோம்பேறிகள். அவர்களுடைய வீடுகளைச் சுற்றியுள்ள பகுதிகளை வெட்டி, சுத்தமாக வைத்துக்கொள்வது இல்லை. ஆகவே, காட்டுப் புதர்கள் வீட்டுக் கதவுவரை வளர்ந்திருக்கும். வீடுகளில் அலமாரிகளில் மிஷ்மி மக்கள் வேட்டையாடிக் கொன்ற பிராணிகளின் எலும்புக்கூடுகள் காட்சியாக வைக்கப்பட்டிருந்தன.

விரோதிகளுடன் சண்டையிடும்போது, மிஷ்மி மக்கள் அவர்களின் தலைகளைக் கொய்துகொண்டு வருவதில்லை. தலை மயிரையும் விரோதிகளின் கட்டைவிரல்களையும் வெட்டிக் கொண்டு வந்துவிடுவார்கள். அவற்றை வெற்றிச் சின்னங்களாகக் கருதி அதற்காக ஒரு விழாவைக் கொண்டாடி, பின்னர் அந்தத் தலைமயிரை வாயில் கதவுக்கு மேல் தொங்கவிட்டு, கட்டை விரலை வீட்டிற்கு முன்னால் தரையில் புதைத்துவிடுவார்கள். மிஷ்மி மக்களில் ஒரு பகுதியினர் துணிகள் நெய்வதில் கைதேர்ந்தவர்கள். மற்றொரு பகுதியினர், போர் வீரர்கள். பைகா மக்களைப் போல இவர்களும் உண்மையான வன மனிதர்களாகவே விளங்கினார்கள். விஷம் தீட்டப்பட்ட அம்புகளையும் வில்களையும் ஆயுதங்களாகக் கொண்டிருந்தார்கள். அவர்களிடையே நெசவுத் தொழிலில் திறமை படைத்தவர்களும் உண்டு. அந்தப் பகுதியில் காட்டுயானைகள் உலாவுகின்றன. அவை அடிக்கடி வந்து மக்களைத் தாக்குவதுடன் வயல்களையும் பாழாக்கிவிடுகின்றன. யானைகளால் தாக்கிக் கொல்லப்பட்டவர்கள், நல்ல வசதியுள்ள, சொர்க்கம் போன்ற ஓர் இடத்திற்குப் போய்ச் சேர்ந்துவிடுகிறார்கள் என்பது அவர்களிடையே நிலவும் நம்பிக்கை.

9

புதிய தத்துவம்

ஷாம்ராவும் நானும் முதன்முதலில் மைக்கால் (Mailkal) மலைப் பகுதியில் வாழத் தொடங்கியபோது, எங்களால் மற்றவர்களுக்குப் பயன் கிடைக்கும் தகுதி எங்களுக்குச் சிறிதும் இல்லாமல் இருந்தது. ஷாம்ராவுக்கு மருத்துவ விஷயத்தில் கொஞ்சம் பரிச்சயம் உண்டு. எனக்குத் தோட்ட வேலை சிறிது தெரியும். ஆனால், அந்தக் காலத்தில் ஐந்தாண்டுத் திட்டங்கள் கிடையாது. இந்தியாவின் வளர்ச்சிக்காக பெரிய செயல்முறைகள் கையாளப்படவில்லை. பழங்குடி மக்கள் நலனுக்காகப் பணியாற்றி வந்த சமூக சேவகர்கள், பள்ளிக்கூடங்களும் மருத்துவமனைகளும் ஆரம்பிப்பதே முக்கியம் என்று நினைத்து வந்தார்கள். பழங்குடி மக்களிடையே தங்கி வாழ்ந்து, அவர்களுடைய மகிழ்ச்சி, துயரம் முதலியவற்றில் பங்குகொண்டு அவர்களை நாம் வெகுநாட்கள் புறக்கணித்தோம் என்பதற்காகப் பரிகாரம் காணுவதுதான் சிறந்த முறை என்று நான் நினைத்தேன். புற வாழ்க்கை விஷயங்களில் அவர்களுடன் ஒருங்கிணைந்து போவது சாத்தியமாகாத காரியமாகவே இருந்தது. ஒரு கடிகாரம் அல்லது பேனா வைத்துக்கொண்டிருந்தால்கூட, நாங்கள் அவர்களை விட மாறுபட்டவர்கள் என்ற உணர்ச்சி தோன்றியது. ஆயினும், அவர்களுடைய வாழ்க்கையில் பங்குகொள்ள முயன்றதால் நாங்களும் அரசாங்க அதிகாரிகளின் இம்சைக்குள்ளாகி, அவர்களுடன் இணைந்துபோன உணர்ச்சியை அடைந்தோம். உளவியல் ரீதியில் இந்தச் செயலின் மூலம் அவர்களுக்கு ஒரு புதிய நம்பிக்கை தோன்றும்படி செய்ய முடிந்தது என்றே நினைக்கிறேன்.

இத்துடன் நான் திருப்தி அடையவில்லை. பள்ளிக்கூடங்கள், மருத்துவமனைகள் முதலியவற்றை ஆரம்பித்து நூற்றுக்கணக்கான மக்களுக்கு உதவி செய்து, அவர்களிடையே தோன்றிய சச்சரவு களிலும் அமைதி காணும் பணியை மேற்கொண்டோம். எங்களுடைய முயற்சியின் பயனாக, கிராமவாசிகளின் வாழ்க்கைத் தேவைகளைப்

பற்றி அறிந்துகொள்ளவும் முடிந்தது. அன்றாடத் தேவைகளுக்கான உதவி செய்வதோடு, கிராம மக்கள் தங்களுடைய உரிமைகளைப் பற்றி நன்றாகத் தெரிந்துகொள்வதற்கு அவர்களுக்கு வழி காட்டுவதன் மூலம் நாங்கள் ஒரு புதிய கொள்கையைக் கடைப்பிடித்து வந்தோம். அவர்களுடைய முன்னேற்றம் அவர்களுடைய சுய முயற்சியால்தான் ஏற்படவேண்டும் என்பது ஆரம்பத்திலேயே தெளிவாயிற்று. அதையொட்டி நான் அவர்களுக்காகக் காவல்துறை, வனத்துறை அதிகாரிகள், வியாபாரிகள் முதலியவர்களுடன் அடிக்கடி போராட வேண்டியிருந்தது. நாளடைவில் கிராம மக்களே போராட்டத்தை மேற்கொள்ளவும் முடிந்தது.

இதனால் பழங்குடி மக்கள் தவிர, மற்றவர்கள் எங்களை வெறுக்க ஆரம்பித்தார்கள். எங்களைப் பற்றி கேவலமான வதந்திகளைப் பரப்பினார்கள். நாங்கள் கிறிஸ்தவ திருச்சபை ஊழியர்கள் என்றும் அவர்களிடம் எடுத்துச் சொன்னார்கள். பழங்குடி மக்களின் பொருளாதாரநிலை பற்றியும் நாங்கள் முக்கியமாக அக்கறை கொண்டிருந்தோம். பைகா மக்களைப் பற்றி மாடர்ன் ரிவ்யூ என்ற பத்திரிகையில் 1934ஆம் ஆண்டு நான் எழுதிய கட்டுரை ஒன்றில் அவர்களிடையே நிலவிய கடுமையான வறுமையைப்பற்றி விளக்கி யிருந்தேன். அவர்களை நேரில் சென்று பார்த்தால், அவர்களால் வசீகரிக்கப்படுவதுடன் அவர்களுடைய துன்பங்களைப் பற்றி மிகவும் கவலைகொள்ளவும் நேரிடும் என்றும் குறிப்பிட்டிருந்தேன். வறுமையும் நோயும் அடிப்படைப் பிரச்சினைகளாக இருந்தன. ஆனால், மற்றவர்கள் அவர்களைப் பயன்படுத்திக்கொள்வதிலிருந்து அவர்களைப் பாதுகாக்கும் அலுவலும் அவசியமாயிற்று. அவர் களுடைய வாழ்க்கையில் சுதந்திரம் நிறைந்த, எழில் நிறைந்த அம்சங் களைக் காப்பாற்றிப் பராமரிக்க வேண்டும் என்பது என்னுடைய விருப்பம். பழங்குடி மக்களைப் பற்றி மற்றவர்கள் தெரிந்துகொள்ள வேண்டும் என்பதும் என்னுடைய அலுவலில் முக்கிய அம்சமாக இருந்தது.

அந்தக் காலத்தில் மானிடவியல் ஆய்வாளர்கள் எவ்வளவோ கருத்துடன் பணியாற்றி வந்தும், அவர்களுடைய புத்தகங்களை மற்றவர்கள் அதிகம் படிக்கவில்லை. பழங்குடி மக்கள் காட்டு மிராண்டிகள் அல்லது ஒழுக்கமில்லாத வன்செயல்களில் ஈடுபடும் வர்க்கத்தினர் என்று கருதப்பட்டார்கள். அவர்கள் ஒருவகை விநோதப் பிறவிகள் என்ற கருத்தும் நிலவியது. பழங்குடி மக்களிடையே முன்னேற்றம் காண வேண்டுமென்றால், நாட்டில் வாழும் பிற மக்கள் அவர்களைப் பற்றி நன்றாகத் தெரிந்துகொண்டு,

அவர்களும் தங்களைப் போன்ற குடிமக்கள்தான் என்ற உணர்வை அடைய வேண்டும் என்று எனக்குப் பட்டது.

நான் அவர்களுக்காக இவ்வகையில் பணியாற்ற முயன்றதில் சில சிக்கல்கள் ஏற்பட்டன. 'அவர்கள் அப்படியே இருக்கவேண்டும்; மானிடவியல் ஆய்வாளர்களுக்கான விநோதக் கருவிகளாகவே அவர்கள் இயங்க வேண்டும்' என்று நான் விரும்பினேன் என்று சொல்லப்பட்டது. இம்முறையில் என்னைத் தாக்கியவர்கள், நான் எழுதிய ஒன்றையும் படிக்காமல், வேண்டும் என்றே திரித்துக் கூறிவந்தார்கள். பழங்குடி மக்கள் பல இடையூறுகளுக்கு இடையே வாழும் இரகசியத்தை அறிந்திருந்தார்கள். அவர்கள், தங்களுடைய வாழ்க்கையில் பொறுமைகொண்டு, தங்களுடைய கடந்த கால வாழ்க்கையின் அடிப்படையில் முன்னேற வேண்டும் என்று நான் விரும்பினேன். பைகா மக்களைப் பற்றி நான் எழுதியுள்ள புத்தகத்தில் அவர்களுக்கென ஒரு தனிப்பட் இடம் ஒதுக்கவேண்டும் என்று கூறியிருந்தேன். ஆனால் அவர்களுக்காக ஒன்றும் செய்ய வேண்டிய தில்லை என்பது அதன் பொருளல்ல. அந்த மக்கள் தங்களுடைய பரம்பரை நிர்வாக முறைகளைக் கையாண்டு தங்களைத் தாங்களே பாதுகாத்துக்கொள்ள முயலவேண்டும் என்று எடுத்துக் கூறியிருந் தேன். இந்த மக்களின் வாழ்க்கைப் பண்புகளை அதிகம் பாதிக்காமல், அவர்களுக்கு முன்னேற்ற வாய்ப்புக்கள் அளிக்கவேண்டும் என்பதும் என்னுடைய கொள்கை. அவர்களுக்கு பயம், வறுமை, மற்றவர்கள் தலையீடு முதலியவற்றிலிருந்து விடுதலை கிடைக்கவேண்டும். பொருளாதார விஷயங்களிலும், கல்வித் துறையிலும் அவர்களுக்கு உதவி செய்யவேணடும் என்றாலும் மற்றவர்களிடமிருந்து அவர்களைத் தனித்துப் பிரித்து வைத்து, வாழ வைக்க வேண்டும் என்று நான் விரும்பவில்லை. இந்த விஷயங்களின் அடிப்படைத் தத்துவத்தை நன்றாக அறிந்துகொள்ளாமல், சிலர் வேண்டும் என்றே திரித்துக் கூறி, பழங்குடி மக்களை நான் பிரித்து வைக்கவேண்டும் என்று விரும்பியதாகப் பிரச்சாரம் செய்தார்கள்.

இந்தியா சுதந்திரம் அடைவதற்கு முந்திய ஆண்டுகளில் பழங்குடி மக்களுக்காகக் கொள்கைகளையோ தத்துவங்களையோ திட்ட முறையில் வகுத்துச் செயலாற்றுவதற்கு வாய்ப்பு இருக்கவில்லை. எந்த ஒரு திட்டமும் நாட்டின் பொதுப்படையான முன்னேற்றத்திற்கு உகந்ததாக இருக்கவில்லை. அந்தக் காலத்தில் மக்கள் எல்லோருமே புறக்கணிக்கப்பட்டு இருந்தார்கள். இந்திய கிராமங்களில் வாழ்ந்த நூற்றுக்கணக்கான, கோடிக்கணக்கான மக்களில் பெரும்பாலோர் எழுத்தறிவின்றி இயங்கினார்கள். சமூக, மத, விவசாயத்துறையில்

அவர்கள் மேற்கொண்டிருந்த பழக்கங்கள் பொருளாதார ரீதியில் பயன் கிடைக்காதவையாகவே இருந்தன. மருத்துவ உதவி, கல்விவசதி, போக்குவரத்து வசதிகள் அதிகம் கிடையாது. பழங்குடி மக்களைப் போலவே பிற மக்களும் பல சிரமங்களுக்குள்ளாகி இருந்தார்கள். சுதந்திரம் கிடைத்த பிறகு, நாடு முழுவதிலும் ஒருவித விழிப்பு ஏற்பட்டது. பழங்குடி மக்களுக்கும் அவர்களுக்கு உரிய இடம் கிடைத்தது. இப்பொழுதெல்லாம் பழங்குடி மக்கள் முன்னேற்றத் திற்கான திட்டங்களைப் பற்றிப் பேசப்பட்டு வருகிறது. இவற்றில் ஓரளவு திட்டங்கள் செயல்பட்டால்கூட, அவர்களுடைய நிலை நல்ல விதத்தில் மாறுதல் அடையும். பழங்குடி மக்கள் உட்பட பல இந்திய கிராமப் பகுதிகள் எல்லாம் சமுதாய முன்னேற்றத் தொகுதித் திட்டங்களால் நிர்வகிக்கப்படும் என்ற முடிவு, எந்த மக்களையும் பொது முன்னேற்றத்தில் மற்றவர்களுடன் சமமான ஓர் இடத்தை அடைவதற்கு உதவி செய்யும் என்பது தெளிவு. இந்தத் திட்டங்கள் செயல்படத் தொடங்கியவுடன், அவ்விஷயத்தில் நாம் மேற் கொள்ளும் மனப்பான்மையும் முறைகளும் முக்கியம் என்று எனக்குத் தோன்றியது.

பிற திட்டங்கள் அமலாக்கப்படும் விஷயத்தில், இரண்டு அம்சங்கள்கொண்ட கொள்கை ஒன்று அவசியம் என்றும் புலப் பட்டது. பழங்குடி மக்களின் தனிப்பட்ட தன்மையை மறைத்து விடும் முறையில், அவர்களுடைய பண்பாடுகளை ஒழித்துவிடும் செயல்கள் எவையும் நடத்தப்படக் கூடாது. பல வர்ணங்கள் நிறைந்த ஓர் அழகான திரைச் சீலையைப் போல விளங்கும் இந்திய மக்களின் வாழ்க்கையில் ஊடுருவிச் செல்லும் பழங்குடி மக்களின் பண்பாடு, மொழி, முதலியவை அப்படியே பராமரிக்கப்படுவதோடு, அவை நல்ல முறையில் வளர்வதற்கான முயற்சியையும் மேற்கொள்ள வேண்டும். அந்தப் பண்பாட்டை வைத்துப் பாதுகாப்பதைவிட, அவை உயிர்ப்பு நிறைந்த மாறுதலுக்கு உகந்த அம்சங்களாகும் என்பதையும் அறிய வேண்டியதாயிற்று. இவ்வகையில் அவர் களுடைய வாழ்க்கையை அவர்கள் வாழும் முறையிலேயே முன்னேறும்படி செய்யவேண்டும் என்பது நேருவின் கொள்கை. இந்தக் கொள்கை மிகவும் உகந்ததாக எனக்குப் பட்டது. பழங்குடி மக்களிடையே பல பகுதிகளில் பிரச்சினைகள் சாதாரண முறையில் தான் இருந்தன. பாதுகாப்பு முன்னேற்றம், நீதி, சமுதாயம் ஆகிய மூன்றும் தேவைப்பட்டன. ஆனால், சில இடங்களில் மட்டும் சிக்கலான பிரச்சினைகள் நிலவின. சவரா மக்களிடையேயும், முரியா மக்களிடையேயும் வாழ்க்கை முன்னேற்றம் நிறைந்ததாகவே

இருந்தது. வடகிழக்கு எல்லைப் பகுதியிலும், பழங்குடி மக்கள் அவர்களுடைய தனிப்பட்ட பண்பாட்டைப் பராமரித்து வந்தார்கள் என்பதையும் நான் அறிந்தேன். ஆகவே, பழங்குடி மக்களின் வாழ்க்கை பொதுவாகவே துடிப்பு நிறைந்ததாக இருந்தது. அவர்களுடைய பண்புகளை மீட்க வேண்டுமா என்பது கேள்வி அல்ல. அந்தப் பண்புகளை அழித்துவிடாமல் முன்னேற்றம் காணவேண்டும் என்பதே பிரச்சினையாக இருந்தது.

பழங்குடி மக்களிடையே மாறுதல் காண்பதற்கான தத்துவங்கள் அடங்கிய குறிப்பு ஒன்றை நான் வடகிழக்கு எல்லைப் பகுதி ஆளுநருக்கு அளித்தேன். அதை அவர் பிரதம மந்திரி நேருவிற்கு அனுப்பி வைத்தார். நேருவும் அதைப்பற்றி விரிவான குறிப்பு ஒன்றை எழுதி, என்னுடைய யோசனைகளுக்கு ஆதரவு கொடுத்தார். அதன் பிறகு, இரண்டு மூன்று ஆண்டுகள் வடகிழக்கு எல்லைப் பகுதி அரசாங்க அலுவலகத்தில் இந்தக் கொள்கையைச் செயலாற்றுவதற் கான பணியில் ஈடுபட்டேன். பழங்குடி மக்களின் உடை போன்ற விஷயங்களைப் பற்றி நான் கருத்தரங்குகள் நடத்தி, பல முடிவுகளை மேற்கொண்டேன். இந்த முடிவுகளைப் பற்றிய புத்தகம் ஒன்றையும் நான் எழுதினேன். நேருவின் முன்னுரையுடன் கூடிய இந்தப் புத்தகத்தின் பெயர்: 'வடகிழக்கு எல்லைப் பகுதிக்கான ஒரு தத்துவம்' என்பதாகும். இதை மீண்டும் விரிவாக எழுதி வெளியிட்ட போது, நேரு புதிதாக ஒரு முன்னுரையை எழுதிக் கொடுத்தார்.

இந்தப் புத்தகம் இந்தி, அஸ்ஸாமி ஆகிய மொழிகளிலும் மொழி பெயர்க்கப்பட்டு வெளிவந்திருக்கிறது. நிலம், காடு முதலிய விஷயங்களில், பழங்குடி மக்களின் உரிமைகள் அங்கீகரிக்கப்பட வேண்டும் என்பதே இந்தத் தத்துவத்தின் அடிப்படை அம்சமாக இருந்தது. மேலும், அவர்களிடையே நல்ல நிர்வாகம், முன்னேற்றம் ஆகிய துறைகளுக்காக, அந்த மக்களிடையே ஒரு சிலருக்குப் பயிற்சி கொடுத்து உருவாக்க வேண்டும் என்பதும் ஒரு அம்சம். அவர்கள் இடையே வழக்கமாக வந்த சமூக, பண்பாட்டு நிறுவனங்கள், முன்னேற்றப் பணிகளுக்குக் கருவியாகவே அமைய வேண்டும்; அவற்றைப் பழைய சம்பிரதாயங்கள் என்று புறக்கணிக்கக் கூடாது என்றும் நம்பினேன். மேலும், பழங்குடி மக்களிடையே நல்ல உறவு நிலவுவதை முக்கியமாகக் கொண்டோம். வியாபாரிகளும், பணவசதி படைத்தவர்களும் அவர்களிடையே தங்கி வாழக் கூடாது என்றும் விதிக்கப்பட்டது. அந்த மக்களே வியாபாரம் முதலிய பொருளாதார நடவடிக்கைகளை மேற்கொள்ள வேண்டும். அவர்களுடைய அழகான நெசவுத் தொழில், இசை, நடனம்

முதலிய அம்சங்கள் பாராமரிக்கப்படவேண்டும். அவர்களுடைய வாழ்க்கையின் பல்வேறு சாயைகள் ஒரே மாதிரி தேங்கிவிடாமல், தொடர்ந்து வளர்ச்சி அடையவேண்டும் என்ற முறையிலும் அலுவல்கள் வகுக்கப்படவேண்டியிருந்தது.

கட்டடக்கலை விஷயத்திலும் அந்த மக்களின் இருப்பிடங்களின் நிலப்பரப்புக்கு ஏற்ற வகையில் குடியிருப்புகள் அமைக்கப்பட வேண்டும் என்றும் முடிவு செய்யப்பட்டது. அதிகாரிகளும், சமூக சேவகர்களும் பழங்குடி மக்களைச் சமமாக நடத்த வேண்டும் என்பதும் நான் எடுத்துக் கூறிய கருத்துகளில் ஒன்று. இந்தக் கருத்துகள் எல்லாம் வடகிழக்கு எல்லைப்பகுதி மக்கள் விஷயத்தில் தான் உருவாயின என்றாலும், அவை பிற பழங்குடி மக்கள் வாழ்க்கை விஷயத்திலும் பொருத்தமானவை என்றே கூறலாம். அவர்களிடையே வேறுவிதமான பிரச்சினைகள் இருந்தன. என்றாலும், பொதுவாகப் பழங்குடி மக்களிடையே நாம் கைக் கொள்ள வேண்டிய மனப்பான்மை ஒரேவிதமாக இருக்கவேண்டும் என்பதையே என்னுடைய புத்தகம் வற்புறுத்தியது.

என்னுடைய தத்துவத்தைப் பலர் கண்டித்தார்கள். ராஞ்சியில் நடந்த முன்னேற்ற மகாநாடு ஒன்றில் ஓர் அதிகாரி இதைப்பற்றிக் குறிப்பிட்டார். 'நம்முடைய திறமைக்கு ஏற்றவாறு பழங்குடி மக்களின் வாழ்க்கை உயரவேண்டும் என்றால் அது எவ்வாறு முடியும்? அந்த மக்களுக்கு நம்மைப்போல திறமையே கிடையாதே' என்றார். பழங்குடி மக்களை ஒன்றிணைக்கும் விஷயமாகவும் சில கருத்து வேற்றுமைகள் இருந்தன. அவர்கள் தங்களுடைய மொழி, உடை, சமுதாய நிறுவனங்கள் முதலியவற்றை அப்படியே வைத்துக் கொள்ள வேண்டுமென்றால், அவர்களைத் தனித்து நிற்கும்படி செய்ய வேண்டி நேரிடும். சரியான முறையில் ஒன்றிணைக்க வேண்டு மென்றால், அவர்களை நம்முடன் மிக விரைவில் சேர்த்து முன்னேற்றப் பாதையில் அழைத்துச் செல்ல வேண்டும். ஆனால், இந்தியாவில் பல்வேறு பகுதிகளிடையே பலவிதமான பண்பாட்டு நிறுவனங்கள் இயங்குகின்றன. ஒரே விதமான பண்பாடு, மதம் ஆகிய அடிப்படை யில் இயங்கும் வாழ்க்கைத் தரம் ஒன்று உருவாவது எளிதல்ல என்பதை, இவ்வாறு குறை கூறுபவர்களால் அறிய முடியவில்லை

வடகிழக்குப் பகுதியில் சீனர்கள் படையெடுத்து வந்தபோது, இந்தப் பகுதியைப் பற்றி அதிக கவனம் செலுத்தப்பட்டது. நான் உருவாக்கிய தத்துவத்தின் பயனாக அந்த மக்களிடையே பாதுகாப்புக் கான உற்சாகம் காண முடிந்தது என்பதை அறியாத சிலர் எங்களுடைய

புதிய தத்துவம் ◆ 175

தத்துவத்தைக் குறைகூறுவதைத் தொழிலாகக் கொண்டார்கள். வடகிழக்கு எல்லைப் பகுதிக்கான தத்துவத்தையும், என்னையும் பற்றி பலர் கண்டனம் செய்தார்கள். என்னுடைய புத்தகத்தைக் குறை கூறுபவர்களில் ஒருவராவது அதைப் படித்ததாகத் தெரிய வில்லை. நான் 'அவர்களைத் தனித்து வைக்கும் கொள்கையைத் தான் ஆதரித்தேன். அஸ்ஸாமிலிருந்து அந்தப் பகுதியைப் பிரித்துவிட வேண்டுமென்று விரும்பினேன்; அவர்களை ஒரு விநோதப் பிறவிகளாக வைத்து வேடிக்கை பார்க்க வேண்டும் என்று கருதினேன்' என்றும் கூறப்பட்டது. நான் கொண்டிருந்த கருத்துகள் முரண் பட்டவை என்று எடுத்துரைத்து என்னைக் கண்டித்தார்கள். அந்த மக்கள் தனித்து நிற்க வேண்டும் என்பதை என்னுடைய புத்தகத்தில் பல்வேறு இடங்களில் விளக்கியிருந்தேன். வடகிழக்கு எல்லைப் பகுதி மக்களுக்காகவும் மற்றவர்களுக்காகவும் மேற்கொள்ளப் படும் எந்த ஒரு திட்டமாவது அவர்களை அஸ்லாம் மக்களுடன் இணைத்து வைப்பதற்குப் பயன்படுமா என்ற அடிப்படையில்தான் ஆலோசிக்கப் படவேண்டும் என்றே நான் வற்புறுத்தியிருந்தேன்.

வடகிழக்கு எல்லைப் பகுதி மக்கள் உட்பட இரண்டரை கோடி பழங்குடி மக்களின் நலனுக்காவும், நான் உருவாக்கிய சில கருத்துகள்: விவசாயம், போக்குவரத்து, மருத்துவம், கல்வி போன்ற துறைகளில் நாடு முழுவதற்கும் பொதுவாக ஏற்பட்டுவரும் முன்னேற்றத்தை யொட்டி அவர்களிடையே அவசியமாகும் ஐந்து முக்கிய தேவைகள் வருமாறு:

1. 'அவர்களுடைய நிலம் அவர்களுக்கே சொந்தம்' என்பது உறுதியாக்கப்பட வேண்டும். அந்த நிலத்தை மற்றவர்களுக்குப் பறித்துக் கொடுப்பது நிறுத்தப்பட வேண்டும்.

2. காட்டுப் பகுதிகளில் அவர்களுடைய உரிமைகள் பாதுகாக்கப் படவேண்டும். வனத்துறை அதிகாரிகள், அவர்களிடம் புதிய மனப்பான்மையை மேற்கொள்ள வேண்டும்.

3. அவர்களிடையே நிலவும் கடன் தொல்லை நீக்கப்பட வேண்டும். சட்டங்கள் மூலமாகவும் கூட்டுறவு முறையைத் தீவிரமாக்குவதன் மூலமாகவும் அரசாங்கம் கடன் கொடுக்கும் நடவடிக்கைகள் மூலமாகவும், இந்தப் பிரச்சினை தீர்க்கப்பட வேண்டும்.

4. இந்த மக்களிடையே தொழில் வளம் பெருகுவதில், அவர் களுடைய நிலம் பறிமுதலாகக் கூடாது. ஆனால், அவர்களை இடம்பெயர்ந்து போகச் செய்தால், தாராளமான முறையில் ஈடு செய்யவேண்டும்.

5. இவ்வளவு காலம் பழங்குடி மக்கள் தனித்து இயங்கிவந்த நிலைமை மாற வேண்டும். அவர்களுக்கு மற்ற எல்லோருடனும் சமமாக வாழும் வாய்ப்புகள் ஏற்படவேண்டும். இந்த அம்சங்கள் எல்லாம் சென்ற பத்தாண்டுகளாகச் சரியாக நிறைவேற்றப்படவில்லை என்பதற்காகவே நான் இவற்றை மீண்டும் எடுத்துக் கூறுகிறேன். மத்திய அரசாங்கமும், மாநில அரசாங்கங்களும் இவ்விஷயத்தில் தீவிர அக்கறை எடுத்துக்கொண்டால் இவற்றை எளிதில் செயலாற்றலாம்.

இவை தவிர இன்னும் ஐந்து சிக்கலான அம்சங்கள் இருக்கின்றன. அவை:

1. பழங்குடி மக்களின் இன்றைய வாழ்வும் எதிர்கால வாழ்வும் அவர்களுடைய பழைய பாரம்பரியத்துக்குப் பொருந்துமாறு பார்த்துக்கொள்ள வேண்டும்.

2. வறுமை மிகுந்த, பழங்குடி மக்கள் என்ற ஒரு தனிப்பெயருடன் அவர்களைப் பிற்போக்கு வகுப்புக்கள் என்று குறிப்பிடப்படுவதைத் தவிர்க்க வேண்டும். அரசாங்கத்திலிருந்து வசதிகள் பெறுவதற்கு மட்டும் இவ்வாறு செய்யக் கூடாது. தெரிந்து அவர்களைப் பயன்படுத்திக்கொள்வதைப் போல, ஒன்றும் தெரியாமல் அவர்களுக்கு நன்மை செய்ய முற்படுவது மிகவும் அபாயகரமான செயலாகும்.

3. பழங்குடி மக்கள், மற்றவர்களுக்குத் தாழ்ந்தவர்கள் என்ற எண்ணம் அவர்களிடையே ஏற்படாமல் பார்த்துக்கொள்ள வேண்டும். நம்முடைய கருத்துகளை அவர்களிடையே திணிக்காமல் இருந்தால்தான் இதைச் சாதிக்கமுடியும். அவர்களுக்குப் புரியாத சட்டங்களையும் பழக்கவழக்கங்களையும் அவர்கள்மீது சுமத்தி, அவர்கள் ஏதோ குற்றம் செய்தவர்கள் என்று நினைக்கும்படி செய்யக் கூடாது. அவர்களிடையே கவலை, அச்சம், அவர்களுடைய பழக்க வழக்கங்களைப் பற்றிய வெட்கம் முதலிய உணர்வெழுச்சிகள் தோன்றாமல் பார்த்துக் கொள்ள வேண்டும்.

4. பழங்குடி மக்களால் நமக்குப் பயன் கிடைக்கும் என்பதை வற்புறுத்தவேண்டும். தற்சமயம் நாம் அவர்களுக்கு உதவி செய்வதே முக்கியமாகக் கொள்ளப்படுகிறது. அவர்களுடைய பண்பாட்டைப் பற்றி அவர்களுக்கு எடுத்துக்கூறி, அவை நம்முடைய பாராட்டுக்கு உகந்தவை என்பதை அவர்களுக்குத் தெளிவாக்க வேண்டும். நாட்டு முன்னேற்றத்திற்கு உதவி

செய்யும் உணர்வு அவர்களுக்கும் ஏற்பட்டுவிட்டால், அவர்கள் நாட்டில் ஒரு பகுதி என்பதை உணரலாம்.

5. அவர்களுக்கு வாழ்க்கையில் இயல்பாக ஏற்பட்டிருக்கும் உற்சாகத்தை இழந்துவிடாமல் நாம் பார்த்துக்கொள்ள வேண்டும்.

இவை எல்லாம் முதலில் சொன்ன ஐந்து அம்சங்களைவிட மிகவும் சிக்கலானவைதான். முதலில், நான் இந்த அம்சங்களை எல்லாம் ஆத்மிக அடிப்படையில் உருவானவை என்றே நினைத்தேன். நட்பு, பரிவு முதலிய உணர்ச்சிகளின் மூலம் இவற்றைச் சமாளித்து விடலாம் என்று நினைத்தேன். ஆனால், நாளடைவில் அன்றாட உண்மைகள் தலைதூக்கி நின்றன. அப்பொழுதுதான் பாதுகாப்புக் கான அவசியத்தை நான் வற்புறுத்தினேன். பின்னர்தான் இப்பழங்குடி மக்களுடைய பண்பாட்டைப் பாதுகாத்து வளர்க்கும் அவசியத்தை உணர்ந்தேன்.

10

இறுதிக் குறிக்கோள்

சென்ற ஒன்பது ஆண்டுகளாக நாங்கள் ஷில்லாங்கிலேயே வசித்து வருகிறோம். அடிக்கடி பல நாட்கள் வெளியூர்களுக்குச் சென்று வந்தாலும், ஷில்லாங்கே நிரந்தர உறைவிடமாகிவிட்டது. என்னுடைய புதல்வன் குமார், அஸ்ஸாம் துப்பாக்கிப் படையில் சேர்ந்திருக்கிறான். அவனும் என்னுடனேயே இருக்கிறான். மற்ற பையன்கள், இப்பொழுதுதான் குறும்பு நிறைந்த இளமைப் பருவத்தை அடைந்திருக்கிறார்கள். அவர்களில் ஒவ்வொருவனும் ஒரு மதத்தைச் சார்ந்தவனாகச் சொல்லிக் கொள்கிறான். தன்னுடைய பதினேழாவது வயதில் குமார், ரோமன் கத்தோலிக்க மதத்தைத் தழுவினான். வஸந்த், தான் ஒரு இந்து என்று சொல்லிக்கொண்டு மாட்டு இறைச்சியை உண்ண மறுக்கிறான். நகுல், தனக்கு மதத்தில் நம்பிக்கை கிடையாது என்று சொல்லிக் கொள்கிறான். அசோக் பௌத்த மதத்தை ஏற்றுக்கொண்டு, அந்த மதத்தின் சில புனித பாடல்களைக்கூட அடிக்கடி ஒப்பிக்கிறான். எனக்கும், மனைவி லீலாவுக்கும் குறிப்பாக ஒரு மதமும் கிடையாது. ஆயினும், எனக்கு பௌத்த மதத்தில் தீவிர ஈடுபாடு உண்டு.

லீலாதான் இல்லத்தின் ஒளி. அவள்தான் எங்கள் வீட்டின் மகிழ்ச்சிக்கே உறைவிடமாக இருக்கிறாள். அவளை நான் முதலில் சந்தித்ததைவிட இப்பொழுது அதிகமாக நேசிக்கிறேன். இந்த விஷயத்தில் நான் மிகவும் அதிர்ஷ்டசாலி என்றே சொல்ல வேண்டும். இளமையும் அழகும் நிறைந்த லீலா, என்னையே ஒரு இளைஞனாக ஆக்கிவிட்டாள். பழங்குடி மக்களைச் சேர்ந்த ஒரு பெண்ணை மணந்த ஒருவர், தேசிய ஒருமைப்பாட்டிற்காகவே தாம் அவ்வாறு செய்ததாகச் சொன்னார். பழங்குடி மக்களுடன் கலப்பு மணம் மேற்கொள்வதால், அவர்களை இந்திய மக்களுடன் சேர்த்து இணைக்க முடியும் என்ற கொள்கையை சில அரசியல்வாதி களும் எடுத்துக்கூறி வந்தார்கள். நான் எந்தவித கொள்கை அடிப்படை யிலும் லீலாவை மணக்கவில்லை. அவளிடம் எனக்கு அன்பு உண்டு

என்பதற்காக அவளை மனைவியாக ஏற்றுக்கொண் டேன். இத்தகைய திருமணங்கள் வெற்றிகரமாக எப்பொழுதுமே முடிவ தில்லை. ஆனால் எங்கள் விஷயத்தில் நான் வெற்றி கண்டிருக் கிறேன். இது நண்பர்களுக்கு வியப்பாகவே இருக்கிறது. பரம்பரை, கல்வி, மனப்பான்மை ஆகிய அம்சங்களில் மிகவும் வேறுபட்ட இருவர் சேர்ந்து வாழ்வது, அவர்களுக்கு ஆச்சரியமாகவே இருக்கிறது. லீலாவுடன் நான் எந்தவிதமான அரசியல் விஷயங்களைப் பற்றியும் பேச முடியும்; என்னுடைய அலுவலில் அவள் மிகவும் அக்கறை எடுத்துக்கொள்கிறாள்.

எங்களுடைய திருமணம் சட்ட பூர்வமானது என்று சிலர் நம்பவே விரும்பவில்லை. லீலா ஷில்லாங்குக்குத் தன்னுடைய பூர்வ கிராமத்திலிருந்துதான் நேரிடையாக வந்து சேர்ந்தாள். ஆனால், மூன்று மாதங்களுக்குள் என்னுடைய நண்பர்களையும், விருந்தினர் களையும் உபசரிப்பது போன்ற விஷயங்களிலும், பிரமுகர்களை வரவேற்பது போன்ற பொறுப்புகளிலும் மிகவும் நிதானமாக நடந்துகொண்டு, வெகுவாகப் பழகியவளைப் போல் தோன்றினாள். ஆயினும், அவள் உண்மையில் ஒரு கிராமவாசிதான். மிகவும் கடுமையான வீட்டு அலுவலை அவள் செய்து முடிக்கிறாள். நல்ல தன்மை உடையவளாக இருப்பதாலும், மனஉறுதி கொண்டவள் ஆதலாலும், பழங்குடி மக்களின் இயல்புடன் அவள் மோசடி, போலி முதலிய விரும்பத்தகாத குணங்களை எளிதில் கண்டுபிடித்து விடுகிறாள். மற்றவர்களிடம் அவள் அன்பாக இருந்தபோதிலும், மற்றவர்களின் துயரத்தைத் துடைப்பதில் மிகவும் பரிவு காட்டிய போதிலும், தன்னுடைய நடத்தையில் கண்டிப்பாகவே இருக்கிறாள்.

உலகில் நிலவும் மிகவும் மகிழ்ச்சியான விஷயங்களில் குழந்தைகள் தான் மிகவும் முக்கியம். அதிலும் பழங்குடி மக்களின் குழந்தைகள் இவ்விஷயத்தில் ஒப்பற்றவர்கள் என்றே சொல்லலாம். என்னுடைய வாழ்க்கை மிகவும் கடினமான கட்டத்தை அடைந்தபோது, பழங்குடி மக்களின் குழந்தைகள்தான் எனக்கு ஆறுதல் அளித்தார்கள். அவர்களுடைய முகமலர்ச்சி, உயிர்த்துடிப்பு, அழகான தோற்றம், அவர்களுடைய உறுதியான நம்பிக்கை ஆகிய பண்புகள், கவலைக்கும் தோல்விக்கும் மருந்தாகவே அமைந்தன. பட்டான்கரில் என் வீட்டில் எப்பொழுதும் கோண்டு, பர்தான் மக்களுடைய குழந்தைகள் நிறைந்திருப்பார்கள். என்னுடைய எழுதும் மேசை, நாற்காலி முதலியவற்றிலும் ஏறி நின்று, ஓடி விளையாடி, மகிழ்ச்சி யாகக் காலம் கழிப்பார்கள். நான் அலுவலில் ஈடுபட்டிருக்கும்போது கூட என்னை அவர்களுடன் விளையாடுவதற்கு இழுத்து, என்னை

லீலா (புகைப்படம்: அனில் ஜனா), ஒரு விருந்தில் நகுல், அசோக், வசந்த் 1962, (புகைப்படம்: பி.பால்)

யானையாகவும், தம்மை மற்ற மிருகங்களாகவும் கருதி, விளையாடி மகிழ்வார்கள்.

என்னுடைய சுற்றுப்பயணங்களில்கூட, மத்திய இந்தியாவிலும் சரி, எல்லைப் பகுதியிலும் சரி, என்னுடைய முகாம்களில் எப்பொழுதுமே குழந்தைகள் நிறைந்து இருப்பார்கள். நான் அவர்களைச் சேர்ந்தவன் என்ற உணர்வு அவர்களிடையே நிலவி இருந்தது. நான் பார்த்த குழந்தைகளில் போண்டோ சிறுவர்கள் மிகவும் வசீகரமான தோற்றம்கொண்டிருந்தார்கள். அந்தக் குழந்தைகள் எல்லாம் என்னுடன் நெருங்கிப் பழகிவிட்டதால், என்னுடைய வாயிலிருந்து என் சுருட்டைக்கூட எடுத்து, தாங்களும் புகைத்து விளையாடுவார்கள். சவரா கிராமங்களில் என்னுடைய சாப்பாட்டு நேரத்தில் குழந்தைகள் குழுமிவந்து, என்னுடைய உணவைப் பகிர்ந்துகொள்வார்கள். வடகிழக்கு எல்லைப் பகுதியில் வயதுமுதிர்ந்தவர்கள் குழந்தைகளை என்னுடைய முகாம் களிலிருந்து வெளியே விரட்டிவிடுவது எனக்குப் பிடிக்கவே இல்லை. குழந்தைகளுடன் அளவளாவுவது எனக்குப் பிடித்த விஷயம் என்பதை அவர்கள் எளிதில் நம்பவில்லை. பழங்குடி மக்களிடையே ஏதாவது ஒரு குழந்தை காலமானபோது, அந்த மரணச் சடங்கைக் காண்பதில்தான் எனக்கு மிகவும் துன்பம் ஏற்பட்டது.

என்னுடைய குழந்தைகளில் மூத்தவனான குமார், என்னுடன் பல பயணங்களில் நெடுந்தூரம் நடந்தே வந்திருக்கிறான். எட்டு வயதான வசந்த்கூட ஓரிருமுறை என்னுடன் நடந்தே வந்திருக்கிறான். என்னுடைய குழந்தைகள், எதையாவது கண்டிக்க வேண்டுமென்றால், அதற்காகத் தங்களுடைய சொந்த மொழி ஒன்றைப் பயன்படுத்தி வந்தார்கள். அவர்களுக்கு மட்டுமே புரியும்படியான சில சொற்களை உபயோகித்து, அவர்கள் மற்றவர்களைப் பற்றித் தங்களுடைய கருத்துகளை வெளியிடுவார்கள். வசந்த் மிகவும் நுட்ப உணர்ச்சி உடையவன்; கடுமையான உழைப்பை மேற்கொள்ளும் இயல்பு கொண்டவன். அசோக் வியாபாரம் பற்றிப் பல புதிய கருத்துகளை எப்பொழுதும் வெளியிட்டுக் கொண்டிருந்தான். வசந்த்தான் அடிக்கடி அதிர்ச்சி தரும் சம்பவங்களுக்கு உள்ளாகி வந்தான். ஒருமுறை அவனுடைய புத்தகங்கள் அடங்கிய அலமாரியே சாய்ந்து அவன்மேல் விழுந்துவிட்டது. நல்லவேளையாக காயம் ஒன்றும் ஏற்படவில்லை. மற்றொருமுறை டில்லியில் குடியரசு தின அணிவகுப்பை நாங்கள் பார்க்கச் சென்ற போது, அவன் கூட்டத்தில் காணாமல் போய்விட்டான். அன்று முழுவதும் தேடி, அவனை மீட்பதற்குள், லீலா மிகவும் கவலைப்பட்டுத் துன்பமுற்றாள். குழந்தைகளைப் பிடித்துக்கொண்டு போய்விடுபவர்களின் கையில் அவன் சிக்கிவிட்டானோ என்ற பயம்கூட எங்களுக்கு ஏற்பட்டது. கடைசியில், ஒரு நண்பர் அவனை போலீஸ்காரரிடமிருந்து மீட்டுக் கொண்டு வந்தார். வசந்த், தான் கூட்டத்தினிடையே சிறிதும் பயமின்றி நடமாடிக் கொண்டிருந்ததாகவும், கடைசியில் ஒரு போலீஸ்காரர் தனக்கு பிஸ்கோத்து முதலிய தின்பண்டங்களைக் கொடுத்து அழைத்து வந்ததாகவும் மிகவும் பெருமையுடன் கூறிக்கொண்டான்.

என்னுடன் பணியாற்றி எனக்கு உதவிவந்த ஊழியர்களும், என்னுடைய குடும்பத்தார் போலவே நடந்து கொண்டார்கள். ஆராய்ச்சிப் பணியில் எனக்கு உதவிபுரியும் சுந்தர்லால் என்பவரும், என்னுடைய பணியாட்கள் ஹரிசரண், பஜன் என்பவர்களும் என்னுடன் 25 ஆண்டுகளுக்கு மேல் சேர்ந்து உழைத்து வந்திருக் கிறார்கள். பணியாட்கள் இருவரும் எனக்கு முன்னதாகவே நான் போகவேண்டிய இடங்களுக்குச் சென்று முகாம் அமைத்து, தேவையான ஏற்பாடுகளை எல்லாம் செய்துவிடுவார்கள். சுந்தர்லாலுக்கு அதிகாரிகள் பழங்குடி மக்களைத் துன்புறுத்துவது பிடிக்காது. நான் கல்கத்தாவில் இருந்த போது ஒருமுறை, அவர் பட்டான்கரிலிருந்து எனக்கு ஒரு தந்தி அனுப்பியிருந்தார். அந்தத்

தந்தியில், 'ஒரு போலீஸ்காரரை நான் தாக்கிவிட்டேன். உடனே வரவும்' என்று கண்டிருந்தது. நானும் விக்டரும் பட்டான்கருக்கு விரைந்து சென்றோம். சுந்தர்லால் மேற்கொண்ட நடவடிக்கை நியாயமானதுதான் என்றாலும், போலீஸ்காரர் அதை வரவேற்றதாகத் தெரியவில்லை.

என்னைச் சுற்றிப் பழங்குடி மக்கள் வாழ்க்கையைப் பிரதிபலிக்கும் சூழ்நிலையை உருவாக்குவதற்காக, நான் சென்ற இடங்களிலிருந்து எல்லாம் பல சின்னங்களைச் சேகரித்துக்கொண்டு வந்திருக்கிறேன். சந்தால் மக்களுடைய மரவேலைப்பாடுகள் அடங்கிய பொருள்கள், கோண்டு, முரியா மக்களுடைய முகமூடிகள் முதலிய அபூர்வச் சின்னங்கள் பலவற்றைச் சேகரித்தேன். அவற்றை வைப்பதற்காக காட்சிப் பெட்டிகள் சில செய்து, அவற்றில் மேலும் மேலும் பொருட்களைச் சேகரித்து வைத்தேன். இந்தப் பொருள்களைக் காண வந்தவர்களில் மிகவும் முக்கியமானவர் நேரு. அவர் வருவதற்கு பல மணிநேரத்திற்கு முன்பே போலீஸ்காரர்களும் இரகசியப் போலீசும் வந்துவிட்டார்கள். என்னுடைய வீடு மிகவும் தனிமையான ஒரு இடத்தில் இருந்ததாலும், சுற்றிலும் புதர்களும் காடுகளும் நிறைந்து இருந்ததாலும், அந்தப் பகுதிகளில் யாராவது கொலைகாரன் பதுங்கியிருக்கலாம் என்ற பயத்தினாலும் அவர்கள் நேரு அங்கே வருவது நல்லதுதானா என்றுகூட சந்தேகித்தார்கள். கடைசியில் 35 போலீஸ்காரர்கள் வந்து கூடிவிட்டார்கள். அவர்கள் எங்களுடைய சமையலறை, படுக்கையறை எல்லா இடங்களிலும் நின்று காவல்புரிந்தார்கள். லீலா மிகவும் மகிழ்ச்சியுடன் அவர்களுக்குச் சிற்றுண்டி தயாரித்து அளித்தாள். நேரு வருவதற்கு முன் அவருக்கு எந்தவிதமான சிற்றுண்டி அளிப்பது என்பதைப் பற்றியே நாங்கள் தீவிரமாக விவாதித்துக் கொண்டிருந்தோம். பலவித பான வகைகளைப் பற்றியும் யோசித்தோம். கடைசியில் ஒருவகை மதுபானத்தையும் மாற்றுப் பொருளாக காபியையும் தயாரித்து வைத்துக் கொண்டிருந்தோம்.

நேருவும் ஆளுநர் ஜெயராம்தாஸும் வந்தார்கள். என்னுடைய சிறிய பொருட்காட்சிச் சாலையை சுற்றிப் பார்த்துவிட்டு, அவர் தெரிவித்த கருத்துகள் மிகவும் முக்கியமானவையாக எனக்குப் பட்டன. நேரு வந்திருக்கிறார் என்பதையொட்டி வெளியே கூட்டம் அதிகமாகிவிட்டதால், எந்த நிமிஷமும் அவர்கள் வீட்டிற்குள் புகுந்துவிடலாம் என்ற பயம் எனக்கு இருந்தது. ஆகவே, நான் மிகவும் தயக்கத்துடனேயே இருந்தேன். கடைசியில் அவருக்கு ஏதாவது கொடுக்கவேண்டும் என்ற நிலை வந்தபோது, நான்

காபிக்குப் பதிலாக மதுபானத்தைச் சேர்த்துச் சொல்லி, உளறிவிட்டேன். நேரு சட்டென்று பதில் கூறினார்: 'அது ஒன்றும் வேண்டாம் எனக்கு. ஒரு டம்ளர் காபி மாத்திரம் கொடுங்கள்' என்றார். மேலும், உள்துறை அமைச்சர் கோவிந்த வல்லபந்த், அஸ்ஸாம் முதலமைச்சர் பி.பி. சாலிஹா முதலியவர்களும் வந்து, என்னுடைய பொருட்காட்சிச் சாலையை மிகவும் கருத்துடன் பார்வையிட்டார்கள்.

சில ஆண்டுகளுக்கு முன்பு, பிரபல எழுத்தாளர் ஆர்தர் கோஸ்ட்லர் என்பவர் ஷில்லாங்கில் ஒரு வார காலம் தங்கியிருந்தார். அவர் ஜப்பான், இந்தியா முதலிய நாடுகளைச் சுற்றிப் பார்த்துக் கொண்டிருந்தார். அவர் எழுதிய 'தாமரையும் எந்திர மனிதனும்' என்ற புத்தகத்தில் மகாத்மாவின் பிரம்மச்சரிய சோதனைகளைப்பற்றி அவர் தெரிவித்த கருத்துகளையும் இந்துமதத்தைப் பற்றிய அவருடைய மதிப்பீட்டையும் நான் ஒப்புக்கொள்ளவில்லை. தொழில் முறையில் இந்த விஷயங்கள் பற்றி எடுத்துக் கூறுபவர் களையே அவர் நம்பியிருந்தார் என்று எனக்குப் பட்டது. கீழ்த்திசை நாடுகளில் நிலவும் இந்துமதம், பௌத்தமதம் போன்ற சமய அமைப்புகளைப் பற்றி சாதாரண மக்களிடமிருந்து நன்றாகத் தெரிந்து கொள்ள முடியும். புத்தகங்களில் படிப்பதைவிட அவர்களிடமிருந்து நன்றாகப் புரிந்து கொள்ளலாம் என்பது என்னுடைய நம்பிக்கை. ஷில்லாங்கில் இருந்த போது பல மானிடவியல் ஆய்வாளர்களும் எங்களுடன் வந்து தங்கியிருந்தார்கள்.

மத்திய இந்தியாவில் நான் பணியாற்றிய போது எனக்கு அடிக்கடி உடல்நலக் குறைவு ஏற்படும். என்றாலும் ஷில்லாங்குக்கு வந்த பிறகு, பொதுவாக எனக்கும் லீலாவுக்கும் என்னுடைய குழந்தைகளுக்கும் நல்ல ஆராக்கியமான வாழ்வு கிட்டியது. நான் ஒருமுறை பம்பாய் மருத்துவ மனையில் மூன்று மாத காலம் நோயாளியாக இருக்க நேரிட்டதைப் பற்றி, 'காட்டில் உதிர்ந்த இலைகள்' என்ற என் புத்தகத்தில் விவரித்திருக்கிறேன். நான் கிழக்கு ஆப்பிரிக்காவில் இருந்தபோது, என்னுடைய உடம்பில் விவரிக்க முடியாத வலி ஏற்பட்டது. அதற்காக அங்கு ஒரு மருத்துவமனையில் சிகிச்சை பெற்றேன். பம்பாய்க்குத் திரும்பிய பிறகும், இரண்டுவார காலம் நான் சிகிச்சைக்குள்ளாக வேண்டியிருந்தது. 1961 ஜூன் மாதத்தில் எனக்கு இதய சம்பந்தமான நோய் ஏற்பட்டு, உடனடியாக ஷில்லாங் இராணுவ மருத்துவமனை கொண்டு செல்லப்பட்டேன். லீலாவுடன் பழங்குடி மக்கள் நலன் ஆலோசகர் ரஸ்டம்ஜியும் வந்து எனக்குப் பணிவிடை செய்து ஆறுதல் அளித்தார்.

பழங்குடி மக்களின் மாந்திரீக மருத்துவர்களும் எனக்கு அடிக்கடி சிகிச்சை அளித்திருக்கிறார்கள். அவர்களுடைய மருத்துவமுறை விநோதமாக இருந்தாலும், அதன் மூலம் அன்பும் பரிவும் நன்றாக வெளிப்பட்டன. எனக்கு இரண்டாவது முறை இந்நோய் கண்ட போது, டாக்டர்கள் எனக்குச் சில புத்திமதிகளைக் கூறினார்கள்: 'இனிமேல் நீங்கள் ஒழுங்கான, நிதானமான வாழ்க்கை நடத்த வேண்டும். மிகவும் எச்சரிக்கையுடன் இருக்கவேண்டும்' என்றார்கள். இந்தச் சொற்கள் எனக்கு மிகவும் மனக்குழப்பத்தைக் கொடுத்தன. கிறிஸ்தவ மதத்தைவிட்டு விலகியது, பிரிட்டிஷ் குடிமகனாக இருந்து இந்தியக் குடிமகனாக மாறியது போன்ற நடவடிக்கைகளை விட, இந்த நடவடிக்கையில்தான் நான் என்னுடைய மனப்போக்கை முற்றிலும் திருத்தி அமைத்துக் கொள்ளவேண்டியதாயிற்று. நான் சிகிச்சை பெற்று வந்தபோதுகூட, பழங்குடி மக்கள் கமிஷன் அறிக்கையைத் தயாரிக்கும் அலுவலில்தான் ஈடுபட்டிருந்தேன். ஆயினும், முந்தைய நாட்களைப் போல பெரிய உயர்ந்த மலைகளில் ஏறி நடமாடுவது போன்ற நடவடிக்கைகளில் ஈடுபடுவது சந்தேகம் என்றே தோன்றுகிறது. இதுதான் எனக்கு மிகவும் கவலை தரும் விஷயம். நெடுந்தூரத்தில் தனிப்பட்டு நின்று, மனித நடமாட்டம் அதிகமில்லாத பகுதிகளில் சஞ்சரிப்பதே எனது முக்கிய விருப்பமாக இருந்தது. ஒரு மனிதனின் உண்மையான வாழ்க்கை, அவனுடைய உள்ளத்திலிருந்தே உற்பத்தியாகிறது. இதை ஒருவராலும் அகற்றிவிட முடியாது. வறுமையோ, தோல்வியோ, சூழ்நிலை மாறுதலோ அந்த வாழ்க்கை முறையைப் பாதிக்க முடியாது. மனிதன் தன்னுடைய ஆத்மிக சக்தியைக் காப்பாற்றிக்கொள்ளத் தெரிந்துகொண்டு விட்டால், இந்தப் பாதிப்புகளை எதிர்த்து நின்றுவிடலாம்.

11

கிட்டாத செல்வம்

என்னுடைய அறுபதாவது வயதில் கடவுளைப் பற்றியும், முடிவற்ற காலகதியைப் பற்றியும், என்னுடைய கருத்துகளை எடுத்துக்கூற முயல்வது, சிறிது அதிகப் பிரசங்கித்தனமாகவே இருக்கும். இத்தகைய நடவடிக்கையில் ஈடுபடுவதற்கு 60-வயது போதாது என்றே எனக்குத் தோன்றுகிறது. இந்த வயதில்தான், மனிதன் உண்மையாக விஷயங்களைக் கற்றுக்கொள்ளத் தொடங்குகிறான். இந்தக் கடைசி இயலில் நான் கூறப்போகும் செய்திகள் எல்லாம் தற்காலிகமாக மேற்கொண்ட கருத்துகளாகவே இருக்கும். ஏனெனில் நான் மிகவும் விரைவாக, புதிய விஷயங்களை இன்னும் கற்றுக்கொண்டு தான் வருகிறேன். நான் ஒரு குறிப்பிட்ட சங்கம், நிறுவனம் முதலியவற்றைச் சேர்ந்தவனாக இல்லாதபோதிலும், எப்பொழுதுமே என்னுடைய வாழ்க்கையில் நண்பர்களே அதிகம் இடம் பெற்றிருக் கிறார்கள். ஆகவே, என்னுடைய வாழ்க்கையைப் பற்றி கூறும்போது நான் என்னுடைய நண்பர்களைப் பற்றியே அதிகம் எடுத்துக் கூற வேண்டியிருக்கிறது. இந்த வாழ்க்கை முழுவதிலும் நான், ஒரு இயக்கம், பழங்குடி மக்களில் ஒரு பகுதியினர் அல்லது ஒரு குறிப்பிட்ட மனிதர் போன்ற விஷயங்களில்தான் அதிக அக்கறை எடுத்துக்கொண்டு வந்திருக்கிறேன். உலகம் முழுவதுமே விரும்பத் தக்க இடம்தான் என்று எனக்குத் தோன்றுகிறது. எல்லா மனிதர்களும் நாம் நன்றாகப் பழகக் கற்றுக்கொண்டால், நல்லவர்கள் என்றே தோன்றுகிறது.

ஒரு மனிதன் தன்னுடைய குடியுரிமை உரிமையை மாற்றி அமைத்துக் கொள்வதும் ஒரு முக்கியமான விஷயம்தான். ஆனால் என்னைப் பொறுத்தவரை சட்டபூர்வமாக நான் இந்தியக் குடிமகனாக மாறியது, நான் நெடுநாட்களாக மேற்கொண்ட ஒரு பழக்கத்தின் இறுதிக் கட்டம் என்றே சொல்லவேண்டும். இந்தியக் குடிமகனாக மாறுவது எனக்கு ஆத்மிகப் பயிற்சியாகவே அமைந்தது. இந்த மாறுதலில் என்னுடைய வாழ்க்கை முழுவதும் கலந்திருந்தது. ஏதோ

திடீரென்று ஒரு கோபத்தினால் நான் என்னுடைய பிரிட்டிஷ் ஏகாதிபத்தியத்தை நான் ஏற்றுக்கொள்ளவில்லை என்பது உண்மை தான். பிரிட்டிஷ் அரசாங்கம் இந்தியாவில் நடந்துகொண்ட விதமும் எனக்குப் பிடிக்கவில்லை. ஆயினும், நான் பிரிட்டன்மீது எப்பொழுதுமே அன்புகொண்டு, அந்த நாட்டைப் பற்றிப் பெருமை யாகவே நடந்துகொண்டேன்.

இன்றைய இந்தியா, அந்தக் காலத்தில் பிரிட்டன் தனக்கு இழைத்த கொடுமைகளையெல்லாம் மறந்துவிட்டு மன்னித்து வாழ்வது மிகவும் விசேஷமான காரியமாகும். நான் இந்தியக் குடிமகனாக மாறியது, ஏதோ ஒரு விஷயத்தை எதிர்த்து மேற்கொண்ட நடவடிக்கையல்ல. காந்தியுடன் இருந்தபோது எனக்கு இந்தியாவின் மீது அதிகப் பற்று ஏற்பட்டுவிட்டது. காந்தியும் என்னை ஏற்றுக் கொண்டார். பின்னர் இந்தியப் பழங்குடி மக்களைக் கண்டதும் எனக்கு, இந்த நாட்டின் மீது விசேஷப் பரிவு ஏற்பட்டுவிட்டது. நான் இந்தியாவைச் சார்ந்தவன் என்று என்னுடைய இந்திய நண்பர்கள் ஒப்புக்கொள்கிறார்களா என்பது எனக்குத் தெரியாது. ஆனால், என்னைப் பொறுத்தவரை நான் இந்திய வளர்ச்சியில் ஊறிப் போனவன் என்ற உணர்வை அடைகிறேன். என்னுடைய வீடு, எங்கள் குடும்ப வாழ்க்கை எல்லாம் இந்திய அடிப்படையிலேயே இயங்கிவருகின்றன. ஒருமுறை வசந்த் என்னிடம் வந்து, 'நம்முடைய இந்திய மக்களைப் பற்றி உங்களுடன் பேசவேண்டும்' என்றான். டில்லி பத்திரிகை ஒன்று, என்னை 'பிரிட்டனில் பிறந்த இந்தியன்' என்று வர்ணித்தது.

என்னுடைய பிரிட்டிஷ் நண்பர்கள் முதலில் என்னை விரும்பத் தகாத ஒரு பிறவி என்றே பாவித்துவந்தார்கள். இந்தியா சுதந்திரம் அடைந்த பிறகு, 'நான் ஒரு விபரீத சம்பவம்; என்னைப் பற்றி ஒன்றும் செய்வதற்கு இல்லை' என்று பொறுத்துக்கொள்ள ஆரம்பித்தார்கள். ஒருமுறை, ஒரு தென்னாப்பிரிக்க நாட்டு வெள்ளையர் கல்கத்தாவில் என்னைப் பார்த்துச் சொன்னார்: 'உங்கள் கருத்துகள் சிறப்பாக இருந்த போதிலும், உங்களுடைய ரத்தமானது வெள்ளையருடையது என்பதை நீங்கள் மறக்க முடியாது' என்றார். நான் இந்தியக் குடிமகனாக மாறியதால், ஐரோப்பாவுடன் தொடர்பை அறுத்துக் கொண்டேன் என்று சொல்லுவதற்கில்லை. என்னுடைய பண்பாட்டின் வேர் ஐரோப்பாவில்தான் இருக்கிறது என்பதை நான் உணர்கிறேன். இந்து, பௌத்த, பண்பாட்டு அம்சங்களை, தங்களுடைய வாழ்க்கையில் ஊறிப் போகும்படிச் செய்த சில குறிப்பிட்ட ஐரோப்பியர்களில் நானும் ஒருவன் அல்ல.

நான் காடுகளில் வாழ்ந்துவந்தது, அந்தக் காடு இந்தியாவில் இருந்தது என்பதற்காக அல்ல; எனக்குக் காட்டு வாழ்க்கை பிடிக்கும் என்பதற்காகத்தான். நான் இன்று இந்திய உணவையே உட்கொள் கிறேன் என்றால், அது ஒரு மரியாதைக்காக அல்ல; எனக்கு அரிசி உணவு பிடிக்கிறது என்பதால்தான். இந்தியத் தத்துவம், கலை, இலக்கியம், முதலியவற்றிலிருந்து நான் பல விஷயங்களை அறிந்து கொண்டிருக்கிறேன். இந்த அறிவின் மூலம் எனக்கு ஒரு புதிய உலகமே தோன்றியிருக்கிறது. ஆயினும், அடிப்படையில் ஐரோப்பிய பண்பாட்டின் அடிப்படை இருக்கிறது என்பதும் எனக்குத் தெரியும். சம்பிரதாயம், ஏற்றுக்கொள்ளப்படும் பழக்கம் என்ற தளைகளிலிருந்து இந்தியா என்னை விடுவித்தது. என்னுடைய சமயத்தை அகற்றி, எனக்கு நடைமுறையில் ஒரு நம்பிக்கையை அளித்தது. இந்தியாவில் வாழ்ந்ததன் மூலம் நான் அறிஞர்கள், நிர்வாகிகள், பத்திரிகை யாளர்கள், கவிஞர்கள், கலைஞர்கள், பண்புமிக்க சாதாரண மக்கள் முதலியவர்களை நண்பர்களாக அடைந்தேன். இந்திய மக்கள் பரஸ்பரம் நேசமனப்பான்மை கொண்டவர்கள்.

இந்தியா சம்பந்தப்பட்ட மட்டில், நம்பிக்கை எனக்கு அதிகமுண்டு. இந்தியாவில் இப்பொழுது இருக்கும் ஆத்திரம் நிறைந்த இளைஞர் களும் நம்பிக்கை இழந்த கிழவர்களும் எப்போதும் வெறுப்புடன் குறை கூறிக்கொண்டே இருக்கிறார்கள். ஒழுக்கக் குறைவு, திறமை யின்மை, மோசம் முதலிய பழக்கங்களும் இந்தியாவில் இருக்கின்றன என்பது உண்மைதான். ஆனால் நல்ல பண்புகள் நிறைந்த அம்சங்கள் எவ்வளவோ இருக்கின்றனவே? பல இடையூறு களுக்கு இடையே, அதனுடைய வடிவையே மாற்றியமைக்கும், கடுமையான பணியில் ஈடுபட்டிருக்கும் ஒரு நாட்டு மக்களிடையே சேர்ந்து உழைப்பது, மனதிற்கு உற்சாகமூட்டும் அனுபவமாகவே இருக்கிறது. வரலாறு முழுவதிலும் அன்புக்கு முரண்பட்ட சக்திகளால், அடிக்கடி தாக்கப்பட்டிருந்த போதிலும், இந்தியா தன்னுடைய மெய்ப் பொருளிலும் (தத்துவத்திலும்) மறைஞானத்திலும் சமயப் பழக்கங் களிலும் மக்களின் மனப்பான்மையிலும் அனுபவத்தையே முதன்மை யாகக்கொண்டு இருந்திருக்கிறது. அந்த நம்பிக்கைதான், 'மற்றவர் களுக்குத் தீங்கு இழைக்கக் கூடாது' என்ற அஹிம்சை உணர்வும் இந்திய மக்கள் இடையே நிலவுகிறது. இந்தியப் பண்பாட்டின் பரம்பரை அம்சமான அன்பு, இந்திய நாகரிகத்தில் எவ்வளவு தூரம் தாக்கத்தை உருவாக்க முடியும் என்பதைப் பொருத்தே, இந்தியாவின் எதிர்காலம் இருக்கிறது. மொழி, இனம், பழக்கம் ஆகிய துறைகளில் காணும் வேறுபாடுகளை அனுபவம் மூலம்தான் காப்பாற்ற முடியும்.

வாழ்க்கையைப் பற்றி நான் மேற்கொண்ட முக்கியமான கருத்துகள் எல்லாமே நான் பழங்குடி மக்களுடன் பழகியதால் ஏற்பட்டவை தான். நான் அவர்களை மாற்றியதைவிட, அவர்கள் என்னை அதிகமாக மாற்றியிருக்கிறார்கள். மகிழ்ச்சியின் முக்கியத்துவம், எளிமையின் அவசியம் ஆகிய பண்புகளை நான் அவர்களிடமிருந்தே கற்றுக்கொண்டேன். வண்ணம், இசை ஆகியவற்றில் அவர்கள் கொண்டிருந்த ஈடுபாடு என்னை மிகவும் கவர்ந்தது. 'போர் என்பது, வாழ்க்கையையே நிராகரிக்கும் தீயசக்தி' என்பது அல்லாமல் வாழ்க்கையைப் பாதிக்கும், வசதிகளை வீணாக்கும் நடவடிக்கை என்பதை நான் பழங்குடி மக்களிடையே கண்டறிந்தேன். நான் சபர்மதி ஆசிரமத்தில் வாழ்ந்த போது, அமைதிப்பணி என்பது ஒரு லட்சியமாகவே இருந்தது. பழங்குடி மக்களிடையே அது ஒரு நடைமுறைப் பழக்கமாக மாறிவிட்டது. லட்சக்கணக்கான மக்கள் வறுமையில் உழன்றுகொண்டிருக்கும்போது, அவர்களுக்கு உதவக் கூடிய பொருளையும் மனித சக்தியையும் போர் என்ற மடத் தனமான நியதிக்குப் பயன்படுத்துவது சரியென்று தோன்றவில்லை. பௌத்தர்கள் சொல்வதைப் போல், நாம் உலகின் எல்லாப் பகுதி களிலும் அன்பை உருவாகும் சக்தியைப் பரவும்படி செய்ய வேண்டும்.

தண்டனை, பழி தீர்த்துக்கொள்ளுதல் ஆகிய பிரச்சினை பழங்குடி மக்களிடையே மிகவும் முக்கியமாக இருந்தது. 'மரண தண்டனை கூடாது' என்ற கொள்கையை நான் கொண்டிருந்தேன். சகிப்புத் தன்மையில் தலைமை வகிக்கும் பாரதம், மரண தண்டனையை ரத்து செய்யவில்லை என்பது எனக்கு வெட்கம் தரும் விஷயமாகவே இருக்கிறது. தற்கொலை முயற்சியை ஒரு குற்றமாகக் கருதுவது நியாயமற்றது; பயன்தரக்கூடியதல்ல என்றே நினைக்கிறேன். ஒருமுறை நான் சிறையில் வறுமை மிகுந்த கோண்டு ஒருவனைப் பார்த்தேன். தற்கொலை முயற்சிக்காக அவன் சிறை தண்டனை விதிக்கப்பட்டிருக்கிறான். அவன் சொன்னான்: 'என்னுடைய மனைவி இறந்துவிட்டாள். எனக்கு உணவு கிடையாது. எனக்குக் கடுமையான நோயும் ஏற்பட்டு இருக்கிறது. வாழ்வதில் என்ன பயன்?' தற்கொலைக்குத் தூண்டும் நிலைமையை அனுமதிக்கும் ஒரு சமுதாயம், அத்தகைய நிலையிலிருந்து விடுபட முயல்பவர்களைத் தண்டிப்பது நியாயம் அல்லவென்றே நான் கருதுகிறேன்.

எனக்கு மிகவும் பிடித்தமான ஓவிய நிபுணர்களின் சித்திரங்களைப் பார்ப்பதன் மூலம், நான் மேற்கொண்ட அனுபவத்தைவிட, அதிகமான அழகு உணர்வு கொடுக்கும் அனுபவத்தைப் பழங்குடி

மக்கள் என்னிடம் தோன்றும்படி செய்தார்கள். பழங்குடி மக்களில் பலர் இணையற்ற எழில் நிறைந்த சூழ்நிலையில் வாழ்கிறார்கள். ஆயினும், நாள் முழுவதும் அவர்கள் அழகு நிறைந்த பொருள்களைச் செய்வதில்லை. பிரிட்டிஷ் ஆட்சியின் இறுதி ஆண்டுகளில் இந்தியா முழுவதிலும் அழகைக் கெடுக்கும் ஒரு இயக்கம் பரவிற்று. தாகூர், காந்தி போன்றவர்கள் எவ்வளவோ எதிர்த்தும் பயனில்லாமல் மலிவான அயல்நாட்டுப் பொருள்கள் பெருமளவில் நாடு முழுவதும் குவிக்கப்பட்டன. ஆபாசம் நிறைந்த மேற்கத்திய நாகரிகமும், பணப் பெருக்கத்தையே முக்கியமாகக் கொண்ட அதன் பொருளாதாரமும், இந்தியா முழுவதையும் வறுமையின் இருப்பிடமாக மாற்றிவிட்டன. இவ்வகையில் இந்தியர்களின் வாழ்க்கை எல்லாத் துறையிலும் பாதிக்கப்பட்டது. உதாரணமாக, ஹார்மோனியம் இந்திய இசையின் தன்மையையே கெடுத்துவிட்டது. மேற்கத்திய மரபுகள் இந்திய ஓவியம், சிற்பக்கலை முதலியவற்றை வெகுவாகப் பாதித்தன. லட்சக்கணககில் செய்யப்பட்ட துணி வகைகள், இந்தியாவின் கைத்தறித் தொழிலை அழித்துவிட்டன. இந்தியரின் இல்லம் மிகவும் கீழ்த்தரமான பிரிட்டிஷ் மக்களின் இல்லங்களைப் போலவே தோன்றிற்று. கிராமப்புறங்களில் நிலப்பரப்பு முழுவதும், அழகே இல்லாத பொருத்தமற்ற கட்டடங்களால் வனப்பை இழந்துவிட்டது.

இந்தியாவில் வாழும் மலைவாசிகளிடையே இன்னும் சில மிகவும் அழகான பண்புகள் இருக்கின்றன. அவற்றைப் பராமரிக்கும் பணியில் ஈடுபட்டிருந்ததன் பயனாக, நான் இன்றைய உலகில் அவர்களுடைய முன்னேற்றத்தைப் பார்க்கவில்லை. அந்தப் பழங்குடி மக்கள் உலகத்திற்கே உற்சாகமளிக்க வேண்டுமென்ற வகையில்தான் நான் பணியாற்றி வந்தேன். இந்தியாவில் அழகுக்கு முக்கியமான விரோதி 'நல்லொழுக்கம், தூய்மைவாதம்' என்ற தத்துவம்தான். வரலாற்று ரீதியிலோ, பண்பாட்டு அடிப்படையிலோ, மனப்பான்மை யிலோ இந்திய மக்கள் அழகைக் கெடுக்கும் தூய்மைவாதத்தைப் பின்பற்றுபவர்கள் அல்ல. கடுமையான நல்லொழுக்கத் தத்துவங்கள், மேற்கிலிருந்து வந்த புராட்டெஸ்டென்ட் பாதிரிகள் மூலம் இந்தியாவிற்கு வந்துசேர்ந்தன. இந்த இயக்கம் காந்திஜியைக்கூட பாதித்துவிட்டது என்று நான் நினைக்கிறேன். இன்று இந்தியாவில் நிலவும் இந்தக் கடுமையான நல்லொழுக்கத் தத்துவம், வாழ்க்கையின் அழகு தரும் அம்சங்களை அழிக்கும் முயற்சியில் ஈடுபட்டிருக்கிறது. இது கிராமவாசிகளைப் பாதிக்கும் வகையில், அவர்களுடைய மகிழ்ச்சிக்கே அழிவு தேடி வருகிறது. நல்லொழுக்கத் தத்துவம் வேறு; துறவு முறை வேறு. நல்லொழுக்கத் தத்துவத்தில் ஈடுபடுபவர்கள்,

ஐம்புலன்களின் உணரும் சக்தியை அழிக்க முற்படுவதில்லை. உலகினின்றும் அகன்று, தனியாக வாழ்வதில்லை; இந்த மனப்பான்மை கொண்டவர்கள் 'இசை, நடனம், நல்ல உடைகள், மதுபானம், களியாட்டம் போன்ற நடவடிக்கைகள் எல்லாம் சாத்தானுடையவை' என்று நிர்ணயித்துவிட்டார்கள். ஆகவே, இவை எல்லாம் அன்றாட வாழ்விலிருந்து அகற்றப்பட்டன. ஆனால் கத்தோலிக்க சன்யாசி அல்லது இந்து துறவியைப் போல, அவர்கள் கண்ணால் காணக் கூடிய (ஸ்தூல) வாழ்க்கைக்குத் தேவையான வசதிகளை மறுக்க வில்லை. 'வயிறார உண்ண வேண்டும், உறங்க வேண்டும், வசதியுடன் வாழ வேண்டும்' என்பதை மட்டும்தான் நம்பிவந்தார்கள்.

மனித உடல்பற்றி ஒருவகை நாணம், உயிர்த் துடிப்பு நிறைந்த சரீரத்தின் வனப்பு பற்றிய ஒரு அச்சம் முதலிய உணர்வுகளை தூய்மைவாதிகள் இந்தியா முழுவதும் பரப்பிவிட்டார்கள். முந்தைய நாட்களில் போல் அடக்கத்தைக் கைக்கொள்ளாமல், அழகு மிகுந்த தங்களுடைய உடலை மறைக்காமலும், பாதி மறைத்தும் வாழ்ந்துவந்த பழங்குடி மக்களை இந்தத் தத்துவம் மிகவும் பாதித்துவிட்டது. இன்று சில ராஜ்ய அரசாங்கங்கள்கூட இந்திய மக்களுக்கு ஆடைகள் அணிவிக்கும் அலுவல்களை மேற் கொண்டிருக்கின்றன. பீல் பழங்குடி மக்களைச் சேர்ந்த பெண்கள் இடுப்புக்கு மேலாடை அணியாமலிருந்த புகைபடங்கள் சில பிரசுரமானபோது, அரசாங்கம் அவர்களுடைய 'வெட்கமற்ற' தன்மையை மறைப்பதற்காக ஆயிரக்கணக்கான வெள்ளைப் புடவைகளை விநியோகம் செய்தது. வனப்புமிக்க அந்தப் பெண்கள் இந்த வெள்ளை உடையில் இந்து விதவைகளைப் போல காட்சி அளித்ததுதான் இந்த நடவடிக்கையின் பலன் ஆயிற்று.

தூய்மைவாதம் திரைப்படக் காட்சிகளை வெகுவாகப் பாதித் திருக்கிறது. நடப்பியல் சம்பவங்களைக்கொண்ட படங்களைப் பார்ப்பதற்கு அதிகாரபூர்வமான தணிக்கை அமலாகிறது. 'முத்தமிடுதல், கட்டியணைத்தல், ஆபாச வசனங்கள், பாடல்கள் முதலியவை சினிமாவில் மலிந்துவிட்டன. படம் பார்க்கப் போகிறவர்கள் நூறுவகையான காதல் காட்சிகளைப் பார்க்க நேரிடுகிறது' என்று சமீபத்தில் திரைப்படங்களைப் பற்றிய கண்டன விமர்சனம் ஒன்று கூறியது. அறியாமையின் விளைவாக சினிமாவைப் பற்றி வெளியாகும் கண்டனங்களுக்கு இது ஒரு சான்று. காதல் விஷயத்தில் காமசூத்திரத்தின் ஆசிரியர்கூட எண்பத்து நான்கு வகைகளைத்தான் குறிப்பிடுகிறார். பொதுமக்களின் ரசனையின் முன்னேற்றத்தில் சிரத்தைகொள்ளாத தணிக்கைமுறை எதுவும் பயனற்றதும், மக்களை

அவமதிப்பதுமாகும். பொதுமக்கள் கருத்து வெளியீட்டுக்கு பயிற்சி கொடுப்பதற்கு பதிலாக, அர்த்தமற்ற சட்டங்கள் மூலம் ரசனை அபிவிருத்தியைச் சாதிக்க முயலுகிறோம்.

சமீபத்தில், திரைப்படங்களைப் பற்றிய ஆபாச சுவரொட்டிகளை கண்டிக்கும் இயக்கம் ஒன்று தோன்றிற்று. நான் பார்த்த மட்டில் அந்தச் சுவரொட்டிகளில் உணர்ச்சியைத் தூண்டும் அம்சங்கள் காணப்படவில்லை. ஆயினும், திரைப்படங்களில் முத்தமிடும் காட்சி தடை செய்யப்படும் இந்த நாட்டில், பல சமூக ஊழியர்கள் இந்தச் சுவரொட்டிகளை ஆட்சேபித்து நீக்குவதில் ஈடுபட்டனர்.

கொனாரக், கஜுராஹோ கோயில்களில் காணும் அற்புத வேலைப்பாடு மிகுந்த சிற்பங்களை அழித்துவிட வேண்டும் என்ற கருத்துகூட ஒரு சமயம் நிலவிற்று. காதல் கலையைச் சித்திரிக்கும் சிற்பங்களைக் கொனாரக் கோயிலிலிருந்து நீக்கி, அவற்றுக்குப் பதிலாக தேசியத் தலைவர்களின் உருவங்களை அமைக்க வேண்டும் என்றுகூட ஒரு காங்கிரஸ்காரர் காந்திஜியிடம் ஒரு யோசனை கூறினார்.

மதுவிலக்குக்கூட, தூய்மைவாதிகளின் வற்புறுத்தலின் விளைவு என்று சொல்லப்படுகிறது. மக்கள்மீது எந்த ஒரு நடவடிக்கையும் சுமத்தப்படக் கூடாது என்ற கொள்கையின் அடிப்படையில்தான் நான் மதுவிலக்கை ஆட்சேபிக்கிறேன். இந்தியா சுதந்திரம் அடைந்த பிறகு, தூய்மைவாதிகள் அதிக தீவிரமாக இயங்கினார்கள். இந்தியப் பெண்கள் ஆண்களுடன் கைகுலுக்குவதைப்பற்றிகூட பிரமாதமாக ஆட்சேபம் நிலவிற்று. கரம்பற்றுதல் மணவினைக்கு ஒப்பாகும் என்று வாதிக்கப்பட்டது.

தூய்மைவாதம் என்னை எவ்வாறு பாதிக்கிறது என்பது பற்றி எனக்குக் கவலையில்லை. பழங்குடி மக்கள் பொறுத்தவரை அது ஒரு பயனற்ற கொடுமையான நடவடிக்கையாகும். சமூகத்தில் செல்வாக்கு படைத்த பலர் பழங்குடி மக்களுக்கு ஆடைகள் அணிவிக்கும் பணியில் தீவிரமாக ஈடுபடுகிறார்கள். அவர்கள், இறைச்சி உண்ணக் கூடாது, மது அருந்தக் கூடாது என்று எடுத்துக் கூறுகிறார்கள்; மாற்று உணவு வசதி செய்து கொடுப்பதில்லை. அவர்களுடைய ஆடைமுறை ஆபாசமானது என்று சொல்லி, அவர்களுடைய இயற்கை வனப்பைக் கெடுத்து, அவர்களுக்குப் புதியதொரு பொருளாதார சுமை ஏற்படும்படி செய்துவிடுகிறார்கள். ஏழை மக்களிடமிருந்து அவர்களுடைய சுதந்திரம், எழில், வண்ணம் முதலியவற்றை அகற்றுவது அவர்களை மற்ற வழிகளில் சுரண்டி வாழ்வது போன்றதுதான்.

ஆயினும், என்னைப் பொறுத்தவரை தூய்மைவாதம்கூட அன்புடனேயே நடந்து கொண்டது. பைகா மக்களைப் பற்றிய என் புத்தகத்தில் நான்தான் முதன்முதலில் உடலுறவு பற்றிய விஷயங்களை வெளிப்படையாக எடுத்துக் கூறினேன். முரியா மக்களின் கோட்டுல் பற்றிய புத்தகத்தில் இன்னும் விரிவாக எழுதியிருந்தேன். கிராமியக் கதைகள், பரம்பரை ஐதீகங்களில் காணும் கதைகள் இவற்றில் சிலவற்றை மரபான சமூகப் பகுதிகளில் உரக்கப் படித்துக் காட்டிவிட முடியாது.

உடலுறவு பற்றி நான் எழுதியதற்காக, ஆங்கிலேய தூய்மைவாதிகளும், அரசியல் விஷயங்களைப் பற்றி எழுதியதற்காக தென் ஆப்பிரிக்கர்களும் என்னைக் கண்டனம் செய்திருக்கிறார்கள். ஆனால், இந்திய விமர்சகர்களும் அரசாங்கமும் என் விஷயத்தில் தாராளமாகவே நடந்துகொண்டிருக்கிறார்கள்.

தூய்மைவாதம் இந்தியாவில் தோன்றியதல்ல. இந்திய அறிஞர்களின் சிந்தனைக்கு அது முற்றிலும் மாறுபட்டது. தங்களைவிட அதிக அறிவுபடைத்த, முன்னேற்ற மனப்பான்மைகொண்டவர்கள் மீது சிலர் கொண்ட பொறாமையின் விளைவாகவும், மகிழ்ச்சி வெளியீடு மேற்கத்தியப் பழக்கம் என்ற தப்பெண்ணத்தினாலும்தான் இந்த மனப்பான்மை உண்டாயிற்று.

என்னைப்பற்றி மற்றவர்கள் சரியாகப் புரிந்துகொள்வது எளிதல்ல. நானே என்னைப்பற்றிப் புரிந்துகொள்வது கடினம். எனக்கு மௌனத்தில் அதிக ஆசை. கிராமங்களில்கூட மௌனம் கிட்டுவதில்லை. உயர்ந்த மலைச்சிகரங்களிடையே நல்ல உற்சாகம் கிடைக்கும். எனக்கு, என் விருப்பம்போல் இயங்கும் வசதி இருந்தால் காந்தியைப் போல் வாரத்திற்கு ஒரு நாளாவது மௌன விரதம் மேற்கொள்வேன்.

சமயவாழ்வின் அடிப்படை உறுதி, மணம் செய்துகொள்ளாமை, வறுமை, பணிவு ஆகியவைதான். பிரம்மச்சாரியத்தில் எனக்கு அதிக ஈடுபாடு கிடையாது. வறுமை என்னை வசீகரித்தது. ஆடம்பரத்தை விட, பற்றாக்குறையினால் ஏற்படும் சிக்கனமே எனக்குப் பிடிக்கும். நமக்கு விருப்பமானவற்றை அடைந்துவிடுவது சிறிது மட்டமாகவே தோன்றுகிறது. தேவைகளை அடையாமல் இயங்குவது ஆத்ம சக்தியை அதிகரிக்கிறது. பணிவு, விசுவாசம் போன்ற பண்புகளிலும் எனக்கு நம்பிக்கை உண்டு.

கிறித்தவத்திற்குப் பிறகு எனக்கு காந்தியிடத்தில் பற்று ஏற்பட்டது. அத்துடன் சிலரைப் போல, நானும் காந்தியின் உபதேசங்களில்

எனக்குப் பிடித்தவற்றை மட்டுமே பின்பற்றினேன். அவருடைய சடலத்தைப் பீரங்கி வண்டியில் ஏற்றி, தகன கட்டத்திற்கு கொண்டு சென்றது – காந்தி அமரத்துவம் அடைவதற்கு முன்பே இந்தியா காந்தியத்தைப் புறக்கணித்ததற்கு ஒரு சான்று. சத்தியத்தைப் பற்றி காந்தி கொடுத்த விளக்கம், அன்பு, அஹிம்சை பற்றிய அவருடைய தத்துவம், வாழ்க்கையில் எளிமை முதலிய பண்புகள், எனக்கு தொடர்ந்து ஊக்கம் கொடுத்துவருகின்றன. பரிவும் பிரகாசமும் கலந்த அவருடைய தோற்றத்தை நான் மறக்கவே முடியாது. நான் தகுதியற்றிருந்த போதும், அவர் என்னிடம் காட்டிய அன்பை நினைத்தால், அவருடைய பெயரைக் கேட்கும்போதெல்லாம் எனக்கு மெய்சிலிர்ப்பும் ஆனந்தமும் உண்டாகின்றன.

நான் தாகூரைச் சந்தித்ததில்லை. கபீர்தாஸரின் பாடல்களை அவர் மொழி பெயர்த்திருந்ததைப் படித்தது மூலம் தாகூர்மீது எனக்கு பற்று ஏற்பட்டது. சுதந்திரப் பாதையில் முன்னேறிக் கொண்டிருந்த இந்தியாவுக்கு காந்தியும் தாகூரும் கிடைத்தது ஒரு பெரும் வாய்ப்பு. காந்தியின் கடுமையான ஒழுக்கம், இந்தியர்கள் விழிப்படைவதற்கு உதவிற்று. தாகூரின் சேவையால் வாழ்க்கையின் வண்ணம் நிறைந்த எழிலை இந்தியர்கள் உணர முடிந்தது.

என்னுடைய வாழ்க்கையின் ஆரம்ப காலத்தில் காந்தியால் தாக்கம் பெற்ற எனக்கு, பிற்காலத்தில் நேருவின் பழக்கம் உதவிற்று. மனிதன் என்ற முறையில் நேரு மற்றவர்களுக்குத் துணையாக நிற்பது, பழங்குடி மக்களிடம் அவர் கொண்ட பரிவு ஆகிய பண்புகள் என்னை அவரிடம் ஈடுபடச் செய்தன. பழங்குடி மக்களுக்கு வாயப்புகள் கொடுக்கும் விஷயத்திலும், அவர்களுடைய வாழ்க்கை முறையை பராமரிக்கும் விஷயத்திலும், நான் பெரும்பணி ஆற்றி விட்டதாக அவர் கூறியிருக்கிறார். இது அவருடைய பெருந் தன்மையைத்தான் எடுத்துக் காட்டுகிறது. நேருவின் சிந்தனை களால் நான் அதிக பயன் அடைந்தேன் என்பதுதான் உண்மை. நான் அவரைச் சந்தித்தபோதெல்லாம் என்னுடைய வாழ்வுக்குப் புதிய பொலிவு கிடைத்தது. காந்தியின் சத்திய தரிசனம், அஹிம்சா தர்மம், தாகூரின் உலகலாவிய மானிடவியல் உணர்வு ஆகிய பண்புகள் நேருவிடம் ஒருங்கே இணைந்து தோன்றுவதைக் காணலாம். பிரதம மந்திரி நேருவின் பழங்குடி மக்கள் தோன்றுவதைக் காணலாம். பிரதம மந்திரி நேருவின் பழங்குடி மக்கள் பற்றிய கொள்கையை, 'பணிவு' என்ற ஒரே சொல்லின் மூலம் வர்ணித்துவிடலாம் என்று ஒரு நண்பர் குறிப்பிட்டது எனக்கு மிகவும் பிடித்திருந்தது.

வாழ்க்கையின் பொருள் என்னவென்பதைப் பற்றி எனக்கு நிச்சயமாகத் தெரியாது. ஆனால், வாழ்க்கைக்குப் பொருள் உண்டு என்பதை நான் உணர்ந்திருந்தேன். இந்தப் பொருளை சமய அடிப்படையில் ஆராய முற்படுபவர்கள், இறுதியில் ஒரு குறிப்பிட்ட கடவுளின் மீதோ, சமயத்திலோ ஈடுபாடுகொள்ள முடியாமல் போய் ஊக்கம் இழந்துவிடுகிறார்கள். வாழ்க்கையின் பொருள் பற்றிய நம்பிக்கையையும் இழந்துவிடுகிறார்கள். இது அவசியம் என்று எனக்குத் தோன்றவில்லை. மண்ணுலகில் மனித வாழ்வின் குறுகிய காலம் முக்கியத்துவம் வாய்ந்ததல்ல என்பதை அறியும் அனுபவத்தை, தியானத்தின் மூலம் நான் அடைந்திருக்கிறேன். மனிதர்களின் அன்புப் பெருக்கிலும், அழகின் ரசனையிலும், நல்ல தன்மையை அறிந்து ஏற்றுக் கொள்வதிலும், சாதாரண வாழ்க்கையில் கிடைப்பதை விட சிறந்ததான அன்பு, உண்மை முதலிய அம்சங்களைப் பற்றிய உணர்வு நமக்குக் கிடைக்கும். நமக்கும் அப்பாற்பட்டது ஒன்று உண்டு என்பதை உறுதிப்படுத்துவதற்கு தத்துவ (மெய்பொருள்) அறிவு நிலையே ஒரு சிறந்த சான்றாகும்.

ஆயினும், என்னுடைய பரிபக்குவமோ என்னுடைய சமய, தத்துவக் கருத்துகளோ இங்கு முக்கியமல்ல. ஆராய்ந்து அறிவது ஒரு ரசனையான அனுபவம். சமய அறிவியல் ஒரு சிறந்த சாஸ்திரம்தான். ஆயினும், மனிதனைக் காப்பாற்றுவது நம்பிக்கை மட்டுமே அல்ல. ஆகவே, நம்மைப்பற்றிய அறிவு நமக்கு ஓரளவு ஏற்பட்டாலொழிய, நமது உள்ளத்திலேயே அன்பும் அமைதியும் நிலவினால் ஒழிய, நமது வாழ்க்கைக்குப் பொருள்தரும் பணிகளுக்கு நமக்கு அருகதை கிடைக்காமல் போய்விடும். சமய வாழ்வின் மூலமும், கலை மூலமும், மகிழ்ச்சி துயரம் போன்ற அனுபவங்களின் மூலமும் நாம் இந்த அமைதியை அடையலாம். இவ்வகையில் நம்மைச் சூழ்ந்துள்ள மனித அடிப்படையிலான அன்றாட அனுபவங்களே பயன்தரத் தக்கவையாகும்.

என் வாழ்க்கை முழுவதிலும் நான் தேடிய செல்வம், அன்பு, சத்தியம், அழகு முதலிய பண்புகளின் அனுபவம்தான். இந்தச் செல்வத்தை நான் தனிப்பட்ட தியானத்தின் மூலம் அடைந்துவிடவில்லை. நோயற்றவர்கள், மகிழ்ச்சியற்றவர்கள், ஏழைகள் முதலியவர்களிடம்தான் நான் இதைத் தேடிச் சென்றேன். நான் கண்டது வனப்பு மிகுந்த திவ்ய தரிசனம் அல்ல. கஷ்டம் நிறைந்த உண்மையின் தோற்றத்தைக் காண்பதுதே முக்கியமாகப்பட்டது. இறுதியில் மனிதர்களின் தேவையும், அவர்களுடைய அன்புமே பிரதானமாகத் தோன்றின. கடவுளைக் காண்பது இரண்டாம்பட்சமாகவே இருந்தது.

ஒருவன் தேடும் செல்வத்தைக் காண்பதற்கு நடைமுறையில் காட்டுக்குத்தான் செல்லவேண்டுமென்பது அவசியமில்லை. மனிதன் தன்னுடைய ஆத்மாவின் மேடு பள்ளங்களுக்கு இடையே இந்த யாத்திரையை மேற்கொள்ள வேண்டும். நான் தேடிய செல்வத்தைக் காடுகளில் பார்க்கவில்லை; அது எங்குதான் இருக்கிறதோ! ஆயினும், எந்த மனிதனும் சிரத்தையுடன் தேடினால் அவனுக்குக் கிட்டக்கூடிய செல்வம் ஒன்று உண்டு என்றே நான் கருதுகிறேன். அமைதிக்கு உறவாகவும் உறுதுணையாகவும், பல்வேறு சாயைகளில் இயங்கும் அன்புதான் இந்த பொக்கிஷம் என்று நான் நம்புகிறேன்.

வறுமையினால் வாடி, மற்றவர்களால் பயன்படுத்திக் கொள்ளப் படும் ஏழை மக்களின் வாழ்க்கைக்கு மதிப்பு தரும் அம்சங்களைப் பராமரிப்பது அவசியம். அவர்களுடைய தன்மானத்தை அவர்களுக்கு மீண்டும் உணர்த்தி அவர்களிடம் மற்றவர்களுக்குப் பரிவு உண்டு என்ற உணர்வையும் தோற்றுவிப்பது அவசியம். மனிதன் தன்னை அர்ப்பணித்துக்கொள்வதற்கு இதைவிடப் புனிதமான பணி வேறொன்றும் இல்லை. அழகு, சுதந்திரம், மகிழ்ச்சி இவை போன்ற வாய்ப்புகளுக்காகப் பாடுபட்டு, அவை மறைந்த போது அவற்றை மீட்டு, பேணி வளர்த்துக் காப்பாற்றுவதைவிட சிறந்த அன்புப்பணி இருக்க முடியாது.

மகான்களும் ரிஷிகளும் குறிப்பிடும் செல்வம் இந்தச் சாதனைகள் அல்ல என்று சிலர் கூறலாம். ஆயினும், இந்த வாழ்க்கையில் நாம் நம்மால் ஆனதைச் செய்ய வேண்டும்; விண்ணுலகத்திற்குச் செல்ல முடியாவிட்டாலும், மண்ணுலகில் ஆற்ற வேண்டிய பணிகள் எவ்வளவோ இருக்கின்றன.

ೞ